INSIGHT PUBLICA®

INSIGHT PUBLICA

Nadakkavu, Kozhikode, Kerala
www. insightpublica.com
e-mail:insightpublica@gmail.com

Idathupakshathinte Bhavi

(Malayalam)

Prabhat Patnaik

First Edition: March 2018
Sixtth Edition: November 2021

ISBN 978-93-87398-03-0

ഇടതുപക്ഷത്തിന്റെ ഭാവി

പ്രഭാത് പട്നായിക്

INSIGHT PUBLICA®

ഇന്ത്യയിലെ ഒരു സാമ്പത്തികശാസ്ത്രജ്ഞനാണ് പ്രഭാത് പട്നായിക്. ദില്ലി ജവാഹർലാൽ നെഹ്രു സർവകലാശാലയിലെ (ജെ.എൻ.യു.) സെന്റർ ഫോർ ഇക്കണോമിക് സ്റ്റഡീസ് ആന്റ് പ്ലാനിംഗിൽ 1974 മുതൽ 2010 വരെ അദ്ധ്യാപകനായിരുന്നു. ജൂൺ 2006 മുതൽ കേരള സംസ്ഥാന ആസൂത്രണ ബോർഡ് ഉപാധ്യക്ഷനായി സേവനമനുഷ്ഠിക്കുന്നു.

1945 സെപ്റ്റംബറിൽ ഒഡിഷയിലെ ജട്നിയിൽ മഞ്ജരി പട്നായിക്കിന്റെയും പ്രാണനാഥ് പട്നായിക്കിന്റെയും മകനായി ജനനം. സ്വദേശത്തും ഇൻഡോറിലെ ഡാലി കോളേജിലുമായി സ്കൂൾ വിദ്യാഭ്യാസം. ദില്ലി സെന്റ് സ്റ്റീവൻസ് കോളേജിൽനിന്നും സാമ്പത്തികശാസ്ത്രത്തിൽ ബിരുദം. റോഡ്സ് സ്കോളർഷിപ്പ് നേടി 1966-ൽ ബ്രിട്ടനിലെ ഓക്സ്ഫഡ് സർവകലാശാലയിൽ ചേർന്നു. ഓക്സ്ഫഡിലെ ബാലിയോൾ, നഫീൽഡ് കോളേജുകളിൽനിന്നായി ബി.ഫിൽ., ഡി.ഫിൽ, ബിരുദങ്ങൾ കരസ്ഥമാക്കി.

1969-ൽ ബ്രിട്ടനിലെ കേംബ്രിഡ്ജ് സർവകലാശാലയിൽ അധ്യാപകനായി ചേർന്നു. തുടർന്ന് ക്ലെയർ കോളേജിൽ ഫെലോ ആയി തെരഞ്ഞെടുക്കപ്പെട്ടു. 1974-ൽ ദില്ലി ജവാഹർലാൽ നെഹ്രു സർവകലാശാലയിൽ പുതുതായി സ്ഥാപിച്ച സെന്റർ ഫോർ ഇക്കണോമിക് സ്റ്റഡീസ് ആന്റ് പ്ലാനിംഗിൽ (സി.ഇ.എസ്.പി.) അസോസിയേറ്റ് പ്രൊഫസറായി ചേർന്നു. 1983-ൽ പ്രൊഫസർ ആയി, 2010 വർഷാവസാനം വിരമിക്കും വരെ തൽസ്ഥാനത്ത് തുടർന്നു. വിരമിക്കുമ്പോൾ സി.ഇ.എസ്.പി.യിൽ സുഖമോയ് ചക്രവർത്തി ചെയർ കൂടിയായിരുന്നു പട്നായിക്.

സ്ഥൂലസാമ്പത്തികശാസ്ത്രം (മാക്രോ ഇക്കണോമിക്സ്), പൊളിറ്റിക്കൽ ഇക്കോണമി തുടങ്ങിയ വിഷയങ്ങളിൽ ഒട്ടനവധി ഗ്രന്ഥങ്ങളും ലേഖനങ്ങളും രചിച്ചിട്ടുണ്ട്. രചിച്ച ഗ്രന്ഥങ്ങളിൽ ഠശാല, Inflation and Growth (1988), Economics and Egalitarianism (1990), Whatever Happened to Imperialism and Other Essays (1995), Accumulation and Stability Under Capitalism (1997), The Retreat to Unfreedom (2003), The Value of Money (2008), Re-envisioning Socialism (2011) എന്നിവ ഉൾപ്പെടുന്നു. Social Scientist എന്ന പ്രമുഖ സാമൂഹ്യശാസ്ത്ര ജേർണലിന്റെ എഡിറ്റർ കൂടിയാണ് അദ്ദേഹം.

വിശ്രുത സാമ്പത്തികശാസ്ത്രജ്ഞയായ ഉട്സാ പട്നായിക് ആണ് ഭാര്യ. പ്രഭാത് പട്നായിക്കിനൊപ്പം സി.ഇ.എസ്.പി.യിൽ പ്രൊഫസർ ആയിരുന്നു ഉട്സാ പട്നായിക്. 2010-ൽ വിരമിച്ചു.

2006 ജൂൺ മുതൽ കേരള സംസ്ഥാന ആസൂത്രണ ബോർഡ് ഉപാദ്ധ്യക്ഷനാണ്

പ്രഭാത് പട്നായിക്

ഉള്ളടക്കം

ഇന്ത്യ പിറകോട്ട് പായുന്നു...

'ഒരു സാമൂഹിക പ്രതിവിപ്ലവം'

18% മുസ്ലീം ജനസംഖ്യയുള്ള ഉത്തർപ്രദേശിൽ നിന്ന്, 80-ൽ 72 സീറ്റ് നേടിയ ബി.ജെ.പി ഒരൊറ്റ മുസ്ലീം സ്ഥാനാർത്ഥിയെപ്പോലും മൽസരിപ്പിച്ചില്ല. അമിത്ഷായും, നരേന്ദ്രമോഡിയും വരെ തീവ്രമായ മുസ്ലീംവിരോധം വ്യക്തമാക്കുന്ന പരാമർശങ്ങൾ നടത്തിക്കൊണ്ടിരുന്നു! മുസ്ലീം ന്യൂനപക്ഷത്തിന്റെയും ദരിദ്ര ദളിത് ജനവിഭാഗങ്ങളുടെയും വോട്ട് ഒരു കൂട്ടം മതനിരപേക്ഷ ജാതി പാർട്ടികൾക്ക് പോയപ്പോൾ ഭൂരിപക്ഷ വർഗ്ഗീയ ഏകീകരണം ബി.ജെ.പിക്ക് അനുകൂലമായിരുന്നു. മുന്നോക്ക ഹിന്ദുക്കൾ മാത്രമല്ല, പിന്നോക്ക വിഭാഗങ്ങളും ഹൈന്ദവ ഏകീകരണത്തിൽ പ്രധാന പങ്കുവഹിച്ചിട്ടുണ്ട്.

രണ്ടാമതായി, ഈ തെരഞ്ഞെടുപ്പിലെ മുഖ്യപ്രവണതകളിൽ ഒന്ന് അത് മുസ്ലീങ്ങളെ മാത്രമല്ല, ദരിദ്രവിഭാഗങ്ങൾക്കെല്ലാം എതിരെയുള്ള, ഒരു സമ്പന്നവർഗ്ഗ മധ്യവർഗ്ഗ ഏകീകരണവും വിദ്വേഷപ്രകടനവും ആയിതീർന്നുവെന്നതാണ്. അത് പക്ഷേ ഉയർത്തപ്പെട്ടത് പ്രത്യക്ഷമായല്ല, 'വികസന അജണ്ട' എന്ന പേരിൽ പരോക്ഷമായിട്ടായിരുന്നു എന്നു മാത്രം! അത് നമ്മൾ മന

സ്സിലാക്കാതെ പോകുന്നുണ്ട്. അത് മനസിലാക്കിക്കൊണ്ടുള്ള ബദൽ തെരഞ്ഞെടുപ്പ് അജണ്ടകൾ ഈ തെരഞ്ഞെടുപ്പിൽ ഉയർത്തപ്പെട്ടതായി തോന്നുന്നില്ല. ഉണ്ടെങ്കിൽ തന്നെ അത് ശ്രദ്ധിക്കപ്പെട്ടില്ല. പകരം കോർപ്പറേറ്റുകൾക്കും ധനമൂലധനത്തിനും കീഴടങ്ങിയുള്ള ഭരണത്തിന് ആക്കം കൂട്ടുന്ന 'മാതൃക' മാദ്ധ്യമങ്ങൾ സൃഷ്ടിച്ച ആവേശഭ്രാന്തിൽ നന്നായി വിറ്റഴിക്കപ്പെട്ടു! മഹാഭൂരിപക്ഷം വരുന്ന ഇന്ത്യൻ ജനതയേ കൂടുതൽ കൂടുതൽ പാർശ്വവൽക്കരിക്കുന്ന കടുത്ത സാമൂഹ്യപ്രത്യാഘാതങ്ങൾ ഉണ്ടാക്കുന്ന ആഗോളവൽക്കരണനയങ്ങൾക്കു പിറകിൽ നല്ലൊരു വിഭാഗം ജനങ്ങൾ കേന്ദ്രീകരിക്കുന്നു എന്നതാണ് ഈ പ്രവണതയുടെ പൊരുൾ.

മൂന്നാമത്, മിക്കവാറും എല്ലാ പ്രധാന രാഷ്ട്രീയ പ്രസ്ഥാനങ്ങളും ഒരേ സാമ്പത്തിക നയം തന്നെയാണ് പിന്തുടരുന്നത്. കടുത്ത ദാരിദ്രവും തൊഴിലില്ലായ്മയും വിലക്കയറ്റവും ഒക്കെ ആഗോളവൽക്കരണനയങ്ങളുടെ സ്വാഭാവിക പരിണതി ആണെന്ന് മനസിലാക്കുന്നതിന് പകരം 'മോശപ്പെട്ട ഭരണ നിർവ്വഹണത്തിലും' 'തീരുമാനങ്ങളെടുക്കുന്നതിലെ അനിശ്ചിതത്വത്തിലും' 'അഴിമതി'യിലും അതാരോപിക്കുന്ന പ്രവണതയാണ് നിലവിലുള്ളത്! അതുകൊണ്ടുതന്നെ ഭൗതികജീവിതാവസ്ഥ മെച്ചപ്പെടുത്താൻ കഴിയുന്ന ഒരു 'മിശിഹ'യേ കോർപ്പറേറ്റുകൾ മാർക്കറ്റ് ചെയ്തു! മധ്യവർഗ്ഗജനവിഭാഗങ്ങളും അസംതൃപ്ത നഗരസമൂഹവുമൊക്കെ ആ 'മിഥ്യാസ്വപ്നം' ഏറ്റുവാങ്ങിയെന്ന് തെരഞ്ഞെടുപ്പ് ഫലം വ്യക്തമാക്കുന്നു.

നാലാമതായി മോഡി വാഗ്ദാനം ചെയ്യുന്ന 'സൽഭരണം' കോർപ്പറേറ്റുകൾക്ക് ആനുകൂല്യങ്ങൾ വാരിച്ചൊരിയുക മാത്രമല്ല, ദരിദ്രരുടെ ആനുകൂല്യങ്ങൾ വെട്ടിക്കുറക്കുകയും ചെയ്യുന്നതാണ്!നവലിബറൽനയങ്ങൾസാമൂഹികമായിപരാജയപ്പെട്ടുകൊണ്ടിരിക്കുന്നത് 'പോപ്പുലിസ്റ്റ്' (ജനങ്ങൾക്ക് അനുകൂലമായ നടപടികൾ) പദ്ധതികൾ കൊണ്ടാണെന്ന് അതാരോപിക്കുന്നുണ്ട്. അത്തരം പദ്ധതികൾ എല്ലാം 'അഴിമതി' എന്ന ശീർഷകത്തിലാണവർ ഉൾപ്പെടുത്തിയിട്ടുള്ളത്. ഫലത്തിൽ ഇന്ത്യയിലെ സാധാരണ ജനങ്ങൾ (അവരിൽ മഹാഭൂരിപക്ഷവും ദളിത്-പിന്നോക്ക-മുസ്ലീം വിഭാഗക്കാരാണ്)ക്കുള്ള സാമൂഹിക സുരക്ഷാ പദ്ധതികളൊക്കെ തടയപ്പെടുന്ന ഒരു പിന്നോട്ട് പോക്കിന് ഈ തെരഞ്ഞെടുപ്പ് ഫലം ആക്കം കൂട്ടും! അധസ്ഥിതരോടും

സാധാരണക്കാരോടും, സംവരണ വിഭാഗങ്ങളോടും ദളിത് സമൂഹങ്ങളോടുമുള്ള ഉയർന്ന വർഗ്ഗക്കാരുടെ കടുത്ത അവജ്ഞയെ വോട്ടാക്കിമാറ്റിയെടുത്ത പ്രക്രിയയുടെ പ്രത്യാഘാതങ്ങൾ ഭീകരമായിരിക്കും!

അഞ്ചാമതായി, ഈ അവിയൽ, മോഡി കണ്ടെത്തിയതോ, പാകപ്പെടുത്തിയതോ ആണെന്ന് കരുതരുത്. നമ്മുടെ സമൂഹത്തിലെ കുഴപ്പങ്ങളെ ഉപയോഗപ്പെടുത്തുന്നതിനും പാർശ്വവൽക്കരിക്കപ്പെട്ടവരും, പൂർണ്ണമായി പാർശ്വവൽക്കരിക്കപ്പെട്ടിട്ടില്ലാത്തവരും തമ്മിൽ അകലം വർദ്ധിപ്പിക്കുന്നതിനായി കോർപ്പറേറ്റുകൾ ഫണ്ട് ഒഴുക്കുകയാണ് ഉണ്ടായത്! മോഡിയും, അദ്ദേഹത്തിലൂടെ അദ്ദേഹത്തിന്റെ കോർപ്പറേറ്റ് പിൻതുണക്കാരും അതിവിദഗ്ധമായി അതിനെ ഉപയോഗപ്പെടുത്തുകയായിരുന്നു. കോർപ്പറേറ്റുകളും ഭരണകൂടവും തമ്മിലുള്ള സമ്പൂർണ്ണ ലയനം; അതിനെയായിരുന്നല്ലോ മുസ്സോളിനി 'ഫാസിസം' എന്ന് വിലയിരുത്തിയത്! അത് വലിയൊരു തിരിച്ചോട്ടം തന്നെയായിരിക്കുമെന്നും പ്രത്യേകം പറയേണ്ടതില്ലല്ലോ...

ആറാമതായി, ഈ തിരിച്ചുപോക്കിനെ വേഗത്തിലാക്കുന്ന ഘടകമാണ് ഇടതുപക്ഷ തൊഴിലാളി പ്രസ്ഥാനങ്ങൾ ദുർബലമാക്കപ്പെടുകയോ തകർക്കപ്പെടുകയോ ചെയ്യുന്നത്. ആഗോളവൽക്കരണം വർഗ്ഗാടിസ്ഥാനത്തിലുള്ള കൂട്ടായ്മകളെയാകെ ദുർബലമാക്കുന്നുണ്ട്. എല്ലാ മർദ്ദിത വർഗ്ഗങ്ങൾക്കും മേൽ ആഗോളവൽക്കൃത മൂലധനം വലിയ തോതിൽ വിലപേശൽ മേധാവിത്വം കൈവരിക്കുന്നു എന്നതാണതിന്റെ പ്രധാന കാരണം. അത് പൊതുവിൽ പുരോഗമന രാഷ്ട്രീയത്തെ ദുർബലമാക്കുന്നു. അങ്ങനെ ഇവിടെ സൂചിപ്പിച്ച ഫാസിസ്റ്റ് പ്രത്യയശാസ്ത്രങ്ങളെ ദഹിപ്പിച്ചെടുക്കുന്നതിനെതിരായ ഏറ്റവും വലിയ 'ശക്തിയേ' അഥവാ തടസ്സം നീക്കം ചെയ്യപ്പെടുന്നു! പൊതുവിൽ സമത്വവാദത്തിനെതിരെയും, വിശിഷ്യാ ദരിദ്രർക്ക് സാമ്പത്തിക - സാമൂഹിക പരിഗണനകൾ നൽകുന്നതിനെതിരെയും ലോകത്ത് പലയിടത്തും രോഷംകൊള്ളുന്ന വലതുപക്ഷവും യുവാക്കളും ഇതിന്റെ ഫലമായുണ്ടാവുന്നതാണ്. അതിന്റെ സാധ്യതകൾ ഇന്ത്യയിലും വർദ്ധിപ്പിക്കുവാൻ ഈ തെരഞ്ഞെടുപ്പ് ഫലം വഴിവെക്കും.

അതുകൊണ്ട് തന്നെ 2014ലെ ദേശീയ തെരഞ്ഞെടുപ്പ് ഫലം നൽകുന്ന സൂചന, ഇന്ത്യൻ സമൂഹത്തിന്റെ വർഗ്ഗീയ വൽക്കരണത്തിൽ മാത്രം ഒതുങ്ങുന്നതല്ല. അത് ഇന്ത്യൻ രാഷ്ട്രീയത്തിന്റെ 'ഫാസിസ്റ്റുവൽക്കരണ'ത്തിനും അപ്പുറം കടന്നുപോകുന്നതാണ്... ഒരു നൂറ്റാണ്ടിലേറെ കാലമായി ഈ രാജ്യത്ത് നടന്ന കോളനി വാഴ്ചക്കെതിരായ പോരാട്ടത്തിന്റെയും ജ്യോതിറാവു ഫുലെ, ഇ.വി. രാമസ്വാമി, ബി.ആർ. അബേദ്കർ, ശ്രീനാരായണഗുരു തുടങ്ങിയവർ സൃഷ്ടിച്ച സാമൂഹിക വിമോചന പ്രസ്ഥാനങ്ങളുടെയും വൈരുദ്ധ്യാത്മകമായ പരസ്പര സ്വാധീനത്താൽ ആ പ്രസ്ഥാനങ്ങൾ നിർമ്മിച്ചെടുത്ത സാമൂഹ്യ വിപ്ലവത്തെ പിന്നോട്ട് കൊണ്ടുപോകുന്നതിനുള്ള തീവ്രമായ മുന്നൊരുക്കമാണ് നടക്കുന്നത്! തൊട്ടുകൂടായ്മയും, ദൃഷ്ടിയിൽപെട്ടുകൂടായ്മയും അടക്കമുള്ള നികൃഷ്ടമായ നടപടികൾ നൂറ്റാണ്ടുകളോളം സ്ഥാപനവൽക്കരിക്കപ്പെട്ട് നിലനിന്ന രാജ്യമാണിത്. (ഇപ്പോഴും അതിന്റെ പ്രബലമായ ധാരകൾ ശക്തമായുണ്ട് എന്ന് ഓർക്കുക). അങ്ങനെയുള്ള നാട്ടിൽ കഴിഞ്ഞ നൂറ്റാണ്ടിലുണ്ടായ സുദീർഘമായ സാമൂഹികവിപ്ലവത്തിനെതിരെയുള്ള പ്രതിവിപ്ലവമായി ഈ തെരഞ്ഞെടുപ്പ് പരിണമിക്കുന്നു. നമ്മുടെ റിപ്പബ്ലിക്കൻ ഭരണഘടനയുടെ അടിസ്ഥാന തത്വമായ പൗരാവകാശങ്ങളെ അട്ടിമറിക്കാൻ ശേഷിയുള്ള പ്രതിവിപ്ലവം! അന്താരാഷ്ട്ര മൂലധനത്തിന്റെയും അതിസമ്പന്നവർഗ്ഗങ്ങളുടെയും സ്ഥാപിത താൽപ്പര്യങ്ങൾക്ക് 'ഭരണഘടനാസാധുത' നൽകുന്ന പിൻമടക്കമോ തിരിഞ്ഞോട്ടമോ ആണിതെന്ന് പറയേണ്ടി വരുന്നതിന്റെ കാരണമിതാണ്.

മോഡിയുടെ ക്ലോണുകൾ

തീർച്ചയായും ഇത് വിശദീകരണം അർഹിക്കുന്നുണ്ട്. എന്നാൽ നാം പറഞ്ഞു വെച്ച സാമൂഹ്യപ്രതിവിപ്ലവത്തിന്റെ ഗതിവിഗതികളിലേക്കുള്ള ഒരെത്തിനോട്ടത്തിലൂടെ ഇത്തരം ക്ലോണുകൾ സൃഷ്ടിക്കപ്പെടുന്നതിന്റെ പിറകിലുള്ള കാരണം വ്യക്തമാകും.

ചരിത്രകാരനായ സുവീര ജയ്സ്വാൾ വാദിക്കുന്നത് ഹിന്ദുയിസത്തിന്റെ സത്ത സ്ഥിതി ചെയ്യുന്നത് ജാതി വ്യവസ്ഥയിലാണെന്നാണ്. റിപ്പബ്ലിക്കൻ ഭരണഘടനക്കുമേൽ 'ഹിന്ദുയിസ'ത്തിന് പ്രത്യേക അവകാശം സ്ഥാപിക്കപ്പെടുന്നതു വഴി ജാതിപരമായ അസമത്വത്തേയും, വിവേചനത്തേയും അടിച്ചമർത്തലുകളേയും തിരിച്ചുകൊണ്ടുവരാൻ അവസരമൊരുക്കും. ആയതിനാൽ

അത് സാമൂഹ്യപ്രതിവിപ്ലവമായി കലാശിക്കുക അനിവാര്യമാണ്!

രണ്ടാമതായി, 'ആധുനികത'യുടെ പിൻമടക്കമാണ് സംഭവിച്ചുകൊണ്ടിരിക്കുന്നത്. ഈ തെരഞ്ഞെടുപ്പിൽ ഹിന്ദുത്വത്തെ അധികാരത്തിലെത്തിക്കാൻ അവസരമൊരുക്കിയത് മാദ്ധ്യമങ്ങളുടെ (നവ-ദൃശ്യമാദ്ധ്യമങ്ങളുടെ) ഇടപെടലാണ്. വേറൊരു രൂപത്തിൽ 'ആധുനികത'യുടെ ഉപവിഭാഗമായ ഇന്ത്യയിലെ വിവരവിനിമ വിപ്ലവത്തിന്റെ ഒരനന്തരഫലമാണ് ഈ മാദ്ധ്യമലോകം! എന്നാൽ ഇതേ 'ആധുനികത' തന്നെയാണ്, ആധുനികയുഗത്തിലേക്കും സംസ്കാരത്തിലേക്കുമുള്ള ഇന്ത്യയുടെ പ്രയാണത്തെ തടയാൻ ഉപയോഗിക്കുന്നത്! 'ആധുനികത' (Modernity) ആധുനികതാവിരുദ്ധതയ്ക്ക് വേണ്ടി നിലകൊള്ളുകയും പ്രയോജനപ്പെടുത്തുകയും ചെയ്യുന്നു! അതാണ് സാമൂഹ്യ പ്രതിവിപ്ലവത്തിന് ഇടയാക്കുന്നത്! നമുക്കിപ്പോൾ ആധുനികത മുന്നോട്ട് വെച്ച മുതലാളിത്തം അല്ല; 'കോർപ്പറേറ്റിസ'മാണ് ഉള്ളത് എന്നൊരർത്ഥം കൂടി ഇതിനുണ്ട്!

'മോഡി വൽക്കരിച്ച്' മോഡിയെ അപ്രസക്തമാക്കുകയെന്ന നാണം കെട്ടതും അനുചിതവുമായ പരിശ്രമങ്ങൾ കോൺഗ്രസ് ആരംഭിച്ചുവെന്നതിനെയാണ് 'ക്ലോണുകൾ' എന്ന് ഞാൻ സൂചിപ്പിച്ചത്. ഇന്ത്യയുടെ സാമൂഹ്യമാറ്റത്തിന്റെ പുരോഗതിയെ സംബന്ധിച്ചിടത്തോളം മോഡിയുടെ നേതൃത്വത്തിൽ ഹിന്ദുത്വം അധികാരം പിടിച്ചതിനേക്കാൾ വലിയ വിപത്ത്, ഈ അധികാരാരോഹണം മൂലമുണ്ടാവുന്ന പ്രത്യയശാസ്ത്ര പ്രത്യാഘാതങ്ങളാണ്. മോഡിയുടെ വിജയം മറ്റ് ബൂർഷ്വാ രാഷ്ട്രീയ പ്രസ്ഥാനങ്ങളേയും 'മോഡിവൽക്കരിക്കുക'യാണ്! മോഡിയുടെ വികസന അജണ്ടയെ അനുകരിക്കാനാണ് കോൺഗ്രസ് ശ്രമം. 'അവകാശാധിഷ്ഠിത നിലപാടുകൾ' സ്വീകരിച്ചതാണ് കോൺഗ്രസിനു പറ്റിയ തെറ്റെന്നും 'വികസന'ത്തിൽ ജനങ്ങളുടെ വികാരത്തിനൊപ്പം നിൽക്കാനാവാതെ പോയതാണ് പരാജയ കാരണമെന്നും കോൺഗ്രസ് നേതാക്കൾ പറയുന്നുണ്ട്. ഇതിന്റെ ചുരുക്കം, കോൺഗ്രസ് തകർന്നടിഞ്ഞത്, ദരിദ്രർക്ക് സാമ്പത്തികാനുകൂല്യങ്ങളോ സബ്സിഡികളോ നൽകിയതുകൊണ്ടാണെന്നാണ്! ഗ്രാമീണതൊഴിൽദാനപദ്ധതിയും ഭക്ഷ്യസുരക്ഷാനിയമവുമൊക്കെയാണ് കോൺഗ്രസിനെ വീഴ്ത്തിയതെന്നാണ്! അതായത് കോൺഗ്രസ് ഈ പ്രതിവിപ്ലവത്തിൽ കക്ഷിചേരുന്നു എന്നാണ്!

കോൺഗ്രസ് 'അവകാശാധിഷ്ഠിത' സമീപനമാണോ പിൻതുടർന്നത്? അവിടെയാണ് വിരോധാഭാസം! കോൺഗ്രസ് പിൻതുടർന്നത് അങ്ങനെ ഒന്നല്ലെങ്കിലും, 'മോഡിമാതൃക' യേക്കുറിച്ചുള്ള വ്യാപകമായ പ്രചാരണം കോൺഗ്രസിന് അത്തരമൊരു തൊപ്പി ചാർത്തിക്കൊടുത്തുവെന്നാണ് നാം മനസ്സിലാക്കേണ്ടത്. അവകാശാധിഷ്ഠിത സമീപനം എന്നാൽ, എല്ലാവർക്കുമായി അവകാശങ്ങളെ സ്ഥാപനവൽക്കരിക്കുക എന്നാണ്. യു.പി.എ. ഒരിക്കലും ഈ അർത്ഥത്തിലുള്ള സമീപനം സ്വീകരിച്ചിട്ടില്ല. ഗ്രാമീണതൊഴിലുറപ്പു പദ്ധതിയോ, നടപ്പാവാത്ത ഭക്ഷ്യസുരക്ഷാ നിയമമോ, ഒന്നും സാർവത്രികമായ തൊഴിലവകാശമോ ഭക്ഷ്യാവകാശമോ നൽകുന്നില്ല. ഇവയൊക്കെ ചെറിയ വിഭാഗത്തിനുള്ള 'കഞ്ഞിവീഴ്ത്ത്' പരിപാടികളാണ്! വിദ്യാഭ്യാസ അവകാശനിയമം വേറൊരു തമാശയാണെന്ന് നാം കണ്ടു! ഇപ്പോൾ അധികാരത്തിലെത്തിയവരാവട്ടെ, അവകാശാധിഷ്ഠിത നിലപാടുകൾ ഒരിക്കലും പിൻതുടർന്നിട്ടില്ലാത്തവരുമാണ്! ദരിദ്രരിൽതന്നെ, വളരെ ചെറിയൊരു വിഭാഗത്തിന് യു.പി.എ. വിളമ്പിയ ആനുകൂല്യങ്ങൾ നാമമാത്രമാണനെന്നതിനപ്പുറം- അത്തരം ആനുകൂല്യങ്ങൾ അവർക്കുമാത്രമായി പരിമിതപ്പെടുത്തുന്നതുവഴി-ആനുകൂല്യങ്ങൾ ലഭിക്കുന്നവരും അല്ലാത്തവരും എന്ന വിധം സാധാരണ മനുഷ്യരെ വിഘടിപ്പിക്കുകയും പരസ്പരം ശത്രുക്കളാക്കുകയും ചെയ്യുകയാണ് അവർ ചെയ്തത്! ഇത് വലതുപക്ഷ ശക്തികൾക്ക് വളരാനുള്ള മണ്ണൊരുക്കുകയും ചെയ്യുന്നുണ്ട്! അത് തെരഞ്ഞെടുപ്പ് ഫലത്തിൽ പ്രതിഫലിച്ചിട്ടുണ്ട്.

'മിശിഹ'യ്ക്കും 'ക്ലോണു'കൾക്കുമപ്പുറം

ഈ രാജ്യത്തിന്റെ പുരോഗതിയിൽ താൽപ്പര്യമുള്ളവർ ചെയ്യേണ്ടത്, പ്രത്യേക വിഭാഗങ്ങളുടെ പരിധി കടന്നു പുറത്തു വരുന്നതും, അർത്ഥപൂർണ്ണമായ ജീവിതം നയിക്കാൻ വേണ്ട മൂന്നുപാധികൾ എല്ലാവർക്കും ഉറപ്പാക്കുന്നതുമായ പൗരത്വത്തിന്റെ ബദൽ അജണ്ടകൾ ജനങ്ങൾക്കുമുമ്പിൽ വയ്ക്കുകയാണ്... അവകാശങ്ങളുടെ സാർവ്വത്രികവൽക്കരണം ആണ് വേണ്ടത്... സാർവ്വത്രികാവകാശങ്ങളുടെ സ്ഥാപനവൽക്കരണം പ്രത്യേക സ്വത്വങ്ങളുടെ പരിധിക്കപ്പുറം നീങ്ങുന്ന പൗരത്വത്തിന്റെ മുഖമുദ്രയാണ്. ഒട്ടും ആധുനികമല്ലാത്ത ജാതിയേയും പാരമ്പര്യങ്ങളേയും തേച്ചുമിനുക്കിയെടുക്കുന്നതിന് 'ആധുനികത'യുടെ

ഉപാധികൾ ഉപയോഗിക്കുന്ന വിരോധാഭാസത്തിൽനിന്ന് പുറത്തു കടക്കാനും സാർവ്വത്രികാവകാശങ്ങളുടെ സ്ഥാപനവൽക്കരണം ആവശ്യപ്പെട്ടുകൊണ്ടുള്ള പോരാട്ടം ആവശ്യമാണ്. ഇപ്പോഴത്തെ 'മിശിഹാ' വ്യാമോഹത്തിൽ നിന്ന് സമൂഹം പുറത്തു കടക്കാൻ ഏറെക്കാലം വേണ്ടിവരില്ല എന്നതിൽ സംശയമില്ല... പക്ഷേ, കോർപ്പറേറ്റ് മൂലധനം അപ്പോൾ പുതിയ 'മിശിഹ' യേ കണ്ടെത്തുമെന്നും, വലതുപക്ഷ തരംഗം മറ്റു രൂപത്തിൽ സൃഷ്ടിക്കാനവർ ശ്രമിക്കുമെന്നും നമ്മൾ ഓർക്കേണ്ടതാണ്. അതുകൊണ്ടുതന്നെ വളരെ വലിയ സാമൂഹിക കടമകളാണ് പുരോഗമനശക്തികൾക്ക് നിർവ്വഹിക്കാനുള്ളത്.

ആഗോളവൽക്കരണം കൊണ്ടുള്ള നേട്ടം പ്രമാണിവർഗ്ഗത്തിനു പുറമെ ഇടത്തരക്കാരിൽ ഒരു വിഭാഗത്തിനും ലഭിച്ചിട്ടുണ്ട്. വികസിതരാഷ്ട്രങ്ങളിൽ നിന്നുള്ള പുറംകരാർ പണി ഈ വിഭാഗത്തിലെ യുവാക്കൾക്ക് അവസരങ്ങൾ തുറന്നുകൊടുത്തു. പക്ഷേ ഇത് സാർവ്വത്രികമായി എല്ലാവർക്കും ലഭിക്കുന്നില്ലെന്ന് നമുക്കറിയാം. എന്നാൽ നഗരങ്ങളിലെ വിദ്യാസമ്പന്നരായ ഉയർന്ന ശ്രേണിയിലുള്ളവരുടെ അവസ്ഥയിൽ ഇതുണ്ടാക്കുന്ന ശ്രദ്ധേയമായ 'അഭിവൃദ്ധി', ഈ വർഗ്ഗത്തിലെ മറ്റുള്ളവരിലും വലിയ വ്യാമോഹം സൃഷ്ടിക്കുന്നുണ്ട്. അങ്ങനെ ഈ വർഗ്ഗം പൊതുവിൽ ആഗോളവൽക്കരണത്തിനു പിന്നിൽ ഉറച്ചു നിൽക്കുന്നു.

എന്നാൽ, ആഗോള മൂലധനത്തിന്റെ കടുത്ത ചൂഷണത്തിനുള്ള ഇരകളാവുകയാണ് ഈ യുവജനസമൂഹം! കൂലിതൊഴിലും സാമൂഹികസുരക്ഷിതത്വവും സാർവത്രികമാക്കുന്ന പ്രക്രിയ ആണ് സംഭവിച്ചുകൊണ്ടിരിക്കുന്നത്. കൂടാതെ, ആഗോളവൽക്കരണം കർഷകരെയും, ചെറുകിട ഉൽപ്പാദകരേയും, സാധാരണ തൊഴിലാളികളെയും അനുദിനം പാപ്പരീകരിക്കുകയാണ് ചെയ്യുന്നത്. തൊഴിലവസരങ്ങൾ സാങ്കേതികവിദ്യ വഴിയും മറ്റും അതിഭീകരമായ അളവിൽ കുറയുന്നു. തൊഴിലന്വേഷകരുടെയും, തൊഴിൽ നഷ്ടപ്പെടുന്നവരുടെയും എണ്ണം കൂടുമ്പോൾ കൂലിയിലും സുരക്ഷയിലും അത് വൻകുറവുണ്ടാക്കുന്നു. സംഘടിത തൊഴിലാളികളുടെ വിലപേശൽ ശേഷി കുറയ്ക്കുന്ന കരാർവൽക്കരണം അതിവേഗം പടരുന്നു. അതായത് ആഗോളവൽക്കരണം ഉന്നതശ്രേണിയിലുള്ള ഒരു വിഭാഗത്തിന് നേട്ടമാകുമ്പോൾ, സമൂഹത്തിന്റെ മറ്റെല്ലാ തലങ്ങളിലും

വലിയ പ്രതിസന്ധിയാണ് സൃഷ്ടിക്കുന്നത്...

ഈ പ്രതിസന്ധിയോട് ഉള്ള ചെറുത്ത് നിൽപ്പ്, ആഗോളവൽക്കരണത്തിൽ നിന്ന് വേറിട്ടുപോകുകയെന്ന രൂപം കൈവരിക്കുന്നു. അതിന്റെ മുമ്പിൽ നിൽക്കുന്ന ഒരേയൊരു സംഘടിത രാഷ്ട്രീയശക്തി ഇടതുപക്ഷമാണ്. ഇത്തരം ഒരു ബന്ധവിച്ഛേദത്തിന് ആഗോളവൽക്കരണത്തിന്റെ ഗുണഭോക്താക്കളായ പട്ടണങ്ങളിലെ അഭ്യസ്തവിദ്യരും പ്രമാണിവർഗ്ഗവും തയ്യാറല്ല... അതുകൊണ്ട് അവരും ഇടതുപക്ഷവും തമ്മിൽ വിയോജിപ്പ് സ്വാഭാവികമാണ്. ആഗോളവൽക്കരണത്തോട് പുറംതിരിഞ്ഞു നിൽക്കുന്ന ഇടതുപക്ഷം 'രാജ്യത്തെ പിന്നിലേക്ക് വലിച്ചിഴക്കുകയാണെന്ന' സഹജമായി കരുതുന്ന നഗരങ്ങളിലെയും, നഗരവൽക്കരിക്കപ്പെട്ട യുവജനങ്ങളുടെയും വെറുപ്പിന്റെ കാരണമിതാണ്. വാസ്തവത്തിൽ, ഇടതുപക്ഷം ആർക്കുവേണ്ടിയാണോ നിലനിൽക്കുന്നത്, അവരുടെ താൽപ്പര്യങ്ങളോടുള്ള അവരുടെ കൂറിനെയാണ് 'പ്രത്യയശാസ്ത്രപരമായ ശാഠ്യം' എന്ന് ആരോപിക്കുന്നത്. യുവാക്കൾ ഇടതുപക്ഷത്തിനോട് അകലുന്നുവെന്നതിൽ പരിഭ്രാന്തരാവുന്ന ഇടതുപക്ഷ അഭ്യുദയകാംക്ഷികൾ, ഇത്തരക്കാരെ ആകർഷിക്കാൻ കഴിയുന്നവിധം 'പൊളിച്ചെഴുത്തിന്' തയ്യാറാവണമെന്നു ഇടതുപക്ഷത്തോട് ഉപദേശിക്കുമ്പോൾ, ഇടതുപക്ഷം അവരുടെ അടിസ്ഥാനപരമായ വർഗ്ഗനിലപാടുകൾ പൊളിച്ചെഴുതണമെന്നാണ് അർത്ഥമാക്കുന്നത്.

എ.എ.പിയെപ്പോലുള്ള രാഷ്ട്രീയസംഘടനകൾക്ക് 'എല്ലാ സംഗതികളും എല്ലാപേർക്കും' എന്ന് പറയാം! പക്ഷേ അടിസ്ഥാനവർഗ്ഗങ്ങളോടും ചൂഷിതരോടുമുള്ള മൗലികമായ പ്രതിബദ്ധത ഉപേക്ഷിച്ചാൽ പിന്നെ 'ഇടതുപക്ഷമില്ല' എന്നാണർത്ഥം! നഗരങ്ങളിലെ ഇടത്തരക്കാർ അകലുന്നു എന്ന കാരണം പറഞ്ഞിട്ട് ഇടതുപക്ഷം 'പിരിച്ചയക്കപ്പെടുക' സാദ്ധ്യമല്ല... ആഗോളവൽക്കരണം ഉളവാക്കുന്ന പ്രതിസന്ധിയുടെ ആഴമേറിയ പ്രത്യാഘാതങ്ങൾ, ആഗോളവൽക്കരണത്തോടുള്ള വ്യാമോഹത്തിൽ നിന്ന് ഈ വിഭാഗക്കാരെ മോചിപ്പിക്കുന്നതുവരെ, ഈ അവസ്ഥയും അകൽച്ചയും തുടരുമെന്നാണ് ഞാൻ കരുതുന്നത്.

യുവാക്കൾക്കും മധ്യവർഗ്ഗത്തിനും കമ്മ്യൂണിസ്റ്റ് പ്രസ്ഥാനങ്ങളോടും പൊതുവിൽ ഇടതുപക്ഷത്തോടും താൽപ്പര്യം നഷ്ടപ്പെടുന്നു...

ഈ വസ്തുതയോട് കമ്മ്യൂണിസ്റ്റു പ്രസ്ഥാനം എങ്ങനെയാണ് പ്രതികരിക്കേണ്ടത്? ഇടതുപക്ഷം അവർക്കനുയോജ്യമായ നിലയിൽ സ്വന്തം പ്രത്യയശാസ്ത്രപരമായ നിലപാടിൽ മാറ്റം വരുത്തിക്കൊണ്ടല്ല ഇത് വേണ്ടതെന്ന് ഞാൻ വിശദീകരിച്ചു. കൂടാതെ രണ്ട് പ്രധാനമായ കാര്യങ്ങൾ സൂചിപ്പിക്കാനുള്ളത്, സമൂഹത്തെ അതിന്റെ ചരിത്രപരമായ പശ്ചാത്തലത്തിൽ പഠിക്കുന്നതിനുള്ള ശാസ്ത്രീയമായ ഒരു സമീപനത്തെയാണ് മാർക്സിസം പ്രതിനിധാനം ചെയ്യുന്നത്... മാർക്സിസ്റ്റ് നിലപാടിൽ (ആശയങ്ങളിൽ) മാറ്റംവരുത്തണമെന്നുണ്ടെങ്കിൽ, നിലവിലുള്ള നിലപാടുകളുടെ പോരായ്മകളെ ശാസ്ത്രീയമായി തന്നെ വിശകലനവിധേയമാക്കേണ്ടതുണ്ട്. അത് ഒരു പ്രത്യേക കാലത്ത് നഗരയുവാക്കളുടെ താൽപ്പര്യത്തെ അടിസ്ഥാനപ്പെടുത്തിയിട്ടല്ല വേണ്ടത്. ഒരു ശാസ്ത്രീയ സങ്കൽപ്പനത്തിന്റെ സാധ്യത നിർണ്ണയിക്കുന്നത്, അത് 'ജനകീയം' ആണോ അല്ലയോ എന്ന അടിസ്ഥാനത്തിലുമല്ല; ഏതെങ്കിലും ഒരു വിഭാഗത്തിന്റെ അഭിരുചിയുടെ അടിസ്ഥാനത്തിലല്ല അത് പുനർനിർണ്ണയിക്കേണ്ടത്. പകരം, ശാസ്ത്രീയവും ചരിത്രപരവുമായ വിശകലനവും അന്വേഷണവും നടത്തിയിട്ടാണ്.

രണ്ടാമത്തെ കാര്യം, യഥാർത്ഥത്തിൽ മാർക്സിസം അത്യന്തം പ്രസക്തവും കാലാനുസാരിയും ആണെന്ന് അനുനിമിഷം തെളിയുന്ന ഒരു കാലത്താണ് നമ്മൾ ജീവിക്കുന്നത്. അതായത് നിർദ്ദേശിക്കപ്പെട്ടതിന് നേർവിപരീതമായ കാര്യങ്ങളാണ് കമ്മ്യൂണിസ്റ്റുകാർക്ക് ചെയ്യാനുള്ളത്. വിദ്യാസമ്പന്നരായ യുവാക്കളുടെ മുൻഗണനകൾക്കും, വിചാരങ്ങൾക്കും അനുയോജ്യമാകും വിധം സ്വയം മാറുന്നതിന് പകരം, നഗര-മധ്യവർഗ്ഗ മുൻഗണനകൾ ഇപ്രകാരമായത് എന്തുകൊണ്ടാണെന്ന് ശാസ്ത്രീയമായി വിശകലനം ചെയ്ത്, അതിന്റെ അടിസ്ഥാനത്തിൽ സാധ്യമായ പ്രായോഗിക പ്രവർത്തനങ്ങൾക്ക് രൂപം നൽകുകയാണ് വേണ്ടത്... നഗര സമൂഹത്തെയും യൂവാക്കളെയും ബാധിക്കുന്ന അസംഖ്യം പ്രശ്ങ്ങളുണ്ട്.,. നഗരവൽക്കരണം ഉയർത്തുന്ന പാരിസ്ഥിതിക പ്രശ്നങ്ങളിൽ തുടങ്ങി സാമൂഹിക സുരക്ഷയില്ലായ്മവരെ എത്രയെത്ര ഗൗരവമേ

റിയ വിഷയങ്ങളുണ്ട്... പുരുഷമേധാവിത്വത്തിനെതിരെയും, സ്ത്രീപുരുഷ സമത്വത്തിനുവേണ്ടിയും, ഭരണകൂടത്തെ ജനാധിപത്യവൽക്കരിക്കാനും, പൗരാവകാശങ്ങൾക്കുവേണ്ടിയും ഭരണകൂട സുതാര്യതക്കുവേണ്ടിയും അഴിമതിക്കെതിരെയും ഒക്കെയുള്ള സമരമുഖങ്ങൾ അവരെ ആകർഷിക്കും! ഈ സമരങ്ങൾ, അതിജീവനാവകാശങ്ങളെ മാത്രമല്ല, മൂലധനചൂഷണത്തെയും അവരുടെ കൺമുന്നിലെത്തിക്കും! പക്ഷേ അങ്ങനെയൊക്കെ സംഭവിക്കുമ്പോൾപ്പോലും ഇടതുപക്ഷം അവരുടെ വർഗ്ഗനിലപാടിൽ ഉറച്ചുനിൽക്കണം. അപ്പോൾ മാത്രമെ ബദൽസാമൂഹ്യവ്യവസ്ഥയും സാമൂഹ്യമാറ്റവും ഒക്കെ മുഖ്യധാരയിലെ വിഷയങ്ങളായി നിലനിൽക്കുകയുള്ളൂ! മഹാഭൂരിപക്ഷത്തിന്റെ പ്രതിനിധാനം ഇടതുപക്ഷത്തിൽ നിലനിൽക്കുന്നതിന് അതേ വഴിയുള്ളൂ.

നവലിബറലിസം സ്വതവേ തന്നെ ചെയ്യുന്ന പ്രവർത്തനം ചെയ്യുന്നത്. ജനങ്ങൾക്കുമുമ്പിൽ യഥാർത്ഥ്യത്തിലുള്ള ബദൽ രാഷ്ട്രീയ സാധ്യതകൾ തുറക്കുന്നതിനുപകരം, അത്തരം എല്ലാ സാധ്യതകളുടെയും പഴുതടക്കുന്ന സർവ്വതല സ്പർശിയായ മൂലധനാധിനിവേശപ്രക്രിയ ആണത്. ചരക്കുകളും സേവനങ്ങളും രാജ്യങ്ങളിൽ നിന്ന് രാജ്യങ്ങളിലേക്ക് സ്വതന്ത്രമായി വിഹരിക്കുന്നു. മൂലധനപ്രവാഹമാണതിന്റെ ഫലം, അതായത് മൂലധനം ആഗോളമായി... രാഷ്ട്രങ്ങൾ പക്ഷേ 'ദേശരാഷ്ട്രങ്ങൾ' ആയി തുടരുകയാണ്. എല്ലായിടത്തെയും രാഷ്ട്രനയം 'നിക്ഷേപകരുടെ വിശ്വാസം' നിലനിർത്തുക എന്നതാണ്. സ്വന്തം സമൂഹത്തിന്റെ പുരോഗതിയോ, നന്മയോ, വിശ്വാസമോ അതിനെതിരായാലും, ആ പ്രക്രിയ തുടരുന്നു. കാരണം അങ്ങനെ ചെയ്യുന്നില്ലെങ്കിൽ ബന്ധപ്പെട്ട രാജ്യത്ത് നിന്ന് മൂലധനം മൊത്തമായി 'പറന്നു'പോകും! ഇത് ആ രാജ്യത്തെ പ്രതിസന്ധിയിലാക്കും. ആഗോളവൽക്കരണ നയങ്ങളുടെ നിയന്ത്രണ ചട്ടക്കൂടുകൾ പൊളിച്ചുപുറത്തു കടക്കാത്തിടത്തോളം ആ രാജ്യത്തെ രാഷ്ട്രീയപ്രസ്ഥാനങ്ങൾ, ആഗോളമൂലധന അജണ്ടകൾ അംഗീകരിക്കാൻ നിർബന്ധിതരാകുന്നു. അത് ജനങ്ങളുടെ രാഷ്ട്രീയ തെരഞ്ഞെടുപ്പിന്, (നയപരമായ ബദൽ തേടാൻ ഉള്ള അവസരമാണ് നിഷേധിക്കുന്നത്. യു.പി.എ ആയാലും എൻ.ഡി.എ ആയാലും, ഹ്രസ്വകാലം മൂന്നാംമുന്നണി അധികാരത്തിലിരുന്നപ്പോഴും അടിസ്ഥാനസാമ്പത്തിക നയങ്ങൾ ഒന്നുതന്നെ

ആയിരുന്നുവെന്ന് നമുക്കറിയാം. ഈ അടിസ്ഥാനഘടകത്തിനു പുറമെ ഈ കാലഘട്ടം രാജ്യത്തെ വർഗ്ഗഘടനയിൽ തന്നെ സുപ്രധാനമാറ്റങ്ങൾ വരുത്തുന്നുണ്ട്. അത് ഏതാണ്ട് ഇനി പറയുംവിധം ക്രോഡീകരിക്കാമെന്ന് തോന്നുന്നു.

ധനമൂലധനത്തെ പ്രീതിപ്പെടുത്തുന്ന പ്രക്രിയ ആണ് ഭരണകൂടനയങ്ങളുടെ സത്ത. വൻകിട മൂലധനത്തിന്റെ കടന്നാക്രമണത്തിൽ നിന്ന്, കർഷകരേയും ചെറുകിട ഉൽപ്പാദകരേയും, കച്ചവടക്കാരേയും, തൊഴിലെടുക്കുന്നവരേയും സംരക്ഷിക്കുകയെന്ന കടമ ഭരണകൂടം ഉപേക്ഷിച്ചുവെന്ന് പറയാം. ഭൂമി പോലുള്ള ആസ്തികൾ വരെ തുച്ഛമായ വിലക്ക് മൂലധനം പിടിച്ചെടുക്കുന്നു. ഇത് മഹാഭൂരിപക്ഷം വരുന്ന സാധാരണക്കാരായ ഇന്ത്യൻ ഉൽപ്പാദകരെ അനാഥരാക്കുന്നു. പുനരുൽപ്പാദനശേഷിയും അതിജീവനമാർഗ്ഗവും ഇല്ലാത്ത, സർവ്വസ്വവും കൈമോശം വന്ന ഇവരാകെ തൊഴിലന്വേഷകരായി നഗരങ്ങളിൽ അടിഞ്ഞു കൂടുന്നു. തൊഴിൽരഹിതരുടെ 'പട' ഇങ്ങനെ ക്രമാതീതമായി ഉയരുമ്പോൾ തന്നെ തൊഴിൽ രഹിതവളർച്ചയാണ് ഭരണകൂടവും മൂലധനവും ലക്ഷ്യം വയ്ക്കുന്നത് എന്ന് നമുക്കറിയാം. ഈ പ്രക്രിയ തൊഴിലുള്ളവരുടെ വിലപേശൽശേഷി ഗണ്യമായ അളവിൽ കുറക്കുന്നു. അത് തൊഴിലാളിവർഗ്ഗത്തിന്റെയും സമാനവർഗ്ഗങ്ങളുടെയും ശക്തി ചോർത്തുന്നുണ്ട്... ഒപ്പം അവരുടെ രാഷ്ട്രീയ ഇടപെടലിന്റെ കരുത്തിൽ ഇടിവുണ്ടാക്കുന്നുണ്ട്.

പൊതുമേഖലയെ സ്വകാര്യവൽക്കരിക്കുകയോ, കമ്പോളാധിഷ്ഠിതമായി പുനഃസംഘടിപ്പിക്കുകയോ ചെയ്യുകയാണ് പ്രധാനപ്പെട്ട ഒരു നവലിബറൽ അജണ്ട. മുതലാളിത്തലോകത്തുടനീളം യൂണിയനുകളിൽ അണി നിരക്കുന്ന തൊഴിലാളികളുടെ ശതമാനം പൊതുമേഖലയിലാണ് കൂടുതൽ. അമേരിക്കയിൽപ്പോലും സ്വകാര്യമേഖലയിൽ വെറും 9% പേർ യൂണിയൻ അംഗങ്ങളാവുമ്പോൾ ഗവൺമെന്റ് മേഖലയിൽ 35% പേർ അണിനിരക്കുന്നുണ്ട്. അതായത് സ്വകാര്യവൽക്കരണം, സംഘടനകളുടെ പ്രഹരശേഷി കുറക്കുന്നു. മറ്റൊന്ന് തൊഴിൽ വിപണി 'അയവുള്ളതാക്കൽ' പ്രക്രിയ ആണ്... തൊഴിൽ നിയമങ്ങളുടെ തിരോധാനവും, ഭേദഗതികളും, വൻകിട മേഖലയിൽ വരെ വലിയ കരാർവൽക്കരണമുണ്ടാക്കുന്നു... സംഘടനാശേഷിയിലും പ്രഹരശേഷിയിലും ഇത് ഉണ്ടാക്കുന്ന കുറവ് ഭീകരമാണ്.

തൊഴിലാളികളുടെ ഘടനയിലും, വിലപേശൽ ശേഷിയിലും, നിയമപരമായ അവകാശങ്ങളിലും ഉണ്ടാവുന്ന ഈ മാറ്റങ്ങൾ തൊഴിലാളി വർഗ്ഗ രാഷ്ട്രീയത്തിന്റെ ശക്തി ചോർത്തുന്നുണ്ട്. അത് ബദൽ രാഷ്ട്രീയ സാമൂഹിക പരിപാടികൾ മുന്നോട്ട് വയ്ക്കാനും, അതിനുപിന്നിൽ ജനങ്ങളെ അണിനിരത്താനുമുള്ള വർഗ്ഗരാഷ്ട്രീയത്തിന്റെ ശേഷിയെ ദുർബലപ്പെടുത്തുന്നുണ്ട്. സമാനമായ വർഗ്ഗങ്ങളുടെയൊക്കെ പ്രതിരോധശേഷിയിലെ ഇടിവായി അത് പ്രതിഫലിക്കും. അത് സ്വത്വരാഷ്ട്രീയത്തെയും, അതിന്റെ വ്യാപനത്തെയും ശക്തിപ്പെടുത്തുന്നു. ഫലത്തിൽ മൂലധനം നേട്ടം കൊയ്യുകയും ജനങ്ങൾ നിരാലംബരാവുകയും ചെയ്യുകയാണെന്നും, അതിന് എതിരെയുള്ള പ്രതിരോധം ശക്തിപ്പെടുകയാണ് സ്വാഭാവികമായും സംഭവിക്കേണ്ടതെന്നും നാം പ്രതീക്ഷിക്കുമ്പോൾ അതുണ്ടാവാതിരിക്കാനുള്ള സ്വയം പ്രതിരോധമാണ് സ്വത്വരാഷ്ട്രീയത്തിലൂടെ പ്രകാശിതമാവുന്നത്... അതുകൊണ്ടുതന്നെ ഇടതുപക്ഷം പുതിയ പ്രയോഗ-സമര മാർഗ്ഗങ്ങൾ ആരായുകയും ഏറ്റെടുക്കുകയും ചെയ്യാതെ ഈ പ്രതിസന്ധി മുറിച്ചുകടക്കാനാവില്ല എന്നാണ് എന്റെ അഭിപ്രായം.

മാർക്സിസം ഒരു പ്രയോഗശാസ്ത്രമാണ് അഥവാ പ്രയോഗ ദർശനമാണ്. ഉയർന്നുവരുന്ന സാഹചര്യങ്ങളെ വിശകലനം ചെയ്ത്, അതിനനുസൃതമായി വർഗ്ഗസമരങ്ങളെ മൂർച്ഛിപ്പിക്കുകയും സാമൂഹ്യമാറ്റത്തിന് വഴിതുറക്കുകയും ചെയ്യുമ്പോഴാണ് മാർക്സിസ്റ്റ് തത്വശാസ്ത്രം 'സാധുവായി' തീരുന്നത്. വർഗ്ഗബന്ധങ്ങളിലെ മാറ്റവും ലോകസാഹചര്യങ്ങളിലെ മാറ്റവും, പ്രയോഗത്തിൽ പ്രതിഫലിക്കുമ്പോഴാണ്, പ്രതിനിധാനം ചെയ്യുന്നവരുടെ വിമോചനായുധമായി അത് വികസിക്കുന്നത്. അതുകൊണ്ടുതന്നെ ദൗർബല്യങ്ങളും വെല്ലുവിളികളും നേരിടാൻ, തൊഴിലാളികളെയും കർഷകരെയും, സമാന വിഭാഗങ്ങളെയും സംഘടിപ്പിക്കാൻ പുതിയ മേഖലകളും മാർഗ്ഗങ്ങളും ഇടതുപക്ഷം തേടേണ്ടതുണ്ട്. ഇതേവരെ സംഘടിപ്പിച്ചിട്ടില്ലാത്ത അസംഘടിതരെ അവകാശബോധമുള്ളവരാക്കാനും കടുത്ത ചൂഷണത്തിനെതിരായ രാഷ്ട്രീയശക്തിയായി ഉയർത്തിക്കൊണ്ടുവരാനും അവർക്ക് കഴിയേണ്ടതുണ്ട്. വർഗ്ഗരാഷ്ട്രീയത്തിന് പുതിയ തരത്തിലുള്ള 'ഇടപെടലും' ആവശ്യമുണ്ടെന്ന് ഞാൻ കരുതുന്നു. അതിൽ പ്രധാനപ്പെട്ട രണ്ടു മേഖലകളുണ്ട്.

അതിൽ ആദ്യത്തേത് 'സ്വത്വ ചെറുത്തുനിൽപ്പ് രാഷ്ട്രീയത്തിൽ' ബോധപൂർവ്വം വർഗ്ഗരാഷ്ട്രീയം ഇടപെടുകയും അതിനെ കേവല സ്വത്വരാഷ്ട്രീയപരിധിയിൽ നിന്ന് ഉയർത്തുകയും ചെയ്യുക എന്നുള്ളതാണ്. അടിച്ചമർത്തലുകൾക്കെതിരെ ദളിതുകളുടെയും മുസ്ലീങ്ങളുടെയും, സ്ത്രീകളുടെയും ഗോത്രജനതയുടെയും ചെറുത്തുനിൽപ്പുകൾ വളർത്താൻ വർഗ്ഗരാഷ്ട്രീയ ശക്തികൾ ബോധപൂർവ്വം മുന്നിട്ടിറങ്ങേണ്ടതുണ്ട്. ഏതെങ്കിലും ഒരു സ്വത്വവിഭാഗത്തിന് ആശ്വാസം പ്രദാനം ചെയ്യുന്നത് മറ്റൊരു വിഭാഗത്തിന്റെ ചിലവിലാണെങ്കിൽ, ഇത്തരം 'ഭാരം വെച്ചു മാറ'ലിനെതിരെയുള്ള പ്രതിരോധം, ആ വിഭാഗത്തെ അണിനിരത്തി ചെയ്യേണ്ടതുണ്ട്. 'വർഗ്ഗ'രാഷ്ട്രീയവും 'സ്വത്വ ചെറുത്തുനിൽപ്പ്' രാഷ്ട്രീയവും തമ്മിലുള്ള വ്യത്യാസം സ്ഥിതി ചെയ്യുന്നത്; വർഗ്ഗരാഷ്ട്രീയം കേവലം സ്വത്വവിഭാഗത്തിന്റെ പരിമിത ആവശ്യവൃത്തം ഭേദിച്ച് സ്വത്വവിഭാഗത്തിന്റെ ചെറുത്തുനിൽപ്പിലേക്ക് വളർത്തുകയും വികസിപ്പിക്കുകയും ചെയ്യുന്നതിലാണ്... വേറൊരർത്ഥത്തിൽ ജാതിപരമോ ലിംഗപരമോ ആയ അടിച്ചമർത്തലുകളുടെ വിഷയത്തിൽ ഇടപെടുന്നതിലുണ്ടാകുന്ന വീഴ്ച വർഗ്ഗരാഷ്ട്രീയത്തിന്റെ വീഴ്ചയാണ്, ലക്ഷണമല്ല!

അതെപോലെ, വ്യവസ്ഥക്കെതിരായ പോരാട്ടത്തിൽ, പരിവർത്തനത്തിന് ഇടക്കുള്ള മനുഷ്യാവശ്യങ്ങളെ, ജനങ്ങളുടെ 'അവകാശ'മായി പ്രഖ്യാപിച്ചുകൊണ്ടുള്ള. പൗരാവകാശങ്ങൾ സ്ഥാപനവൽക്കരിക്കുവാനുള്ള വിപുലമായ പോരാട്ടങ്ങളിൽ വർഗ്ഗരാഷ്ട്രീയം ഇടപെടേണ്ടതുണ്ട്. ഉദാഹരണത്തിന് ഭക്ഷണം, തൊഴിൽ, സൗജന്യ ആരോഗ്യപരിചരണം, ഗുണനിലവാരമുള്ള വിദ്യാഭ്യാസം, സാർവ്വത്രിക പെൻഷൻ, തുടങ്ങിയ ഒരുകൂട്ടം സാർവ്വത്രിക അവകാശങ്ങൾക്കും, അവയുടെ സ്ഥാപനവൽകരണത്തിനും സൃഷ്ടിപരമായ പ്രചരണങ്ങളും പ്രക്ഷോഭങ്ങളും നടത്തുന്നത് പാർശ്വൽക്കരിക്കപ്പെട്ടുകൊണ്ടിരിക്കുന്നവരെ മാത്രമല്ല, മധ്യവർഗ്ഗത്തെയും ഇടതുപക്ഷചേരിയിൽ അണിനിരത്തും.

'സ്വത്വരാഷ്ട്രീയം'

തീർച്ചയായും 'സ്വത്വരാഷ്ട്രീയം' എന്ന പദപ്രയാഗം തെറ്റിദ്ധാരണ ഉണ്ടാക്കുന്നതാണ്. കാരണം, തികച്ചും വ്യത്യസ്തവും പരസ്പരവിരുദ്ധവും പോലും ആയ പ്രസ്ഥാനങ്ങളെ ഈ

പദപ്രയോഗം ഒരുമിച്ച് കൂട്ടിക്കെട്ടുകയാണ് ചെയ്യുന്നത്. ഇവിടെ മൂന്ന് വ്യത്യസ്ത പ്രതിഭാസങ്ങളെ വേർതിരിച്ച് കാണേണ്ടതുണ്ട്. ദളിതരുടെയോ സ്ത്രീകളുടെയോപോലെ ഉള്ളവ (അവയെല്ലാം സമാനമാണെന്നല്ല)യാണ് സ്വത്വചെറുത്തുനിൽപ്പ് രാഷ്ട്രീയം. 'സ്വത്വവിലപേശൽ രാഷ്ട്രീയ'മാണ് പിന്നോക്ക ജാതിപദവി ആവശ്യപ്പെട്ട് ജാട്ടുകൾ നടത്തുന്നത്. പ്രത്യേക സ്വത്വ വിഭാഗങ്ങളെ ആധാരമാക്കിയുള്ളതും മറ്റേതെങ്കിലും സ്വത്വ വിഭാഗങ്ങളെ ലക്ഷ്യംവച്ച് അവക്കെതിരെ വിദ്വേഷജനകമായ പ്രചരണം നടത്തുന്ന കൂട്ടരെ (വർഗ്ഗീയഫാസിസം) 'സ്വത്വഫാസിസ്റ്റ് രാഷ്ട്രീയ'ത്തിൽപ്പെടുത്താം... പലപ്പോഴും അവസാനത്തെ സ്വത്വരാഷ്ട്രീയരൂപത്തിന് വേണ്ട ഒത്താശകൾ കോർപ്പറേറ്റ്-ഫൈനാൻഷ്യൽ പ്രമാണിമാരാണ് നടത്തിക്കൊടുക്കുന്നത്. അതുകൊണ്ടുതന്നെ അത് ആ പ്രത്യേക വിഭാഗത്തെയല്ല, കോർപ്പറേറ്റ് താൽപ്പര്യത്തെയാണ് സംരക്ഷിക്കുന്നത്. ഈ മൂന്നുതരം സ്വത്വരാഷ്ട്രീയങ്ങളും തമ്മിൽ വളരെ വലിയ അന്തരം ഉണ്ടെങ്കിലും വർഗ്ഗരാഷ്ട്രീയത്തിലുണ്ടാവുന്ന 'ഇടിവ്' ഇവക്കുമേൽ പ്രത്യേക സ്വാധീനം സൃഷ്ടിക്കുന്നുണ്ട്. അത് കാരണം സ്വത്വവിലപേശൽ രാഷ്ട്രീയത്തിന് വലിയ ഉത്തേജനം കിട്ടുന്നു. അവയിലെ അംഗങ്ങൾ വർഗ്ഗരാഷ്ട്രീയം ഉപേക്ഷിക്കുകയും, സ്വത്വഫാസിസ്റ്റ് രാഷ്ട്രീയത്തിന് ഒത്താശ നൽകുകയും ചെയ്യും! അതേപോലെ, സ്വത്വചെറുത്തുനിൽപ്പ് രാഷ്ട്രീയത്തെ പ്രതിലോമപരവും, വിലപേശൽ മാർഗ്ഗവുമാക്കി മാറ്റാൻ, വർഗ്ഗരാഷ്ട്രീയത്തിന്റെ കരുത്തില്ലായ്മയിലൂടെ വഴിതുറക്കുന്നുണ്ട്. ചുരുക്കത്തിൽ വർഗ്ഗരാഷ്ട്രീയത്തിന്റെ ദൗർബല്യം വ്യവസ്ഥിതിക്ക് നേരെ വെല്ലുവിളി ഉയർത്താത്ത തരത്തിലുള്ള 'സ്വത്വരാഷ്ട്രീയ'ത്തിനാണ് കാരണമാകുന്നത്. തീർച്ചയായും അത് സമൂഹത്തെ പുതുക്കിപ്പണിയുന്നതിനോ, ആരോഗ്യകരമായി മാറ്റിതീർക്കുന്നതിനോ ഉള്ള ശ്രമങ്ങളെ പിറകോട്ടടിപ്പിക്കും.

അതിന്റെ രണ്ടാമത്തെ അനന്തരഫലം സമൂഹത്തെയാകെ, അരാജകവാദത്തിലേക്കും ആർത്തിപ്പണ്ടാരമാക്കുകയും ചെയ്യുന്ന 'ലുംപൻവൽക്കരണത്തിന്' വഴിതുറക്കുന്നു എന്നതാണ്.. അതിപ്പോൾ നമ്മുടെ നാട്ടിൽതന്നെ നടന്നുകൊണ്ടിരിക്കുകയാണ്!

വർഗ്ഗരാഷ്ട്രീയവുമായി ഒരു ബന്ധവുമില്ലാത്ത വെറും എൻ.ജി.ഒ രാഷ്ട്രീയം തന്നെയാണിതെന്ന് തോന്നാം. എന്നാൽ വർഗ്ഗരാഷ്ട്രീയവും എൻ.ജി.ഒ രാഷ്ട്രീയവും (സ്വത്വരാഷ്ട്രീയം) തമ്മിലുള്ള മൗലികമായ വ്യത്യാസം കിടക്കുന്നത് അതി

ന്റെ വിഷയത്തിലല്ല. വർഗ്ഗരാഷ്ട്രീയം വിഷയങ്ങൾ ഏറ്റെടുക്കുമ്പോൾ അവയ്ക്ക് പരിഹാരം കാണാനുള്ള സാധ്യതകൾ കൂടി മുൻപിൽ വയ്ക്കുന്നുണ്ട് എന്നതിലാണ്. അതേസമയം എൻ.ജി.ഒ രാഷ്ട്രീയം നിലവിലുള്ള വ്യവസ്ഥിതിക്കുള്ളിൽ പരിഹാരം കാണാവുന്ന പ്രശ്നങ്ങളിൽ ഒതുങ്ങും. ഈ വിധത്തിൽ വർഗ്ഗരാഷ്ട്രീയത്തിൽ മാറ്റം ആവശ്യമുണ്ടെന്ന് ഞാൻ വിശ്വസിക്കുന്നു.

പിന്നെയുള്ളത് നേരത്തെ സൂചിപ്പിച്ച അവകാശങ്ങൾ നടപ്പിലാക്കാൻ ആവശ്യമായ വിഭവങ്ങൾ രാജ്യത്തില്ലെന്ന നിരർത്ഥകമായ വാദത്തെപ്പറ്റിയാണ്... ഇത്തരം അവകാശങ്ങൾ സാക്ഷാത്കരിക്കാൻ എത്ര വിപുലമായി കണക്കാക്കിയാലും ജി.ഡി.പിയുടെ 10% ൽ കൂടുതൽ വേണ്ടിവരില്ലെന്ന് ആഗോളമായ അനുഭവങ്ങൾ വെച്ച് പറയാൻ കഴിയും. ലോകത്തിൽ ആകെ നോക്കിയാൽ സമ്പന്നരിൽ നിന്ന് വളരെ കുറച്ചു മാത്രം നികുതി ഈടാക്കുന്ന ഇന്ത്യപോലൊരു രാജ്യത്ത് ഇതിനായി നികുതി സമാഹരിക്കണമെന്ന് പറയുന്നത് തന്നെ വളരെ വലിയൊരു രാഷ്ട്രീയ മുദ്രാവാക്യമാണ്... അത് സാക്ഷാത്കരിക്കുന്നതിന് തടസം നവലിബറൽ വാഴ്ച്ചയാണല്ലോ. അതുകൊണ്ടുതന്നെയാണ് ഇടതുപക്ഷം ഈ ഡിമാന്റുകൾ ഏറ്റെടുക്കേണ്ടത്.. പകരം നവലിബറലിസത്തിന്റെ യുക്തികളിൽ അഭിരമിക്കുകയോ സ്വാധീനിക്കപ്പെടുകയോ ചെയ്യുന്നത് വർഗ്ഗരാഷ്ട്രീയത്തെ കൂടുതൽ ദുർബലപ്പെടുത്തുകയേ ഉള്ളൂ. ഇന്ത്യയിൽ ഇടതുപക്ഷം വളരെ വലിയ തിരിച്ചടി നേരിടുകയാണ്..

ഇടതുപക്ഷത്തിന്റെ തകർച്ച കടുത്ത ഉൽക്കണ്ഠ ഉളവാക്കുന്നുണ്ട്. ഈ കഴിഞ്ഞ ദിവസം ഡോക്ടർ അരുണാ റോയി അവരുടെ ആശങ്കകൾ എന്നോട് പങ്കുവയ്ക്കുകയുണ്ടായി. അവരെപ്പോലെ നിരവധി പേർ.... നമ്മുടെ രാജ്യത്തിന്റെ സാമൂഹിക ജീവിതത്തിൽ ഇടപെടുകയും, പ്രതിരോധങ്ങൾ ഉയർത്തുകയും ചെയ്യുന്നവർ ഇതേ ആശങ്കകൾ പ്രകടിപ്പിക്കുന്നുണ്ട്. ഇടതുപക്ഷ രാഷ്ട്രീയത്തിന്റെ ശക്തി ചോരുന്നത് നമ്മളെയാകെ വലിയ പ്രതിസന്ധിയിലാഴ്ത്തുമെന്ന് ഇവരെല്ലാം കരുതുന്നതെന്തുകൊണ്ടാണ്?

ദുർബലമായൊരു ഇടതുപക്ഷം നമ്മുടെ പോരാടി നേടിയ പരിമിത അവകാശങ്ങളെയും ജനാധിപത്യ പൗരാവകാശങ്ങളെയും സംസ്കാരത്തെയും ദുർബലപ്പെടുത്തുമെന്ന് അവരൊക്കെ കരുതുന്നു എന്നതാണതിന്റെ കാരണം. ഇടതുപക്ഷം, അവർ

മാത്രമാണ് ഇന്ത്യൻ ജനതയുടെ പോരാട്ടങ്ങളെ ഈ വലിയ രാജ്യത്തിന്റെ രാഷ്ട്രീയ ഭൂപടത്തിലേക്ക് വിളക്കിച്ചേർക്കാൻ തീവ്രമായി ശ്രമിക്കുന്ന ഒരേയൊരു ശക്തി... അത് അതിജീവനസമരങ്ങളാകാം, തൊഴിലാളികളുടെയും കർഷകരുടെയും നിലവിളികളാകാം. പൗരാവകാശങ്ങൾക്കും, പ്രാഥമിക മനുഷ്യാവകാശങ്ങൾക്കും വേണ്ടിയുള്ള ജനങ്ങളുടെ ഒറ്റപ്പെട്ടതോ കൂട്ടായിട്ടോ ഉയരുന്ന ആവശ്യങ്ങളാവാം... ദേശീയമായൊരു പരിപ്രേക്ഷ്യത്തോടെ, അവയൊക്കെ ഇന്ത്യയുടെ രാഷ്ട്രീയ മണ്ഡലത്തിൽ എത്തിക്കുന്നവർ ഇടതുപക്ഷമാണ്... അതായത് അവർ ഇന്ത്യയിലെ മഹാഭൂരിപക്ഷം വരുന്ന ദരിദ്രരുടെയും സാധാരണക്കാരുടെയും തൊഴിലെടുക്കുന്നവരുടെയും ഒക്കെ 'രാഷ്ട്രീയ പ്രതിനിധാന'മാണ്...! ഈ ജോലി നിർവ്വഹിക്കാൻ, ഇവിടെ ഇടതുപക്ഷമല്ലാതെ വേറൊരു രാഷ്ട്രീയ പ്രസ്ഥാനമില്ലെന്നുള്ള തിരിച്ചറിവാണ്, ഇടതുപക്ഷത്തിന്റെ തകർച്ചയേക്കുറിച്ചുള്ള ഉൽക്കണ്ഠകളായി പുറത്തുവരുന്നത്... നമുക്കറിയാം, ദീർഘകാലമായി കൂടംകുളം ആണവനിലയത്തിനെതിരെ ആ പ്രദേശത്തെ ജനങ്ങളെ അണിനിരത്തി സമരം ചെയ്യുന്ന ഉദയകുമാർ എഎപി സ്ഥാനാർത്ഥിയായി മൽസരിച്ച് വളരെ കുറച്ച് വോട്ട് വാങ്ങി പരാജയപ്പെട്ട കാര്യം. ഒന്നര ദശാബ്ദമായി നർമ്മദാ പ്രക്ഷോഭം നയിക്കുന്ന ധീരയായ മേധാപട്കർ മുംബെയിൽ ദയനീയമായി തോറ്റു പോയി. ഇന്ത്യയിൽ ഇവർ നടത്തുന്നതുപോലെയുള്ള, നിരവധി പ്രാദേശികവും, പാരിസ്ഥിതികവും ആയ മനുഷ്യാവകാശ പ്രക്ഷോഭങ്ങൾ നടക്കുന്നുണ്ട്. പല പേരുകളിൽ, പല രൂപങ്ങളിൽ, പല ലക്ഷ്യങ്ങളോടെ... അവയൊന്നും ഇന്ത്യയുടെ 'രാഷ്ട്രീയധാര'യിലേക്ക് എത്തുന്നില്ല. അതൊന്നും രാഷ്ട്രീയ സമരങ്ങളായി വികസിക്കുന്നില്ല. ഇത്തരം പോരാട്ടങ്ങളെ രാഷ്ട്രീയവൽക്കരിക്കുന്നതും രാഷ്ട്രീയമായി ഏറ്റെടുക്കുന്നതും ഇടതുപക്ഷം മാത്രമാണ്... ആ കാര്യം തിരിച്ചറിയുന്നവർക്ക് ഇടതുപക്ഷ പരാജയങ്ങൾ വലിയ ഉൽക്കണ്ഠ ഉണ്ടാക്കും. ഉൽപ്പതിഷ്ണുക്കളെയും ജനാധിപത്യവാദികളെയും ആശങ്കാകുലരാക്കും. മറുഭാഗത്ത്, നവലിബറലിസത്തിന് ബദൽവയ്ക്കുന്ന ഇന്ത്യയിലെ ഒരേയൊരു രാഷ്ട്രീയശക്തി എന്ന നിലയിൽ ഇടതുപക്ഷത്തിന്റെ തകർച്ചക്കായി പ്രവർത്തിക്കുന്ന ശക്തികളുണ്ട്. ഭരണകൂടവും അവരെ നയിക്കുന്ന മൂലധനശക്തികളും അതിനായി തീവ്രമായി കരുക്കൾ നീക്കുകയാണ്... അതിനെ അതിജീവിക്കാൻ ഇടതുപക്ഷത്തിന് കഴിയാതെപോകുമ്പോൾ നമ്മൾ കൂടുതൽ ഉൽക്കണ്ഠ

പ്പെടേണ്ടിവരും. പക്ഷേ ഇത്തരം തകർച്ചകൾ ഇടതുപക്ഷത്തിന് പുതിയതല്ലെന്ന് നാം ഓർക്കണം.

ഇന്ത്യയിൽ മാത്രമല്ല, ലോകത്ത് പൊതുവിൽ ഇടതുപക്ഷം, തിരിച്ചടികൾ നേരിട്ടുകൊണ്ടിരിക്കുകയാണ്... (എന്നാൽ, ചില ഉയർച്ചകൾ ലാറ്റിനമേരിക്കയിലുണ്ടെന്ന് നാം കാണേണ്ടതുണ്ട്). ഇതൊരു പുതിയ പ്രതിഭാസമാണെന്ന് ഞാൻ കരുതുന്നില്ല. ഒരു കാലത്ത് ഫ്രാൻസിലെ ഏറ്റവും വലിയ രാഷ്ട്രീയ പ്രസ്ഥാനമായിരുന്നു ഫ്രഞ്ച് കമ്മ്യൂണിസ്റ്റ് പാർട്ടി! ധീരമായി ചെറുത്തുനിൽക്കുകയും ജനങ്ങളെ നയിക്കുകയും ചെയ്ത ഇറ്റാലിയൻ കമ്മ്യൂണിസ്റ്റ് പാർട്ടിയുടെ സമുന്നതനായ നേതാവ് 'ജയിലിൽ കിടന്നു' മരിച്ചുവെന്ന് പറയാം! കമ്യൂണിസ്റ്റുകാരെ ഇങ്ങനെ ഭീകരമായി അടിച്ചമർത്തുന്നതോ, അതിനവർ വിധേയരാവുന്നതോ എന്തുകൊണ്ടാണ്? ഈ കഴിഞ്ഞ നൂറ്റാണ്ടിൽ ലോകത്താകെ നിരവധി ഇടതുപക്ഷധാരകൾ ഇങ്ങനെ പിച്ചിചീന്തപ്പെട്ടിട്ടുണ്ട്.

ഞാൻ കരുതുന്നത്, അന്നായാലും ഇപ്പോഴായാലും, മൂലധനം ആഗോളമായാണ് അതിന്റെ പ്രവർത്തനം, അഥവാ ഓപ്പറേഷൻ നടത്തുന്നത്. എന്നാൽ തൊഴിലാളിവർഗ്ഗപ്രസ്ഥാനങ്ങൾ ദേശീയമാണ്... പ്രാദേശികമാണ്... മൂലധനത്തിന് ഈ പ്രസ്ഥാനങ്ങളെ നേരിടുന്നതിൽ വളരെ വലിയ ആധിപത്യം (upperhand) ആഗോളമായിതന്നെ ഉണ്ട് എന്നതാണ് സത്യം... അതിന്റെ ഫലം എന്നുപറയുന്നത്, അത് എല്ലാത്തരം മൂലധനവിരുദ്ധ പോരാട്ടങ്ങളെയും... തൊഴിലാളി കർഷക പ്രതിരോധങ്ങളെയും ആഗോളമായ 'ആയുധപ്രയോഗത്താൽ' കീഴടക്കുന്നു എന്നാണ്... സാമൂഹ്യമാറ്റത്തിനായി പ്രവർത്തിക്കുന്ന രാഷ്ട്രീയപ്രസ്ഥാനങ്ങളെ ദുർബലപ്പെടുത്തുന്നതിനുള്ള തന്ത്രങ്ങൾക്ക് ധനമൂലധനത്തിന് ദേശീയ ഭരണകൂടങ്ങളുടെയും രാഷ്ട്രീയ പ്രസ്ഥാനങ്ങളുടെയും പിൻതുണ ലഭിക്കുന്ന കാര്യം നാം നേരത്തെ ചർച്ച ചെയ്തതാണ്. അതായത് ഒരു പുരോഗമന ബൂർഷ്വാസി ഇന്ന് ലോകത്തിലല്ല എന്നതാണ് വസ്തുത. രണ്ടാം ലോകമഹായുദ്ധത്തിനുശേഷം, സോവിയറ്റ്-സോഷ്യലിസ്റ്റ്-ലോകത്തിന്റെ സാന്നിദ്ധ്യം അത്തരം ഒരു സാധ്യത നമുക്ക് കാട്ടിത്തന്നിട്ടുണ്ട്. തീർച്ചയായും നവലിബറലിസം മൂലധനത്തിന്റെ ആഗോളമേധാവിത്വവും കടുത്ത ചൂഷണവുംകൊണ്ട് ലോകത്തെ വീർപ്പു മുട്ടിക്കുകയാണ്. അതായത് ദേശീയമായും പ്രാദേശികമായും ചിതറിക്കിടക്കുന്ന വർഗ്ഗപ്രസ്ഥാനങ്ങൾക്ക്

അതിനെ തീവ്രമായി പ്രതിരോധിക്കുവാനും കീഴടക്കാനും പരിമിതികൾ ഉണ്ടെന്ന വസ്തുതാപരമായ സത്യം നാം മനസിലാക്കേണ്ടതുണ്ട്.

രണ്ടാമത്തെ കാര്യം, ഇടതുപക്ഷധാരകളുടെ തന്നെ പരിമിതികളാണ്... ബോൾഷെവിക് വിപ്ലവത്തിൽ നിന്ന് ഉയർന്നുവന്നതോ ആവിർഭവിച്ചവയോ ആണ് ലോകത്ത് ഇന്ന് നാം കാണുന്ന കമ്മ്യൂണിസ്റ്റ് പാർട്ടികൾ.. തീർച്ചയായും ആസന്നമാകുന്നത് ഒരു ആഗോളവിപ്ലവമാണെന്ന പൊതുകാഴ്ചപ്പാടായിരുന്നു, 1940 കൾക്ക് ശേഷം പ്രത്യേകിച്ചും, അവർ പങ്കുവെച്ചത്. സാമ്രാജ്യത്വരാഷ്ട്രങ്ങൾ തമ്മിലും, ദേശീയ ബൂർഷ്വാസിക്കിടയിലും ഉള്ള വൈരുദ്ധ്യങ്ങൾ അത്തരം വിശകലനത്തിലെത്തിച്ചു. അമേരിക്ക മിലിറ്ററൈസേഷൻ നടത്തിയപ്പോൾ യൂറോപ്പിൽ സോഷ്യലൈസേഷൻ ആണ് നടന്നത്! കോളനിരാഷ്ട്രങ്ങളുടെ സ്വാതന്ത്ര്യപ്രഖ്യാപനങ്ങൾ വന്നുകൊണ്ടിരുന്നു! സാമൂഹിക വിപ്ലവത്തിന്റെ കാഹളം മുഴങ്ങുകയാണെന്ന പ്രതീതിയും പ്രതീക്ഷയും ഇതെല്ലാം ജനിപ്പിച്ചു. പക്ഷേ അത്തരം പ്രതീക്ഷകൾ അപ്രസക്തമായി പിന്നീട്. സോവിയറ്റ് തകർച്ചയും തുടർന്ന് വന്ന നവലിബറലിസവും കമ്മ്യൂണിസ്റ്റുകൾ വിലയിരുത്തിയിരുന്ന ചില സാമൂഹ്യവൈരുദ്ധ്യങ്ങളെ അപ്രസക്തമാക്കി... സാമ്രാജ്യത്വ രാഷ്ട്രങ്ങൾ തമ്മിലും, ദേശീയ ബൂർഷ്വാസികൾ തമ്മിലും ഒക്കെ ഉണ്ടായിരുന്ന സംഘർഷങ്ങൾ ഇന്നില്ലെന്നു പറയാം. മൂലധനം ആഗോളമായി ഏകീകരിക്കപ്പെടുകയാണ്. സാമൂഹികമായ പങ്കുവയ്ക്കൽ അഥവാ യൂറോപ്പിലെ സോഷ്യലൈസേഷൻ പ്രക്രിയ തിരിഞ്ഞു നടക്കുകയുമാണ്... വിമോചന പ്രസ്ഥാനങ്ങളെയാകെ കെട്ടിവരിയുന്ന നവലിബറൽ വാഴ്ചയിൽ ദേശരാഷ്ട്രങ്ങൾ മൂലധനത്തിന്റെ നുകംപേറുന്ന ദല്ലാൾവേഷമാണ് അണിയുന്നത്. ജനാധിപത്യവും ദേശീയപരമാധികാരവും പൗരാവകാശവുമൊക്കെ കൈമോശം വരുന്നു... ഇതൊരു പുതിയ സാഹചര്യമാണ്. സാമൂഹ്യമാറ്റത്തെക്കുറിച്ച് ഉണ്ടായിരുന്ന സങ്കൽപ്പങ്ങൾ അപ്രസക്തമാക്കിയിരിക്കുന്ന ഈ പുതിയ സാഹചര്യം ഇടതുപക്ഷത്തിന്റെ കാലാനുസൃതമായ പുനഃസൃഷ്ടിയാണ് ആവശ്യപ്പെടുന്നത്... പരിപാടിയിലും ഘടനയിലും പുതിയ സാഹചര്യങ്ങൾക്ക് പര്യാപ്തമായ വിധത്തിൽ മാറ്റങ്ങൾ ആവശ്യമാണ്.

നോക്കൂ, അടിസ്ഥാന ജനാധിപത്യ അവകാശങ്ങളും പൗരാവകാശങ്ങളും ആഗോള മൂലധനശക്തികൾ കവർന്നെടുക്കുക

യാണ്... ദേശീയ പരമാധികാരം മിഥ്യയാവുന്നു. ദേശരാഷ്ട്രങ്ങൾക്ക് അവരുടെ ജനങ്ങൾക്കുവേണ്ടി അധികാരം ഉപയോഗിക്കാനാവാത്ത പുതിയ സാഹചര്യം ആണിത്. നൂറ്റാണ്ട് നീണ്ടുനിന്ന പോരാട്ടങ്ങൾ വഴി നേടിയെടുത്ത മനുഷ്യാവകാശങ്ങളും, സാമൂഹ്യ സുരക്ഷാമാനദണ്ഡങ്ങളും അട്ടിമറിക്കപ്പെടുകയാണ്. 300% ലാഭം കടിച്ചെടുക്കുന്ന മൂലധനത്തിന്റെ പല്ലുകൾക്കിടയിൽ സമൂഹം ഒന്നായി ഞെരിപിരികൊള്ളുകയാണ്.

തൊഴിലാളിവർഗ്ഗം മാത്രമല്ല സമസ്ത മനുഷ്യരും ഈ വേട്ടയിൽ ചത്തുതീരുകയാണ്. അവർക്കുവേണ്ടിയും, അവരുടെ മക്കൾക്കുവേണ്ടിയും കമ്മ്യൂണിസ്റ്റുകാർ പോരടിക്കേണ്ടിവരും. അവരെ കേൾക്കാനും അവരുടെ ശബ്ദം കേൾപ്പിക്കാനും, അവർക്കുവേണ്ടി ശബ്ദിക്കാനും തയ്യാറാവേണ്ടിവരും. തൊഴിലാളിവർഗ്ഗം സമൂഹത്തിന്റെ മുഴുവൻ വിമോചനശക്തിയാണെന്നാണ് മാർക്സ് പറഞ്ഞത്? ബൗദ്ധികവും, സാമൂഹികവും, രാഷ്ട്രീയവും സാംസ്കാരികവുമായ മേധാവിത്വം ജനാധിപത്യ മാർഗ്ഗത്തിലൂടെ ആർജ്ജിച്ചെടുക്കുമ്പോഴാണ് തൊഴിലാളിവർഗ്ഗം സമൂഹത്തിന്റെ നേതാവാകുന്നത്. അതിന് അനുസൃതമായി പുതിയ കാലത്തെ പോരാട്ടങ്ങളുടെ ദിശ എന്താവണമെന്ന് നമ്മൾ നേരത്തെ ചർച്ച ചെയ്തുവല്ലോ.

തീർച്ചയായും തദനുസൃതമായി, പുതിയ സാഹചര്യങ്ങൾക്കനുസരിച്ച്, ഇടതുപക്ഷത്തെ പുനഃസൃഷ്ടിക്കാൻ നമുക്ക് കഴിയണമെങ്കിൽ, മനുഷ്യവിമോചനത്തിനുള്ള പോരാട്ടങ്ങളിൽ സമൂഹത്തെയാകെ കണ്ണി ചേർക്കാൻ ഇടതുപക്ഷത്തിന് കഴിയണമെങ്കിൽ, നമ്മൾ ഓരോരുത്തരും അതിൽ ഗൗരവപൂർവ്വം ഉൾച്ചേരണം. ഇടതുപക്ഷത്തിന്റെ ദൗർബല്യങ്ങളിൽ ഉൽക്കണ്ഠപ്പെടുന്നവർ, അതിന്റെ ഭാഗമാകുകയും അതിൽ പ്രതിജ്ഞാബദ്ധമായി ഇടപെടുകയും ചെയ്യുകയാണ് വേണ്ടത്. ഇടതുപക്ഷത്തെ ശക്തിപ്പെടുത്താനും, നവലിബറലിസത്തെ നാടുകടത്താനും വേറെ വഴികളൊന്നുമില്ല എന്നതാണ് സത്യം.

തയ്യാറാക്കിയത്: അജയ്ഘോഷ്

●

21 – ാം നൂറ്റാണ്ടിലെ കമ്മ്യൂണിസ്റ്റ് പാർട്ടി

ഇടതുപക്ഷം ക്ഷയിക്കുന്നു

2011 ജൂലായ് 16 ലെ ജേണൽ (പി.എ.ജി. ലക്കം 91-93) പ്രത്യക്ഷപ്പെട്ട "ഇടതുപക്ഷം ക്ഷയിക്കുന്നു" എന്ന എന്റെ ലേഖനത്തോട് ഇത്രയധികം പ്രതികരണങ്ങളുണ്ടായതിൽ ഞാൻ കൃതാർത്ഥനാണ്. അവയിൽ ഓരോന്നിനോടും പ്രതികരിക്കാൻ ഞാനാഗ്രഹിക്കുന്നില്ല. വിശദമായി ഒന്നിനോടും. കാരണം, അത് വിരസവും അനാവശ്യവുമായ ഒരു പ്രവൃത്തിയാണ്. എന്നാൽ പൊതുവായ ചില കാര്യങ്ങൾ ചൂണ്ടിക്കാണിക്കാൻ ഉദ്ദേശിക്കുന്നു. ഒന്നാമത്, നമ്മുടെ മുമ്പിലുള്ള പ്രാഥമികമായ ചോദ്യം, സിപിഐ(എം) അതിന്റെ മേന്മയുടെ ഉയരത്തിൽ നിന്ന് താഴേക്ക് പതിച്ചുവോ, അല്ലെങ്കിൽ, കൃപാശങ്കർ പറയും പോലെ, (EPW നവംബർ 19) നമുക്ക് "ഒരു പുതിയ കമ്മ്യൂണിസ്റ്റ് പാർട്ടി" ആവശ്യമുണ്ടോ എന്നതല്ല. കാതലായ ചോദ്യം ഇതാണ്: 21-ാം നൂറ്റാണ്ടിലെ ഒരു കമ്മ്യൂണിസ്റ്റ് പാർട്ടി (അല്ലെങ്കിൽ ഏതെങ്കിലും വിപ്ലവ പാർട്ടി) എങ്ങനെയായിരിക്കണം?

ജനാധിപത്യത്തിൽ മുഴുകൽ ഇതിനുള്ള മറുപടിയുടെ ഒരു ഭാഗം വളരെ വ്യക്തമാണെന്ന് ഞാൻ വിശ്വസിക്കുന്നു: അത്തരം

ഒരു പാർട്ടി, നിലനിൽക്കുന്ന ജനാധിപത്യ സ്ഥാപനങ്ങളുടെ അടിസ്ഥാനത്തിലും അവയെ ശക്തിപ്പെടുത്താൻ ലക്ഷ്യമിട്ടു കൊണ്ടും, അതേസമയം അവയെ ദുർബ്ബലപ്പെടുത്താൻ അങ്ങേ യറ്റം പരിശ്രമിച്ചുകൊണ്ടിരിക്കുന്ന ആഗോള മൂലധന ശക്തി കളെയും അതുമായി ഉദ്ഗ്രഥിതമാക്കപ്പെട്ടിട്ടുള്ള ആഭ്യന്തര കോർപറേറ്റ് ശക്തികളെയും നേരിട്ടെതിർത്തുകൊണ്ടുമായിരി ക്കണം പ്രവർത്തിക്കേണ്ടത്. തികച്ചും പ്രയോഗക്ഷമമല്ലാത്ത രാഷ്ട്രീയ രൂപം, അതായത്, തൊഴിലാളിവർഗ്ഗ സർവ്വാധിപ ത്യത്തിന്റെ സ്ഥാനത്ത്, പാർട്ടി സർവ്വാധിപത്യം പ്രതിഷ്ഠിച്ച, വിപ്ലവാനന്തര ഭരണകൂടനടപടി, ഇരുപതാം നൂറ്റാണ്ടിലെ വിപ്ല വങ്ങളുടെ തകർച്ചയ്ക്ക് കുറച്ചൊന്നുമല്ല കാരണമായിത്തീർന്നി ട്ടുള്ളത്. അത്തരം ഏകാധിപത്യം നടപ്പിൽ വരുത്തിയ പാർട്ടിക്ക് തുടക്കത്തിൽ, അടിസ്ഥാന വർഗത്തിനിടയിൽ ആഴത്തിൽ വേരുകളും വിപ്ലവത്തോട് ചോദ്യം ചെയ്യപ്പെടാനാവാത്ത പ്രതി ബദ്ധതയും ഉണ്ടായിരുന്നെങ്കിലും കാലാന്തരത്തിൽ അത് അടി സ്ഥാനവർഗത്തെ അരാഷ്ട്രീയവൽക്കരിക്കുകയും അവരെ 'വി ഷയ'ങ്ങളിൽനിന്നും 'വസ്തുക്ക'ളായി പരിണമിപ്പിക്കുകയും ചെയ്യുന്ന അനിവാര്യമായ ഫലമുളവാക്കി. ഇത്, മൗലികമായി സോഷ്യലിസത്തിന് വിരുദ്ധമായിരുന്നു. അതുകൊണ്ടുതന്നെ, അത് സൃഷ്ടിച്ച വൈരുദ്ധ്യാത്മകത, സാദ്ധ്യമായ ഏകപരിണ തിയിൽ, അതായത് വ്യവസ്ഥയുടെ തകർച്ചയിൽ, കലാശിച്ചു. ഇതിൽനിന്നും ഉരുത്തിരിയുന്ന ഒരു കാര്യം, നാം ഇന്ന് വിഭാ വനം ചെയ്യുന്ന സോഷ്യലിസം ഏറ്റവും ശക്തമായ ജനാധി പത്യത്തിന്റെ പ്രയോഗത്തിലൂന്നിയതായിരിക്കണം എന്നാണ്. നിലവിലുള്ള ജനാധിപത്യ സ്ഥാപനങ്ങൾക്കുനേരെ, അവ എത്രതന്നെ പിഴവുകൾ നിറഞ്ഞതാണെങ്കിലും, പുറംതിരിഞ്ഞു നിൽക്കാൻ ഒരു വിപ്ലവപാർട്ടിക്ക് കഴിയില്ല. അതിന്, അവയു മായി ചേർന്ന് പ്രവർത്തിക്കുകയും അവയെ ശക്തിപ്പെടുത്തു കയും ചെയ്യേണ്ടതുണ്ട് (ജനാധിപത്യസ്ഥാപനങ്ങളുടെ ശക്തി പ്പെടുത്തലെന്നല്ല, ജനാധിപത്യത്തിന്റെ പ്രതിരോധം തന്നെയും നിരന്തരമായ വർഗസമരം ആവശ്യപ്പെടുന്നതും ചില സന്ദർഭ ങ്ങളിൽ, ഉദാഹരണത്തിന്, പട്ടാള അട്ടിമറിയിൽ ജനങ്ങളുടെ സായുധ സമരംപോലും ആവശ്യമായി വരുന്നതാണെന്ന് പ്രത്യേകം പറയേണ്ടതില്ലല്ലോ).

സഹസ്രസകാലങ്ങളായി സ്ഥാപനവൽക്കരിക്കപ്പെട്ട അസമത്വം നിലനിൽക്കുന്ന, എന്നാൽ സമീപകാല ചരിത്രത്തിലെ ഒരുപക്ഷെ ഏറ്റവും മഹത്തായ സാമൂഹ്യവിപ്ലവമായ 'ഒരു വ്യക്തി, ഒരു വോട്ട്' സമ്പ്രദായം നിലവിലുള്ള നമ്മുടെ രാജ്യത്ത്, ഇത് പ്രത്യേകിച്ചും പ്രാധാന്യമർഹിക്കുന്നു. ഈ സമ്പ്രദായത്തോടുള്ള എതിർപ്പും അതിന്റെ അടിസ്ഥാനമായിട്ടുള്ള പ്രാതിനിധ്യജനാധിപത്യത്തിന്റെ സ്ഥാപനങ്ങളെ ദുർബ്ബലപ്പെടുത്താനുള്ള ശ്രമങ്ങളും ശക്തമാണ്. അതിൽ, ധനമൂലധനത്തിന്റെ വക്താക്കൾ മാത്രമല്ല, ജാതി-ജന്മി-നാടുവാഴിത്ത വ്യവസ്ഥയുടെ വക്താക്കളും ഉൾപ്പെട്ടിട്ടുണ്ട്. അവരാകട്ടെ, ജനങ്ങളുടെ മനസ്സിൽ ആഴത്തിൽ വേരോടിയിട്ടുള്ള വിശ്വാസത്തിന്റെ അടിസ്ഥാനത്തിലാണ് പ്രവർത്തിക്കുന്നത്. ഈ ശക്തികൾക്കെതിരായി പാർട്ടിക്ക്, ഈ ജനാധിപത്യ സ്ഥാപനങ്ങളെ വൃത്തിയാക്കുന്നതിനുവേണ്ടി പ്രവർത്തിക്കുമ്പോൾ തന്നെ അവയെ പ്രതിരോധിക്കാനും നിലനിർത്താനുമായി പൊരുതേണ്ടതുണ്ട്.

ഇത് എളുപ്പം ചെയ്യാവുന്ന ഒരു കാര്യമല്ല. തങ്ങൾക്കു ചുറ്റുമുള്ള 'ചേറും ചെളിയും' പാർട്ടിയെയും ബാധിക്കാതിരിക്കില്ലല്ലോ. എന്നാൽ സംശുദ്ധമായിരിക്കുന്നതിനുവേണ്ടി പ്രവർത്തനത്തിൽനിന്ന് ഒളിച്ചോടാൻ കഴിയില്ലല്ലോ (അങ്ങനെ ചെയ്യുന്നത് തന്റെ രോഷം അതി രൂക്ഷമായി പ്രകടിപ്പിക്കേണ്ടിവരുമെന്നുള്ളതുകൊണ്ട് വായ തുറക്കാതിരിക്കുന്ന യഥാർത്ഥജീവിതത്തിലെ എന്റെ ഒരു ഇടതുപക്ഷ സുഹൃത്തിനെ അനുകരിക്കുന്നതുപോലെയാകും). വളരെ പ്രയാസപ്പെട്ടുതന്നെ, പാർട്ടിക്ക്, അതിനകത്തെ 'ചേറും ചെളിയും' കഴുകിക്കളയേണ്ടതുണ്ട്. അത് സാദ്ധ്യമാകുന്നത്, അത് നവ മുതലാളിത്തത്തിന്റെ പരിപ്രേക്ഷ്യത്തിലൂടെ നിരന്തരം കടന്നുപോകുമ്പോൾ മാത്രമാണ്; അതിന്റെ പ്രവർത്തനങ്ങളെ ഈ പരിപ്രേക്ഷ്യത്തിൽനിന്നു പരിശോധിക്കുമ്പോൾ മാത്രമാണ്; ജ്ഞാനമീമാംസാപരമായി അത് സ്വയം വ്യവസ്ഥയ്ക്ക് വെളിയിൽ പ്രതിഷ്ഠിക്കുമ്പോൾ മാത്രമാണ്. എന്റെ ലേഖനത്തിൽ ഞാനുപയോഗിച്ച 'പ്രായോഗികതാവാദം' (Empiricisation) എന്ന സംജ്ഞയെ ഞാൻ നിർവ്വചിക്കുന്നത്, ഈ ജ്ഞാനമീമാംസാപരമായ ബഹിരാവസ്ഥയുടെ നിഷേധത്തിന്റെ ഒരു പ്രക്രിയയായിട്ടാണ്.

നിലനിൽക്കുന്ന പ്രാതിനിധ്യ ജനാധിപത്യ സ്ഥാപനങ്ങൾക്കകത്തുനിന്നുള്ള കമ്മ്യൂണിസ്റ്റ് പ്രവർത്തനത്തെ ചില സൂത്രവാ

ക്യങ്ങളിലൂടെ നിർവ്വചിക്കുന്ന രീതിയുണ്ട്: ''കമ്മ്യൂണിസ്റ്റുകൾ ബൂർഷ്വാ പാർലമെന്റിൽനിന്നും ഒഴിഞ്ഞു നിൽക്കണം''; ''കമ്മ്യൂണിസ്റ്റുകൾ പാർലമെന്റിൽ പങ്കെടുക്കണം പക്ഷെ ബൂർഷ്വാ പാർട്ടികളുമായി യാതൊരു സഖ്യവും ഒരിക്കലും ഉണ്ടാക്കരുത്''; ''ബൂർഷ്വാ പാർട്ടികളുമായി കമ്മ്യൂണിസ്റ്റുകാർക്ക് സഖ്യമാവാം പക്ഷെ ഒരിക്കലും അവരുടെ സർക്കാരിൽ പങ്കാളിയാവരുത്'' തുടങ്ങിയവ. എനിക്ക് തോന്നുന്നു ദീപാങ്കർ ഭട്ടാചാര്യ (ഋജണ നവംബർ 19) ഈ വഴിയിൽ ചിന്തിക്കുന്ന ഒരാളാണെന്ന്. അതായത്, അത്തരം ചില സൂത്രവാക്യങ്ങളുടെ അടിസ്ഥാനത്തിൽ കമ്മ്യൂണിസ്റ്റ് പാർട്ടിയുടെ ''പെരുമാറ്റത്തിന്റെ ഔചിത്യ''ത്തിന്റെ ഒരു വര വരച്ചിടുന്നു. ഈ സൂത്രവാക്യങ്ങളൊന്നുംതന്നെ പൂർണ്ണമാണെന്ന് കണക്കാക്കാനാവില്ല. ഒരു കമ്മ്യൂണിസ്റ്റ് പാർട്ടി ചെയ്യുന്നതോ ചെയ്യാത്തതോ ആയ കാര്യങ്ങൾ, ''മൂർത്തമായ സാഹചര്യങ്ങളുടെ മൂർത്തമായ വിശകലനത്തെ'' അടിസ്ഥാനമാക്കിയാണ് നിലകൊള്ളുന്നത്. വിശകലനം ശരിയോ തെറ്റോ ആകാം. എന്നാൽ ഈ മൂർത്ത വിശകലനത്തെ സൂത്രവാക്യങ്ങൾകൊണ്ട് പകരം വയ്ക്കാനാവില്ല. പ്രാതിനിധ്യ ജനാധിപത്യ സ്ഥാപനങ്ങളിൽ, മുൻപേതന്നെ വ്യക്തമാക്കിയിട്ടുള്ള കാരണങ്ങളാൽ, പാർട്ടി പങ്കെടുക്കണമെന്ന് ഞാൻ വിശ്വസിക്കുന്നു (സ്വേച്ഛാധിപത്യ/ഫാസിസ്റ്റ് വാഴ്ചയെ സാധൂകരിക്കുന്നതിനുള്ള കൃത്രിമ ഉപകരണമായി തിരഞ്ഞെടുപ്പ് മാറുമ്പോൾ പാർട്ടി അതിൽ പങ്കെടുക്കാതിരിക്കുകയും സ്വതന്ത്രമായ തിരഞ്ഞെടുപ്പിനുവേണ്ടി ശബ്ദമുയർത്തുകയും ചെയ്യുന്ന സന്ദർഭങ്ങൾ ഞാൻ വിഭാവനം ചെയ്യുന്നുണ്ടെങ്കിലും). അതുപോലെ തന്നെ, മോറിസ്തോറെസിന്റെ നേതൃത്വത്തിൻകീഴിൽ ഫ്രഞ്ച് കമ്മ്യൂണിസ്റ്റ് പാർട്ടി, പോൾ റെമദിയറിന്റെ യുദ്ധാനന്തര ഗവൺമെന്റിൽ ചെയ്തതുപോലെ, കമ്മ്യൂണിസ്റ്റുകാർ മറ്റ് പാർട്ടികളുമൊത്ത് ഗവൺമെന്റിൽ പങ്കുചേരുന്ന സന്ദർഭങ്ങളും ഉണ്ടായേക്കാം.

യഥാർത്ഥ പ്രശ്നം, സൂത്രവാക്യങ്ങളെ അതേപടി അനുസരിക്കലല്ല. പാർട്ടി എന്ത് തെരഞ്ഞെടുപ്പ് നടത്തിയാലും അതൊരിക്കലും അതിന്റെ ജ്ഞാനപരമായ ബഹിരാവസ്ഥ ഉപേക്ഷിക്കരുത് എന്നതാണ് പ്രധാനമായുള്ളത്. തങ്ങൾ കൂടി ഭാഗഭാക്കായുള്ള റമദിയർ സർക്കാർ, വിയറ്റ്നാമിനെ പുനർകോളനിവൽക്കരിക്കാനും ഫ്രഞ്ച് തൊഴിലാളികളുടെ വേത

നം മരവിപ്പിക്കാനും തീരുമാനിച്ചപ്പോൾ അതിനെ എതിർത്ത കമ്മ്യൂണിസ്റ്റുകാർ ചെയ്തതുപോലെ, എല്ലാറ്റിനേയും വ്യവസ്ഥയ്ക്കതീതമായി നോക്കിക്കാണുന്ന തങ്ങളുടെ രീതി ഉപേക്ഷിക്കാതിരിക്കുക എന്നതാണ് പ്രധാനമായുള്ളത്. ഈ കാഴ്ചപ്പാട് പാർട്ടി ഉപേക്ഷിക്കാതിരിക്കുന്നിടത്തോളം കാലം തങ്ങളുടെ തീരുമാനത്തിൽ പിശക് സംഭവിച്ചാൽ തന്നെയും അത് തിരുത്തി മുന്നേറാൻ അതിന് കഴിയും.

പ്രായോഗികതാവൽക്കരണവും റിവിഷനിസവും

ഈ കാഴ്ചപ്പാട് ഉപേക്ഷിക്കാനും പ്രായോഗികതയിലേക്ക് മാറുവാനുമുള്ള സിപിഐ എമ്മിനകത്തെ പ്രവണത, അടിസ്ഥാന ജനവിഭാഗങ്ങൾക്കിടയിലെ അതിന്റെ പിന്തുണ വലിയ തോതിൽ നഷ്ടപ്പെടാനിടയാക്കിയിട്ടുണ്ട് എന്നായിരുന്നു എന്റെ വാദം. എന്റെ സുഹൃത്ത് ഹിരൻ ഗൊഹെയ്ൻ ഉന്നയിച്ചിരിക്കുന്ന ചോദ്യം ഇതാണ്: 'റിവിഷനിസം' എന്നു നേരിട്ടു പറയാതെ എന്തിനാണ് 'പ്രായോഗികതാവാദം' എന്ന് വളച്ചുകെട്ടി പറയുന്നത്? സിദ്ധാർത്ഥ ലാഹിരി, കൃപാശങ്കർ, ദീപാശങ്കർ ഭട്ടാചാര്യ തുടങ്ങിയവർ (EPW നവംബർ 19) ഇതേ വികാരം പങ്കുവച്ചുകൊണ്ടു പറയുന്നത്, ഇത്തരം പദപ്രയോഗങ്ങൾ നടത്തുന്നതിലൂടെ ഞാൻ പ്രശ്നത്തോട് 'മൃദുസമീപനം' സ്വീകരിക്കുന്നു എന്നാണ്. 'റിവിഷനിസം' എന്നതിനു പകരം 'പ്രായോഗികതാവാദം' എന്ന പദം ഞാൻ ഉപയോഗിച്ചതിന് രണ്ടു കാരണങ്ങളുണ്ട്.

ഒന്ന്: കമ്മ്യൂണിസ്റ്റ് പ്രസ്ഥാനം കൂടുതൽ കൂടുതൽ ഛിന്നഭിന്നമാവുകയും 'റിവിഷനിസം' എന്ന പദം ഓരോ വിഭാഗവും മറ്റൊന്നിനെതിരെ തുടർച്ചയായി പ്രയോഗിക്കുകയും ചെയ്തതിന്റെ ഫലമായി, വാസ്തവത്തിൽ, ലെനിൻ ആ പദത്തിനു നൽകിയ കൃത്യമായ അർത്ഥം അതിനു നഷ്ടപ്പെട്ടു. ഉദാഹരണത്തിന്, സായുധ പോരാട്ടമല്ലാതെ മറ്റേതു തരത്തിലുള്ള പ്രവർത്തനത്തെയും ചിലർ 'റിവിഷനിസം' ആയി കണക്കാക്കുന്നു. മറ്റു ചിലർ പാർലമെന്ററി രാഷ്ട്രീയത്തിൽ പങ്കെടുക്കുന്നതിനെ റിവിഷനിസമായി കാണുന്നു. ഇനിയും ചിലർ, ഒരു സംസ്ഥാനത്തെ സർക്കാരിന് നേതൃത്വം കൊടുക്കുന്നത് റിവിഷനിസമായി പരിഗണിക്കുന്നു. ആരാണ് ആ പദം ഉപയോഗിക്കുന്നത് എന്നത് അടിസ്ഥാനമാക്കി അതിന്റെ അർത്ഥം നിർണ്ണയിക്കുന്ന സ്ഥിതിയാണുള്ളത്. അതേസമയം, 'പ്രായോ

ഗികതാവൽക്കരണം' എന്ന സംജ്ഞ, ഒരു പ്രത്യേക പ്രക്രിയയെ സൂചിപ്പിക്കുന്നു എന്നുള്ളതുകൊണ്ട് ഒരു പ്രത്യേക സാഹചര്യത്തിലെ സാംഗത്യം എന്നതിൽനിന്നു വ്യതിരിക്തമായി, അതിന്റെ അർത്ഥം ഗ്രഹിക്കുന്ന കാര്യത്തിൽ ആശയക്കുഴപ്പം ഉണ്ടാകേണ്ട കാര്യമില്ല.

രണ്ട്: ഒരു പാർട്ടിയിൽ റിവിഷനിസം ആരോപിക്കപ്പെടുന്നതിനുള്ള അടിസ്ഥാനം, ആ പാർട്ടിയുടെ സിദ്ധാന്തമല്ല, മറിച്ച് അവരുടെ ഏതെങ്കിലും ഒരു പ്രവൃത്തിയാണ് എന്ന വാദം, 'റിവിഷനിസ്റ്റ്' എന്ന പദത്തെ വലയം ചെയ്തിട്ടുള്ള അവ്യക്തതയെ കൂടുതൽ സങ്കീർണ്ണമാക്കുന്നുണ്ട്. ഇത് ശരിയല്ല എന്നു ഞാൻ വിശ്വസിക്കുന്നു. ഒരു കമ്മ്യൂണിസ്റ്റ് പാർട്ടി രൂപീകരിക്കപ്പെടുന്നത് ഒരു സിദ്ധാന്തത്തിന്റെ അടിസ്ഥാനത്തിലാണ്. അതിനെ വിലയിരുത്തേണ്ടത് ആ സിദ്ധാന്തത്തിന്റെ അടിസ്ഥാനത്തിലാണ്. കമ്മ്യൂണിസ്റ്റ് പാർട്ടികൾ, അവയുടെ പരിപാടി, റിവിഷനിസ്റ്റ് എന്ന് പൊതുവെ കരുതപ്പെടുന്ന ദിശയിലേക്ക് മാറ്റുമ്പോൾ, അവർ അത് ചെയ്യുന്നത്, സങ്കോചഭാവത്തോടെയോ, രഹസ്യാത്മകമായോ ഒന്നുമല്ല. മറിച്ച്, വളരെ പരസ്യമായിട്ടാണ്. അതിലവർക്ക് നാണക്കേടൊന്നും തോന്നില്ല. എഡ്വേർഡ് ബേൺസ്റ്റൈനിന്റെ, മാർക്സിസ്റ്റ് സിദ്ധാന്തത്തിന്റെ യഥാർത്ഥ 'തിരുത്തൽ' മുതൽ ക്രുഷ്ചെവിന്റെ 'മുഴുവൻ ജനങ്ങളുടെയും ഭരണകൂടം' വരെ, ജിയാങ് സെമിന്റെ 'മൂന്ന് പ്രതിനിധാനങ്ങൾ' വരെ, ജാപ്പനീസ് കമ്മ്യൂണിസ്റ്റ് പാർട്ടിയുടെ മാർക്സിസം-ലെനിനിസത്തിന്റെ കൈയൊഴിയൽവരെ, റിവിഷനിസ്റ്റ് ദിശയിലുള്ളതാണെന്ന് കണക്കാക്കാവുന്ന, സൈദ്ധാന്തിക പരിവർത്തനങ്ങൾ നടപ്പിൽ വരുത്തുന്നതിൽ അവർ ആരും ഒരു രഹസ്യാത്മകതയും പുലർത്തിയിട്ടില്ല. ഈ വസ്തുത, പാർട്ടി കെട്ടിപ്പടുക്കപ്പെട്ടിട്ടുള്ള സിദ്ധാന്തത്തിൽ റിവിഷനിസം സംജാതമാണെങ്കിൽ മാത്രമേ അതിനെ റിവിഷനിസം എന്ന് ആരോപിക്കാൻ കഴിയുകയുള്ളു എന്ന എന്റെ വാദത്തെ ശക്തിപ്പെടുത്തുന്നുണ്ട്.

ഒരു പാർട്ടിക്കകത്ത് റിവിഷനിസ്റ്റ് പ്രവണതകൾ ഉണ്ടാവാം. അതെല്ലായ്പ്പോഴും ഉണ്ടുതാനും. എന്നാൽ, അത്തരം പ്രവണതകൾ ആ പാർട്ടിയുടെ സൈദ്ധാന്തികാടിത്തറയിൽ ഒരു മാറ്റമായി പ്രതിഫലിക്കാത്തിടത്തോളം കാലം അതിനെ റിവിഷനിസ്റ്റ് എന്നു പറയാൻ കഴിയുകയില്ല. സിപിഐ എമ്മിനകത്ത്, അതിന്റെ താത്വിക നിലപാടിൽനിന്നു മാറാനുള്ള പ്രവണത

എത്രത്തോളം ശക്തമാണെന്ന് എനിക്കറിയാത്തതിനാലും അതേ സമയം അടിസ്ഥാനതത്വങ്ങളിൽ മാറ്റമില്ലാതിരിക്കുന്ന ഒരു കമ്മ്യൂണിസ്റ്റ് പാർട്ടിക്കകത്തേക്ക്, ബൂർഷ്വാ സൈദ്ധാന്തിക നില പാടുകളുടെ നുഴഞ്ഞുകയറ്റമായി കണക്കാക്കാവുന്ന ഒരുതരം 'പ്രായോഗികതാവൽക്കരണ' പ്രക്രിയ നടക്കുന്നതായി നിരീക്ഷിക്കാൻ കഴിയുന്നതിനാലും ''പ്രായോഗികതാവൽക്കരണം'' എന്ന സംജ്ഞ ഉപയോഗിക്കാനാണ് ഞാനിഷ്ടപ്പെടുന്നത്.

ഇങ്ങനെ പറയുന്നതിന് എന്നിൽ കുറ്റം ആരോപിക്കുന്നത് വിചിത്രമായിരിക്കുന്നു. ഒപ്പം, സിപിഐ(എം) റിവിഷനിസ്റ്റ് ആയി എന്നോ ആയിക്കൊണ്ടിരിക്കുന്നു എന്നു പറയാത്തതിനും. ലോകത്തിന്റെ വലിയ ഭാഗത്തെ കമ്മ്യൂണിസ്റ്റ് പാർട്ടികൾ തകരുകയും ധനമൂലധനത്തിന്റെ ആധിപത്യം പ്രബലമാവുകയും ചെയ്തിരിക്കുന്ന കാലഘട്ടത്തിൽ, ഈ അധീശത്വത്തിനെതിരെ പോരടിക്കാൻ താത്വികമായി പ്രതിജ്ഞാബദ്ധമായിട്ടുള്ള ഒരു പാർട്ടിയും അതിന് ചുറ്റും അണിനിരന്നിട്ടുള്ള ലക്ഷക്കണക്കിന് കാഡർമാരും, എന്നെ സംബന്ധിച്ച് അങ്ങേയറ്റത്തെ സംതൃപ്തിയുളവാക്കുന്നതാണ്. കാരണം, ഞാൻ ഈ പോരാട്ടം അതീവ ഗൗരവമായെടുക്കുന്നു എന്നതുതന്നെ. ഈ പാർട്ടിയും ഈ അധീശത്വത്തിന്റെ ഫലമായുണ്ടാകുന്ന ചില പ്രത്യേക സംഭവങ്ങൾക്കെതിരെ മാത്രം പോരടിക്കുന്ന ഗവൺമെന്റിതര സംഘടനകളും (NGOs) തമ്മിലുള്ള വ്യത്യാസം, വ്യവസ്ഥ അപ്പാടെതന്നെ മാറ്റിമറിക്കുന്നതിനുള്ള അതിന്റെ അചഞ്ചലമായ പ്രത്യയശാസ്ത്രപ്രതിജ്ഞാബദ്ധതയാണ്. ലോകത്തിൽ അവശേഷിക്കുന്ന ചുരുക്കം കമ്മ്യൂണിസ്റ്റ് പാർട്ടികളിലൊന്നിന്റെ ആശയാടിത്തറ തകർന്നുവെന്നോ അതിന്റെ തകർച്ച അനിവാര്യമാണെന്നോ, ഒരു വാസ്തവമെന്നപോലെ ഉന്നയിക്കണം എന്നാവശ്യപ്പെടുന്നത് വിചിത്രമായി തോന്നുന്നു.

ആഗോളവൽക്കരണത്തിന്റെ പ്രത്യാഘാതം

ഹിരൺ ഗൊഹെയ്ൻ ഒരു പ്രധാനപ്പെട്ട പ്രശ്നം ഉന്നയിക്കുന്നുണ്ട്. ധനമൂലധനത്തിന്റെ നയങ്ങളുടെ ഫലമായുണ്ടാകുന്ന പ്രശ്നങ്ങൾക്കെതിരെ ജനങ്ങളെ സംഘടിപ്പിക്കുന്നതിൽ എന്തുകൊണ്ട് NGO കൾ പാർട്ടിയെക്കാൾ മുന്നിൽ നിൽക്കുന്നു? പാർലമെന്റേതര പ്രക്ഷോഭങ്ങളിൽനിന്നുള്ള പാർട്ടിയുടെ പ്രകടമായ പിന്മാറ്റം ബോധപൂർവ്വമുള്ള ഒന്നായാണ് അദ്ദേഹം കാണു

ന്നത്. 2011 ജൂലായ് 16-ലെ എന്റെ ലേഖനത്തിൽ, ഞാൻ വിവരിച്ചിരുന്ന ഒരു പ്രത്യേക മേഖലയെ സംബന്ധിച്ച്, അദ്ദേഹം പറയുന്നത് ശരിയാണ്. കൂടാതെ, ജനാധിപത്യ കേന്ദ്രീകരണം, പലപ്പോഴും മുൻകൈകളെ ഇല്ലാതാക്കുന്ന തരത്തിലുള്ള കേന്ദ്രീകരണത്തിലേക്ക് വഴുതിപ്പോവാനുള്ള പ്രവണത പ്രകടിപ്പിക്കുന്നതുകൊണ്ട്, അത് പലപ്പോഴും സ്തംഭനാവസ്ഥ ഉളവാക്കുകയാണ് ചെയ്യുക എന്നതും വാസ്തവമാണ്. എന്നാൽ എന്റെ കാഴ്ചപ്പാടിൽ, പാർലമെന്റേതര പോരാട്ടങ്ങളുടെ മേഖലയിൽ പാർട്ടിയുടെ പ്രകടമായ ശാന്തതയ്ക്കുള്ള, കുറേക്കൂടി പ്രധാനമായ വിശദീകരണം, രാജ്യത്തിനകത്തെ വർഗ്ഗപരമായ അവസ്ഥകളിൽ ആഗോളവൽക്കരണം സൃഷ്ടിച്ചിട്ടുള്ള പ്രത്യാഘാതമാണ് എന്നാണ്.

മൂലധനത്തിന്റെ ഏതു തരത്തിലുള്ള കേന്ദ്രീകരണവും അദ്ധ്വാനത്തിനുമേൽ, അതിനു മേൽക്കൈ നൽകുന്ന ഫലമാണുളവാക്കുന്നത്. ഈ കേന്ദ്രീകരണം തന്നെയാണ് മൂലധനത്തെ ഒരു ആഗോള അസ്തിത്വമാക്കി മാറ്റുന്നതും. മൂലധനം ആഗോളമായി സഞ്ചരിക്കുകയും തൊഴിലാളികൾ ആഗോളമായി സംഘടിതരല്ലാതിരിക്കുകയും ചെയ്യുമ്പോൾ, മൂലധനത്തോടെതിരിടുന്നതിന് തൊഴിലാളികൾക്ക് പരിമിതികളുണ്ടാകുന്നുണ്ട്. ധനമൂലധനത്തിന്റെ ആഗോളീകരണം ഈ പരിമിതികൾ വർദ്ധിപ്പിക്കുന്നു. കാരണം, ദേശ രാഷ്ട്രം, ധനമൂലധനത്തിന്റെ ചുഴിയിലകപ്പെട്ടിരിക്കുന്നിടത്തോളം കാലം, അതിന്റെ താല്പര്യത്തിനനുസരിച്ചുള്ള സാമ്പത്തിക നയങ്ങൾ പിൻതുടരാൻ ദേശരാഷ്ട്രത്തെ നിർബ്ബന്ധിതമാക്കാൻ ധനമൂലധനത്തിനു കഴിയുന്നു എന്നതാണ് (ഇതിനെ മൃദുവായ ഭാഷയിൽ ''നിക്ഷേപകരുടെ വിശ്വാസം നിലനിർത്തുന്ന'' എന്നു പറയുന്നു). ആയതുകൊണ്ട്, മൂലധനത്തിന്റെ ആഗോളീകരണം എല്ലാ രാജ്യത്തെയും തൊഴിലാളി വർഗത്തെ ദുർബ്ബലപ്പെടുത്തുന്നു.

ഇതിനെ സഹായിക്കുന്ന മറ്റൊരു ഘടകം കൂടിയുണ്ട്. അത് പൊതുമേഖലയുടെ ചെലവിൽ ശക്തിപ്പെട്ടുകൊണ്ടിരിക്കുന്ന സ്വകാര്യ മേഖലയാണ്. സംഘടിക്കുവാനും തങ്ങളുടെ ആവശ്യങ്ങൾ ശക്തമായി ഉന്നയിക്കാനും തൊഴിലാളികൾക്ക് അവസരം നൽകുന്നത് സ്വകാര്യ മേഖലയെക്കാൾ പൊതുമേഖലയാണ് എന്ന കാര്യത്തിൽ തർക്കമില്ല. ഫ്രാൻസിലെ പൊതുമേഖലാ തൊഴിലാളികളുടെ ഉജ്ജ്വലമായ പണിമുടക്കുകൾ പ്രക

ടമായ ഉദാഹരണമാണ്. അമേരിക്കയിൽ സർക്കാർ മേഖല യിൽ തൊഴിലെടുക്കുന്നവരുടെ മൂന്നിലൊന്നു ഭാഗം യൂണിയൻ അംഗങ്ങളായിരിക്കുമ്പോൾ, സ്വകാര്യ മേഖലയിലെ യൂണിയൻ അംഗത്വം 7% മാത്രമാണ്. പൊതുമേഖലയിലെ ജോലികൾ, പുറംകരാറായി സ്വകാര്യ സ്ഥാപനങ്ങളെ ഏല്പിക്കുന്ന ഏർപ്പാട്, ഉദാഹരണത്തിന് റെയിൽവേസിൽ, തൊഴിലാളിവർഗ്ഗ ശേഷിയെ ദുർബ്ബലപ്പെടുത്തുന്ന ഫലമാണുളവാക്കുന്നത്.

ഇതു മാത്രമല്ല, കർഷകരെയും ചെറുകിട ഉല്പാദകരെയും തകർക്കുന്ന നവലിബറലിസത്തിന്റെ മൂലധനസഞ്ചയപ്രക്രിയ, "തൊഴിൽ രഹിത വളർച്ച" എന്ന പ്രതിഭാസവുമായി ചേർന്ന്, തൊഴിലാളികളുടെ കരുതൽ സേന വളരാനിടയാക്കുന്നു. ഇത് നേരിട്ടുതന്നെ തൊഴിലാളി വർഗത്തിന്റെ ശേഷിയെ കുറ യ്ക്കുന്നുണ്ട്. മാത്രമല്ല, സമകാല മുതലാളിത്തത്തിൽ, തൊഴി ലെടുക്കുന്ന സേനയെപ്പോലെ, ഒരസ്തിത്വം എന്ന തരത്തിൽ കരുതൽ സേന നിലനിൽക്കുന്നില്ല. മറിച്ച്, രണ്ടു കൂട്ടരുടെ യും കൂടിയുള്ള ഒരു തൊഴിൽ പങ്കുവയ്ക്കലാണ് നടക്കുന്നത്. ഇത്, വർദ്ധിച്ചുവരുന്നു, തൊഴിലിന്റെ താൽക്കാലികവൽക്കരണ ത്തിലും (casualisation) കരാർവൽക്കരണത്തിലും 'അനൗപചാ രിക തൊഴിൽ മേഖല'യുടെ വളർച്ചയിലും പ്രകടമാണ്. ഇതും, തൊഴിലാളികളുടെ ശേഷിയെ കുറയ്ക്കുന്ന പ്രബലമായ ഒരു ഘടകമാണ്.

ഇവയെല്ലാംതന്നെ, പരമ്പരാഗത കമ്മ്യൂണിസ്റ്റ് പാർട്ടികളെ ദുർബ്ബലപ്പെടുത്തുന്ന പ്രഭാവമാണുളവാക്കുന്നത്. കാരണം, അവരുടെ പതിവു പ്രവർത്തനരീതി നിഷ്ഫലമാവുന്നു എന്ന തുതന്നെ. അവർക്ക് പുതിയ തന്ത്രങ്ങൾ കണ്ടെത്തേണ്ടിയിരി ക്കുന്നു. അതാകട്ടെ, ക്ഷിപ്രസാദ്ധ്യവുമല്ല. കമ്മ്യൂണിസ്റ്റ് ബുദ്ധി ജീവികൾ സാധാരണയായി ഉയർന്നു വന്നിരുന്ന മദ്ധ്യവർഗ്ഗം, വലിയ ഒരളവുവരെ നവലിബറലിസത്തിന്റെ ഗുണഭോക്താക്ക ളാണ് എന്നതുകൊണ്ട്, ആ വിഭാഗത്തിനിടയിൽ ഉല്പതിഷ്ണു പരമായ ആശയങ്ങൾക്ക് വലിയ ഇടമില്ല എന്ന വസ്തുത, ജോലി കൂടുതൽ ബുദ്ധിമുട്ടുള്ളതാക്കുന്നു. അവരെ ബാധി ക്കുന്ന ചില പ്രത്യേക വിഷയങ്ങളിലോ, അല്ലെങ്കിൽ, അഴിമതി മലിനീകരണം തുടങ്ങിയവപോലെ ചില പൊതുവിഷയങ്ങളി ലോ അവർ പ്രക്ഷോഭം നടത്തും എന്നല്ലാതെ തൊഴിലാളിക ളും കർഷകരുമായി ചേർന്ന് ഏതെങ്കിലും തരത്തിലുള്ള വർഗ്ഗ

പരമായ പോരാട്ടത്തിന് അവർ താല്പര്യപ്പെടില്ല. ഇവിടെ, പലതരത്തിലുള്ള സ്വത്വരാഷ്ട്രീയം തഴച്ചുവളരുന്നതും ചില പ്രത്യേക വിഷയങ്ങളിന്മേലുള്ള നിരവധി പോരാട്ടങ്ങളും അർങ്ങുതകർക്കുമ്പോൾ, പരമ്പരാഗത കമ്മ്യൂണിസ്റ്റ് രാഷ്ട്രീയം സുസ്ഥിരതയാർജ്ജിക്കുന്നതിന് ബുദ്ധിമുട്ടുകയാണെന്നു കാണാം.

ഇങ്ങനെയൊക്കെയാണെങ്കിലും മൂലധനസഞ്ചയത്തിന്റെ പ്രക്രിയക്കെതിരായി, കൃഷീവലരെ സംഘടിപ്പിക്കുന്നതിനുള്ള സാദ്ധ്യതകൾ വളരെ വലുതാണ്. ഇതാകട്ടെ, പരമ്പരാഗത കമ്മ്യൂണിസ്റ്റ് രാഷ്ട്രീയത്തിന്റെ ഒരു പോരാട്ട മേഖലയായതിനാൽ, 1930 കൾക്കും 40 കൾക്കും ശേഷം ദർശിച്ചിട്ടില്ലാത്ത തരത്തിലുള്ള പാർലമെന്റേതര പോരാട്ടങ്ങൾ ഏറ്റെടുക്കാനുള്ള അവസരം പാർട്ടിക്ക് നൽകുന്നുണ്ട് (അക്കാലത്തും കർഷക ജനത വലിയ ദുരിതം അനുഭവിച്ചിരുന്നു). എനിക്ക് തോന്നുന്നു, ഇവിടെയാണ് ചൈനീസ് മാതൃകയുടെ സ്വാധീനത്തിൽ, മദ്ധ്യവർഗത്തെ പ്രീതിപ്പെടുത്തുന്നതിനുവേണ്ടിക്കൂടി, പറയപ്പെടുന്ന 'വികസനം' എന്ന ലക്ഷ്യപ്രാപ്തിക്കുവേണ്ടിയുള്ള ശ്രമം തടസ്സമായി മാറിയത്, പ്രത്യേകിച്ചും പശ്ചിമബംഗാളിൽ. പശ്ചിമബംഗാളിലെ സംഭവ വികാസങ്ങളാവട്ടെ കൃഷീവലരുടെ പോരാട്ടങ്ങൾക്ക് നേതൃത്വം നൽകാൻ കഴിയാത്ത തരത്തിൽ, അവർക്കിടയിൽ പാർട്ടിക്കുള്ള വിശ്വാസ്യതയ്ക്ക് ഇടിവ് തട്ടിയിട്ടുണ്ട്.

ബദൽ മാർഗ്ഗം

മുതലാളിത്ത വികസനത്തിലെ രണ്ട് മാർഗ്ഗങ്ങൾ തമ്മിലുള്ള വ്യത്യാസത്തെക്കുറിച്ച് ലെനിൻ ചൂണ്ടിക്കാട്ടിയിട്ടുണ്ട്. ഒന്ന്, ഫ്യൂഡൽ-അർദ്ധഫ്യൂഡൽ ഭൂവുടമാ സമ്പ്രദായത്തിന്റെ നിഷ്ക്കാസനവും കൃഷിക്കാർക്ക് ഭൂമിവിതരണം ചെയ്യുന്നതുമാണ്. രണ്ടാമത്തേത്, ഫ്യൂഡൽ-അർദ്ധഫ്യൂഡൽ ഭൂവുടമാ സമ്പ്രദായം നിലനിർത്തിക്കൊണ്ടുള്ള വികസനമാണ്. (കൃഷി തന്നെ, പിന്നീട്, ''അർദ്ധഫ്യൂഡൽ മുതലാളിത്തം'' എന്ന് ലെനിൻ വിശേഷിപ്പിച്ചപോലെ മാറിത്തീർന്നു.) ഇതിൽ ആദ്യത്തേത്, ലെനിൻതന്നെ കൂടുതൽ വിപ്ലവകരമായ പാത എന്ന് ചൂണ്ടിക്കാട്ടിയത്, ആഭ്യന്തര കമ്പോളത്തിന്റെ വികാസവും മുതലാളിത്തത്തിന്റെ കൂടുതൽ ശക്തമായ വളർച്ചയും ഉറപ്പാക്കുന്നതാണ്. എന്നാൽ, വൈകിമാത്രം മുതലാളിത്ത വികസനത്തിലേക്ക് പ്രവേശിക്കുകയും ഫ്യൂഡൽ-അർദ്ധഫ്യൂഡൽ

ഭുവുടമാ സമ്പ്രദായം അവസാനിപ്പിക്കാൻ ബൂർഷ്വാസിക്ക് കഴിയാതിരിക്കുകയും ചെയ്യുന്ന സമൂഹങ്ങളിൽ, ബൂർഷ്വാസിയുടെ നേതൃത്വത്തിലുള്ള അർദ്ധഫ്യൂഡൽ മുതലാളിത്തം മാത്രമേ സ്ഥാപിതമാവുകയുള്ളൂ. അത്തരം സമൂഹങ്ങളിൽ ഫ്യൂഡൽ -അർദ്ധ ഫ്യൂഡൽ ഭൂവുടമാ സമ്പ്രദായം തകർക്കുന്നതിന് നേതൃത്വം നൽകാൻ തൊഴിലാളി വർഗ്ഗത്തിനു മാത്രമേ കഴിയുകയുള്ളു. അവിടെയാണ് തൊഴിലാളി-കർഷക സഖ്യത്തിന്റെ സാദ്ധ്യതയും ആവശ്യവും ഉയരുന്നത്.

തൊഴിലാളി-കർഷക സഖ്യം ലെനിന്റെ ചിന്തകളുടെ കേന്ദ്ര ബിന്ദുവായിരുന്നു. ലെനിൻ ഏറെ ഇഷ്ടപ്പെട്ടിരുന്ന മെൻഷെവിക് നേതാവ് ജൂലിയസ് മാർട്ടോവ് ഒരിക്കൽ ചോദിച്ചു: തൊഴിലാളികൾ സമൂഹത്തിലെ ഒരു ചെറു ന്യൂനപക്ഷമായിരിക്കെ എങ്ങനെയാണ് അവർക്ക് മൊത്തം സമൂഹത്തിനുമേൽ ആധിപത്യം സ്ഥാപിക്കാൻ കഴിയുക? ലെനിൻ അതിനു മറുപടി പറഞ്ഞത്, സമൂഹത്തിലെ ഭൂരിപക്ഷമായ കൃഷീവലരുമായി സഖ്യത്തിലേർപ്പെട്ടുകൊണ്ടുമാത്രമേ കഴിയൂ എന്നാണ്. ഇതിൽനിന്നും ഉരുത്തിരിയുന്ന കാര്യം, ജനാധിപത്യ വിപ്ലവത്തിന് തൊഴിലാളിവർഗ്ഗം നേതൃത്വം കൊടുക്കുമ്പോൾ (ഇത്, ഫ്യൂഡൽ-അർദ്ധ ഫ്യൂഡൽ ഭൂവുടമാ സമ്പ്രദായം തകർക്കലാണ്) അത് മുതലാളിത്ത നിർമ്മാണ ഘട്ടത്തിൽ നിൽക്കാതെ, സോഷ്യലിസത്തിലേക്ക് നീങ്ങും എന്നു മാത്രമല്ല, തൊഴിലാളി വർഗ്ഗത്തിന്റെ നേതൃത്വത്തിലുള്ള വിപ്ലവത്തിന്റെ ജനാധിപത്യ ഘട്ടത്തിൽ, മുതലാളിത്തത്തിന്റെ സ്ഥാപനത്തിനുവേണ്ടി സൃഷ്ടിക്കപ്പെടുന്ന സാഹചര്യങ്ങൾ, ഈ സമൂഹങ്ങളിൽ ബൂർഷ്വാസി സൃഷ്ടിക്കുമായിരുന്ന സാഹചര്യങ്ങളിൽനിന്നും തികച്ചും വിഭിന്നമായിരിക്കും. ആയതുകൊണ്ട്, രണ്ട് ഘട്ടമായുള്ള വിപ്ലവം എന്നാൽ, ആദ്യം മുതലാളിത്തം കെട്ടിപ്പടുത്ത് അതിനുശേഷം സോഷ്യലിസത്തിലേക്കു നീങ്ങുക എന്നർത്ഥമാക്കുന്നില്ല എന്നു മാത്രമല്ല ക്രമീകൃതമായ മുതലാളിത്തം വളർത്തുന്നതിനുള്ള സാഹചര്യം, പരിവർത്തനാത്മകമായി പോലും, അത് സൃഷ്ടിക്കുന്നുണ്ട് എന്ന് അർത്ഥമാക്കുന്നില്ല എന്നുകൂടി ബോദ്ധ്യപ്പെടേണ്ടതുണ്ട്. ഇതിനു വിപരീതമായി, പ്രായോഗികതാവൽക്കരണമാവട്ടെ ''ഘട്ടസിദ്ധാന്ത'' ത്തിന് അടിപ്പെടുകയും ഒപ്പം, മുതലാളിത്തത്തെ ഒരു ഏകജാതീയ വിഭാഗമായും ഒരു ക്രമീകൃത അസ്തിത്വമായും കാണുകയും ചെയ്യുന്നു. ഇത് മൗലിക

മായിത്തന്നെ, ലെനിനിസ്റ്റ് ആശയത്തിന് വിരുദ്ധമാണ് എന്നു ഞാൻ വിശ്വസിക്കുന്നു.

മുതലാളിത്ത വികസനം നടക്കുന്ന ഒരു രാജ്യത്ത് ഇടതുപക്ഷം നേതൃത്വം നൽകുന്ന ഒരു സംസ്ഥാന ഗവൺമെന്റിനെ സംബന്ധിച്ചുപോലും, ഇതിൽനിന്നു ചില തീർപ്പുകളിൽ എത്താൻ കഴിയും. അത്തരം ഒരു ഇടതുപക്ഷ ഗവൺമെന്റിന് സോഷ്യലിസം കെട്ടിപ്പടുക്കുവാനോ അതിന്റെ ആഭിമുഖ്യത്തിൽ മുതലാളിത്തം വളർത്താനോ കഴിയില്ല (കാരണം, രാജ്യത്താകെ വിപ്ലവം നടക്കുന്നു എങ്കിൽ മാത്രമേ അതിനെ ഇല്ലാതാക്കാൻ കഴിയുകയുള്ളു). എങ്കിൽത്തന്നെയും മറ്റു സംസ്ഥാനങ്ങളിലെ ബൂർഷ്വാ രാഷ്ട്രീയ പ്രസ്ഥാനങ്ങളുടെ ഭരണത്തിൽ നടക്കുന്നതിൽനിന്നു ഭിന്നമായ മുതലാളിത്ത വികസനം നടപ്പാക്കാൻ അതിനു കഴിയും, കഴിയണം. ഒരു തൊഴിലാളി-കർഷക സഖ്യം വളർത്തിയെടുക്കാൻ മാത്രമല്ല, സാമൂഹ്യകമ്പോളം കഴിയാവുന്നത്ര വികസിപ്പിക്കാൻകൂടി അത് യത്നിക്കേണ്ടതുണ്ട്. ഫ്യൂഡൽ-അർദ്ധഫ്യൂഡൽ വിഭാഗങ്ങളുടെ കൈവശമുള്ള ഭൂമിയുടെ പുനർവിതരണം നടപ്പാക്കുക എന്നത് തീർച്ചയായും അത്തരം സർക്കാരുകളുടെ വ്യക്തമായ ലക്ഷ്യമാണ്. ഏറെ പുരോഗതി നേടിയിട്ടുണ്ടെങ്കിലും ആ ലക്ഷ്യം ഇനിയും പൂർത്തീകരിക്കപ്പെട്ടിട്ടില്ലാത്ത ഒന്നാണ് (ഉദാഹരണത്തിന്, കേരളത്തിൽ ഭൂപരിഷ്ക്കരണത്തിന്റെ കാര്യത്തിൽ ഏറെ മുന്നോട്ടുപോയിട്ടുണ്ടെങ്കിലും പ്ലാന്റേഷൻ മേഖല ഇപ്പോഴും അതിനു പുറത്താണ്). ഭൂപരിഷ്ക്കരണത്തിനു പുറമെ ഭൂരിപക്ഷ ജനതയെ ലക്ഷ്യമിട്ടുകൊണ്ടുള്ള, വലിയ തോതിലുള്ള സാമൂഹ്യ ക്ഷേമ നടപടികൾ കൈക്കൊള്ളുന്നത്, സാമൂഹ്യകമ്പോളം വിപുലപ്പെടുത്താൻ സഹായിക്കും.

ഇതിൽനിന്നും ഉരുത്തിരിയുന്ന ഒരു വസ്തുത, സംസ്ഥാന ഗവൺമെന്റുകൾക്ക് നേതൃത്വം നൽകുന്ന ഇടങ്ങളിലും അല്ലാത്തിടത്തും, ഇടതുപക്ഷത്തിന്റെ തന്ത്രം, പോരാട്ടങ്ങളിലൂടെയും സർക്കാർ ഇടപെടലിലൂടെയും, അതായത് ഭൂപരിഷ്ക്കരണത്തിലൂടെയും മറ്റ് പുനർവിതരണ നടപടികളിലൂടെയും, തൊഴിലാളി-കർഷകബന്ധം ഊട്ടിയുറപ്പിക്കുന്നതിനുവേണ്ടി യത്നിക്കുക എന്നതായിരിക്കണം എന്നാണ്. അതിന്റെ ആഭിമുഖ്യത്തിൽ വികസിക്കുന്ന മുതലാളിത്തം, മറ്റു സംസ്ഥാനങ്ങളിൽ ബൂർഷ്വാ രാഷ്ട്രീയ കക്ഷികൾ വളർത്തുന്നതിന്റെ പകർപ്പാ

യിരിക്കില്ല, മറിച്ച്, ഭൂപരിഷ്ക്കരണം, ഇതര പുനർവിതരണ നടപടികൾ തുടങ്ങിയ പ്രക്രിയയിലൂടെ വളർന്നുവരുന്ന ഒന്നായിരിക്കും. ഇടതുപക്ഷത്തെ സംബന്ധിച്ചിടത്തോളം ആവശ്യമായുള്ളത്, തിരഞ്ഞെടുപ്പ് ഉപേക്ഷിക്കലോ കഴിയാവുന്നിടങ്ങളിൽ സംസ്ഥാന സർക്കാർ രൂപീകരിക്കലോ അല്ല, മറിച്ച് വികസനത്തിന്റെ ഒരു ബദൽ പന്ഥാവ് വെട്ടിത്തുറക്കാൻ ഈ അവസരം ഉപയോഗിക്കുക എന്നതാണ്. അങ്ങനെ ചെയ്യുന്നതിൽ ഏതളവോളം വിജയിക്കുന്നു എന്ന കാര്യമാണ് അതിന്റെ ഭാവി നിർണ്ണയിക്കുക.

കമ്മ്യൂണിസ്റ്റ് പാർട്ടിയുടെ ചരിത്രം

അവസാനമായി, ഓരോ പ്രതികരണത്തിന്റെയും വിശദാംശങ്ങളിലേക്ക് കടക്കുന്നത് ഞാൻ ഒഴിവാക്കിയിട്ടുണ്ടെങ്കിലും വസ്തുതാപരമായ രണ്ട് കാര്യങ്ങൾ വ്യക്തമാക്കേണ്ടതുണ്ട്. ഒന്നാമത്തേത്, ''സോവിയറ്റ് യൂണിയന്റെ നിർദ്ദേശപ്രകാരം ഇന്ത്യൻ കമ്മ്യൂണിസ്റ്റ് പാർട്ടി ക്വിറ്റ് ഇന്ത്യാ പ്രസ്ഥാനത്തെ എതിർത്തു'' എന്ന കൃപാശങ്കറിന്റെ അവകാശവാദമാണ്. ഇത് ഒട്ടും ശരിയല്ല. ക്വിറ്റ് ഇന്ത്യാ പ്രസ്ഥാനത്തെ സംബന്ധിച്ച സിപിഐയുടെ നിലപാട് തികച്ചും അതിന്റെ നേതൃത്വത്തിന്റെ തീരുമാനമായിരുന്നു. വാസ്തവത്തിൽ, പാർട്ടിക്കകത്തെ അഭിപ്രായവ്യത്യാസങ്ങളെക്കുറിച്ച് സോവിയറ്റ് കമ്മ്യൂണിസ്റ്റ് പാർട്ടിയുമായി ചർച്ച ചെയ്യാൻ, സിപിഐ യുടെ നാലംഗ സംഘം മോസ്ക്കോയിൽ ചെന്നപ്പോൾ, സോവിയറ്റ് യൂണിയനെ ആക്രമിച്ചതിന്റെ പേരിൽ സിപിഐ എടുത്ത നിലപാടിനെ സ്റ്റാലിൻ വിമർശിക്കുകയായിരുന്നു (നാലംഗ സംഘത്തിലെ അംഗമായിരുന്ന എം. ബസവപുന്നയ്യയിൽനിന്ന് ഞാനിത് നേരിട്ടറിഞ്ഞിട്ടുള്ളതാണ്).

രണ്ടാമത്തെ വിഷയം, ''ഇന്ത്യൻ കമ്മ്യൂണിസ്റ്റ് പാർട്ടിയിൽ ചേർന്നവർ 1942-ൽ ക്വിറ്റ് ഇന്ത്യ സമരകാലത്ത് ജയിലിനു പുറത്തായിരുന്നു'' എന്ന അരൂപ് ബൈസ്വയുടെ വാദമാണ്. ഇതും ഒട്ടുംതന്നെ ശരിയല്ല. കോൺഗ്രസ്സിനകത്തായിരുന്ന, എന്നാൽ ക്വിറ്റ് ഇന്ത്യ സമരത്തെ എതിർത്ത നിരവധി കമ്മ്യൂണിസ്റ്റുകാരുണ്ട്. അതുവഴി തന്നെ അവരുടെ കമ്മ്യൂണിസ്റ്റ് വ്യക്തിത്വം വെളിപ്പെടുകയും ചെയ്തിട്ടുണ്ട് (ഈ വെളിപ്പെടലിന്റെ ഫലമായി, 1946 ൽ അവരെ കോൺഗ്രസിൽനിന്നു പുറത്താക്കുകയുണ്ടായി). അവർ ക്വിറ്റ് ഇന്ത്യ സമരത്തെ എതിർത്തിരുന്നുവെങ്കിലും ആ പ്രസ്ഥാനത്തിലെ പങ്കാളികൾ എന്ന നിലയിൽ അവർ,

നീണ്ട കാലത്തെ ജയിൽവാസം അനുഭവിച്ചിട്ടുണ്ട്. 1936-ൽ കമ്മ്യൂണിസ്റ്റാവുകയും എന്നാൽ കോൺഗ്രസ്സിൽതന്നെ തുടരുകയും ചെയ്ത എന്റെ പിതാവ്തന്നെ 1944 അവസാനം വരെ ജയിലിലായിരുന്നു.

കമ്മ്യൂണിസ്റ്റുകാരെ വിമർശിക്കുന്നതിൽ തെറ്റൊന്നുമില്ല. അതേസമയം, യാഥാർത്ഥ്യത്തിന്റെ പിൻബലമില്ലാത്ത ഇത്തരം കാടടച്ച പ്രസ്താവനകൾ ചർച്ചയ്ക്ക് സഹായകമാവില്ല. മാനവ വിമോചന പോരാട്ടം, ഇന്നത്തെപോലെ അതിസങ്കീർണ്ണമായ ശത്രുവിനെ നേരിട്ടിട്ടുള്ള ഒരു കാലം ചരിത്രത്തിലുണ്ടായിട്ടില്ല. സാർവദേശീയ മൂലധനം എന്ന ഈ ശത്രു അദൃശ്യനാണ്. പക്ഷെ അതിന്റെ ശേഷി അപാരമാണ്. അതിനെ കീഴടക്കുന്നതിന് പരമാവധി ജനങ്ങളെ സംഘടിപ്പിക്കുക മാത്രമല്ല, നാളിതുവരെയില്ലാത്ത തരത്തിലുള്ള സൈദ്ധാന്തിക പ്രാവീണ്യവും കൈവരിക്കേണ്ടതുണ്ട്. അതിന്, ചെറുത്തുനില്പു ശക്തികളുടെ ഐക്യം ആവശ്യമാണ്. അതാവട്ടെ, നിരന്തരവും ഗൗരവപൂർണ്ണവുമായ സംവാദത്തിലൂടെ മാത്രമേ സാദ്ധ്യമാവുകയുള്ളു.

പരിഭാഷ: സി.ബി. വേണുഗോപാൽ

●

മാവോയിസ്റ്റുകളുടെ ആശയദാരിദ്ര്യം

നൂറ്റിഅൻപതുപേരുടെ മരണത്തിനിടയാക്കിയ ജ്ഞാനേശ്വരി എക്സ്പ്രസ് അപകടവുമായി തങ്ങൾക്കൊരു ബന്ധവുമില്ല എന്നാണ് മാവോയിസ്റ്റുകൾ അവകാശപ്പെടുന്നത്. അവർ പറയുന്നത് വിശ്വസിക്കണമെന്നെനിക്കുണ്ട്. പക്ഷെ, അവർ പറഞ്ഞതിനർത്ഥം, പേരിനെങ്കിലും മാവോയിസ്റ്റ് അനുകൂലികളായവർ, സ്വന്തം ഇഷ്ടപ്രകാരം പ്രവർത്തിക്കുകയായിരുന്നു എന്നാണ്. കൊല്ലപ്പെട്ടവരിൽനിന്നും, മനഃശാസ്ത്രപരമായി ഏറെ അകന്നുനിൽക്കുന്നവർക്കല്ലാതെ, അതായത്, ഇരകളാക്കപ്പെട്ടവർ തങ്ങളുടെ വിരോധികളായ, തങ്ങളിൽ നിന്നും വേറിട്ടുനിൽക്കുന്ന, ആകാരമില്ലാത്ത ഒരു ജനസഞ്ചയമാണെന്നു കരുതുന്നവർക്കല്ലാതെ, അത്തരം ഒരു ഹീനകൃത്യം ചെയ്യാൻ കഴിയില്ല. ഒന്നോ രണ്ടോ പേർ മാത്രമല്ല ഈ കുറ്റകൃത്യത്തിനു പിന്നിൽ പ്രവർത്തിച്ചിട്ടുള്ളത്. മറിച്ച്, ഒരു സംഘടിതവൃന്ദം തന്നെയുണ്ട്. ചുരുക്കത്തിൽ, നമ്മൾ ഏറ്റവും അക്രമാത്മകമായ 'സ്വത്വരാഷ്ട്രീയ'ത്തിന്റെ സാന്നിദ്ധ്യമാണ് കണ്ടുകൊണ്ടിരിക്കുന്നത്. മാവോയിസത്തിന്റെ ബാഹ്യപ്രതലത്തിനു കീഴെ, നമുക്ക് കാണാൻ കഴിയുന്നത് സ്വത്വരാഷ്ട്രീയത്തിന്റെ രാക്ഷസീയ രൂപമാണ്.

മാവോയിസ്റ്റ് നേതൃത്വം, ബോധപൂർവ്വമായിത്തന്നെ സ്വത്വ രാഷ്ട്രീയത്തെ പ്രോത്സാഹിപ്പിക്കുകയാണ് ചെയ്യുന്നത് എന്നു മാത്രമല്ല ഇതിനർത്ഥം. ഒരു മാർക്സിസ്റ്റ് എന്ന നിലയ്ക്ക്, മാവോയിസ്റ്റുകളുടെ കാഴ്ചപ്പാടിന് ഞാൻ തികച്ചും എതിരാണ്. അവർ എന്നെങ്കിലും അവരുടെ പരിശ്രമത്തിൽ വിജയികളായാൽ, ബോധപൂർവമായിത്തന്നെ ഈ രാജ്യത്ത് സോഷ്യലിസത്തിന് വിരുദ്ധമായ, ഒരു ഏകകക്ഷി സ്വേച്ഛാധിപത്യം (ചരിത്രത്തിൽ അത് എങ്ങിനെയൊക്കെ അനിവാര്യമായിരുന്നാലും) അടിച്ചേല്പിക്കപ്പെടും എന്ന കാര്യത്തിൽ സംശയമില്ല. മാത്രമല്ല, അത്, ഒരാൾക്ക് ഒരു വോട്ട് എന്ന ജനങ്ങളുടെ വിപ്ലവകരമായ ഒരേയൊരു നേട്ടത്തെ - അസമത്വത്തെ മഹത്വവൽക്കരിക്കുന്ന ഇന്ത്യൻ സമൂഹത്തിൽ പ്രത്യേകിച്ചും - നിഷേധിക്കുകയും ചെയ്യും. എന്നാൽ, വർഗരാഷ്ട്രീയത്തിന് മുകളിലായി സ്വത്വത്തെ പദവിപ്പെടുത്തുന്ന മാവോയിസ്റ്റ് നേതൃത്വത്തെ ഞാൻ കുറ്റപ്പെടുത്തുന്നില്ല. സ്വത്വരാഷ്ട്രീയം സമ്പൂർണ്ണമായി നിഷിദ്ധമാണ് എന്നും ഞാൻ കരുതുന്നില്ല. വലിയ അടിച്ചമർത്തലിനിരയാവുന്ന ഗോത്രവർഗ്ഗങ്ങളുടെ സ്വത്വ പ്രശ്നത്തെ കാണാതിരിക്കുന്നത്, എല്ലാ രാഷ്ട്രീയത്തെയും പരിഹാസ്യമാക്കുന്നുണ്ട് എന്നത് സത്യം തന്നെ. അവരുടെ സ്വത്വത്തെ എല്ലാ വർഗരാഷ്ട്രീയവും ഗൗരവമായിത്തന്നെ കാണേണ്ടതുണ്ട്.

വർഗരാഷ്ട്രീയത്തിന് സ്വത്വത്തെ ഉൾക്കൊള്ളാനുള്ള ഇടമുണ്ടെങ്കിലും സ്വത്വരാഷ്ട്രീയത്തിൽനിന്ന് വർഗരാഷ്ട്രീയത്തിലേക്ക് വഴിയൊന്നുമില്ല. ''നമുക്കാദ്യം ആദിവാസികളെ സംഘടിപ്പിക്കാം, അതിനുശേഷം തൊഴിലാളികളെയും കൃഷിക്കാരെയും സംഘടിപ്പിക്കാം'' എന്ന ആശയം ഒരിക്കലും പ്രായോഗികമല്ല. അത്തരം ഒരു പരിവർത്തനത്തിന്റെ ഘട്ടത്തിൽ, സ്വത്വരാഷ്ട്രീയത്തിന്റെ തീവ്രവക്താക്കൾക്കും സ്വത്വരാഷ്ട്രീയത്തെ വർഗരാഷ്ട്രീയത്തിലേക്കുയർത്താൻ ശ്രമിക്കുന്നവർക്കുമിടയിൽ, നിശ്ചയമായും ഒരു പൊട്ടിത്തെറി അനിവാര്യമാകും. മാവോയിസ്റ്റുകളുടെ കാര്യത്തിൽ, ജ്ഞാനേശ്വരി എക്സ്പ്രസിന്റെ അട്ടിമറി, ഈ പൊട്ടിത്തെറിയുടെ ഒരു സൂചനയാണ്.

ഈ പൊട്ടിത്തെറിയുടെ അനിവാര്യതയുടെ കാരണം വളരെ ലളിതമാണ്. സ്വത്വരാഷ്ട്രീയം മുഖ്യമായും ബഹിഷ്ക്കരണ സ്വഭാവമുള്ളതാണെങ്കിൽ, വർഗ്ഗരാഷ്ട്രീയമാവട്ടെ വിവിധ സാമൂഹിക വിഭാഗങ്ങളെ ഉൾച്ചേർക്കുന്നതാണ്. സാമൂഹിക

വ്യവസ്ഥയുടെ മാറ്റം മുന്നിൽ കാണുകയാണ് വർഗരാഷ്ട്രീയത്തിന്റെ ലക്ഷ്യം, ഓരോ നിമിഷവും സമൂഹത്തെ വ്യത്യസ്ത ക്യാമ്പുകളിലായി ധ്രുവീകരിക്കുകയാണ് മാവോയിസ്റ്റുകൾ ചെയ്യുന്നത്. മഹാനായ മാവോയുടെ വാക്കുകളിൽ പറഞ്ഞാൽ 'ജനങ്ങളുടെ ക്യാമ്പ്', ജനശത്രുക്കളുടെ ക്യാമ്പിനെ കഴിയാവുന്നത്ര ചെറുതാക്കി നിർത്തുവാനാണ് ശ്രമിക്കേണ്ടത്. അതുകൊണ്ട്, വർഗരാഷ്ട്രീയം എന്നത് അനിവാര്യമായും ഐക്യമുന്നണികൾ കെട്ടിപ്പടുക്കുന്നതിനും ഏതു സമയത്തും പരമാവധി ജനങ്ങളെ "ജനങ്ങളുടെ ക്യാമ്പിൽ" ഐക്യപ്പെടുത്തുന്നതിനും വേണ്ടിയുള്ളതാണ്. എന്നാൽ സ്വത്വരാഷ്ട്രീയം സാമൂഹികമാറ്റ പ്രചോദിതമല്ല. അത് ഒന്നുകിൽ പരിഷ്കരണപരമോ (സ്വത്വവിഭാഗങ്ങൾക്ക് കൂടുതൽ നേട്ടങ്ങൾ ലഭിക്കുന്നതിനുവേണ്ടി) വിഘടനപരമോ, (എപ്പോഴും അടിച്ചമർത്തപ്പെട്ട വിഭാഗങ്ങൾ ഇങ്ങനെയാണ്) അല്ലെങ്കിൽ അങ്ങേയറ്റം ഫാസിസ്റ്റോ (വംശ പ്രക്ഷാളനം ആവശ്യപ്പെടൽ) ആണ്. അതിന് വർഗരാഷ്ട്രീയത്തിലേക്ക് പരിണമിക്കണമെങ്കിൽ, സ്വത്വരാഷ്ട്രീയം നിഷേധിച്ചേ മതിയാവൂ. ഇതിന് ഒരുവിഭാഗം തയ്യാറായാൽതന്നെ, പ്രസ്ഥാനത്തിലെ മറുവിഭാഗം തയ്യാറാവില്ല. ഇത് അനിവാര്യമായും പൊട്ടിത്തെറിയിലേക്കും, ജനങ്ങളുടെ പിന്തുണയാർജ്ജിക്കുന്നതിനു വേണ്ടിയുള്ള കൂടുതൽ ബുദ്ധിശൂന്യമായ തീവ്രവാദത്തിലേക്കും നയിക്കും. ഗൂർഖാപ്രസ്ഥാനത്തിൽ ഈയിടെയുണ്ടായ സംഭവങ്ങൾ ഇതാണ് സൂചിപ്പിക്കുന്നത്.

സ്വത്വരാഷ്ട്രീയത്തിന്റെ ഈ ഒഴിവാക്കൽ സ്വഭാവം, സാമ്രാജ്യത്വത്തിന്റെ ദൃഷ്ടികോണിൽനിന്ന്, ഒട്ടുംതന്നെ ഭയപ്പെടേണ്ടാത്ത ഒരു കൂട്ടമാക്കി (തീർച്ചയായും അത് നേരിട്ട് സാമ്രാജ്യത്വത്തെ ലക്ഷ്യമാക്കുന്നതായി പറയും. അപ്പോൾ അത് അവർക്ക് 'ഒരു വലിയ ശല്യം' എന്നതിനപ്പുറം ശരിയായ ഒരു ഭീഷണിയാവുന്നില്ല) അതിനെ മാറ്റുന്നു. വാസ്തവത്തിൽ, ഇന്ത്യയിലെ കേന്ദ്രസർക്കാർ, തങ്ങളുടെ നവലിബറൽ അജണ്ട മുന്നോട്ടുകൊണ്ടുപോകുന്നതിന് സ്വത്വരാഷ്ട്രീയത്തെ അതിവിദഗ്ധമായി ഉപയോഗപ്പെടുത്തുകയാണ് ചെയ്തുകൊണ്ടിരിക്കുന്നത്.

സ്വത്വരാഷ്ട്രീയപ്രസ്ഥാനങ്ങളുടെ വികാസത്തിന്റെ ഗതിവിഗതികൾ, പക്ഷെ, ഇവിടെ എന്റെ വിഷയമല്ല. വർഗരാ

ഷ്ട്രീയത്തിന് ചില സ്വത്വരൂപങ്ങളെ കണക്കിലെടുക്കാൻ കഴിയുമെന്നും അങ്ങനെ കണക്കിലെടുക്കണമെന്നും പറയുമ്പോൾ തന്നെ, സ്വത്വത്തിന്റെ വഴിയിലൂടെ വർഗ രാഷ്ട്രീയത്തെ സമീപിക്കാൻ കഴിയില്ല എന്നതാണ് അടിസ്ഥാന പ്രശ്നം. (ജനങ്ങളുടെ ക്യാമ്പിൽ ഉൾപ്പെടേണ്ട വർഗങ്ങൾക്ക് സമാനസ്വത്വമാണുള്ളത് എന്ന കാര്യത്തിൽ രണ്ട് കൂട്ടർക്കുമുള്ള യോജിപ്പൊഴികെ) ഒന്നിൽനിന്ന് മറ്റൊന്നിലേക്കുള്ള മാറ്റം അവിടെ നിൽക്കട്ടെ. രണ്ടും കൂട്ടിച്ചേർക്കുന്നതുപോലും പ്രശ്നഭരിതമാണ് എന്ന വസ്തുത, എ.കെ. റോയിയുടെ നേതൃത്വത്തിലുള്ള മാർക്സിസ്റ്റ് കോ ഓർഡിനേഷൻ കമ്മിറ്റിയും ഝാർഖണ്ഡ് മുക്തി മോർച്ചയും കുറച്ചുകാലത്തേക്ക് യോജിച്ചതിന്റെ അനുഭവം അടിവരയിടുന്നുണ്ട്. അവരുടെ ഐക്യം തകർന്നു. പിന്നീടുള്ള ഖണ്ഡങ്ങന്റെ ചരിത്രം സുവിദിതവുമാണ്.

അതുകൊണ്ട്, ഇന്ത്യൻ രാഷ്ട്രഘടനയ്ക്കകത്തുനിന്നുകൊണ്ട് സാദ്ധ്യമായ എല്ലാ രാഷ്ട്രീയ പ്രവർത്തനങ്ങളും വെണ്ടെന്നുവെച്ച്, സായുധ പോരാട്ടത്തെ മഹത്വവൽക്കരിക്കുന്ന മാവോവാദികളുടെ, ഭാവിസമൂഹത്തെക്കുറിച്ചുള്ള കാഴ്ചപ്പാട്, അഭിലഷണീയമാണോ അല്ലയോ (എന്റെ വീക്ഷണത്തിൽ അഭിലഷണീയമല്ല) എന്ന ചോദ്യം മാറ്റി നിർത്തിയാലും അടിസ്ഥാനപരമായ വേറൊരു ചോദ്യം അവശേഷിക്കുന്നുണ്ട്: സ്വത്വരാഷ്ട്രീയത്തിൽനിന്നും വർഗ രാഷ്ട്രീയത്തിലേക്കു മാറുന്നതിന്റെ അസംഭാവ്യതയാണത്.

ഇക്കാര്യത്തിൽ, മാവോയിസ്റ്റുകൾക്ക് മറ്റു പോംവഴികൾ ഇല്ലായിരുന്നു എന്ന് വേണമെങ്കിൽ വാദിക്കാം. ആന്ധ്രാ പ്രദേശിൽനിന്നും തുരത്തപ്പെട്ട അവർക്ക് കഴിയുന്നിടത്തെല്ലാം പുനഃസംഘടിക്കണമായിരുന്നു. മധ്യ ഇന്ത്യയിലെ ഗോത്ര മേഖലയായിരുന്നു അവരുടെ അഭയ കേന്ദ്രം. ആ മേഖലയുടെ ആചാരവിചാരങ്ങൾക്കനുസൃതമായി അവർക്ക് പോകേണ്ടിവന്നു.

പക്ഷെ, ഈ വാദം തെറ്റും അപ്രസക്തവുമാണ്. അത് അപ്രസക്തമാകുന്നതിന്റെ കാരണം മാവോയിസ്റ്റുകൾ അവകാശപ്പെടുന്ന വിജയം അവരുടെ നിലവിലെ ദുർഗതിയാണ് വരച്ചിടുന്നത് എന്നതുകൊണ്ടാണ്. അല്ലാതെ അവർ എങ്ങിനെ അവിടെ എത്തിപ്പെട്ടു എന്നതല്ല വിഷയം. ഇപ്പോഴത്തെ അവരുടെ ദുരവസ്ഥ, അവരുടെ പ്രായോഗിക രാഷ്ട്രീയത്തിന്റെ

യുക്തിയുടെ സ്വാഭാവിക ഫലമാണെങ്കിൽ, ആ പ്രായോഗിക രാഷ്ട്രീയം, ഈ ദുരവസ്ഥയുടെ കാഴ്ചപ്പാടിൽ നിന്നുകൊണ്ട് വിമർശിക്കപ്പെടേണ്ടത് തന്നെയാണ്. എല്ലാറ്റിലുമുപരി, ഈ വാദം തെറ്റാകുന്നത്, എല്ലായ്പ്പോഴും തെരഞ്ഞെടുക്കാനുള്ള സ്വാതന്ത്ര്യമുണ്ട് എന്നിരിക്കേ, പ്രായോഗികപ്രവർത്തനത്തിലെ പിശകുകൾ അവർക്ക് തിരുത്താവുന്നതാണ് എന്നതുകൊണ്ടാണ്.

നൈസാം ഭരണത്തിനെതിരായി, കമ്മ്യൂണിസ്റ്റുകാരുടെ നേതൃത്വത്തിൽ, തെലുങ്കാനയിലെ കർഷക സമരം നടക്കുമ്പോഴാണ്, പഴയകാല ഹൈദരാബാദ് സംസ്ഥാനത്തിലേക്ക് ഇന്ത്യൻ പട്ടാളം മാർച്ചുചെയ്യുന്നത്. അന്നത്തെ സായുധ കലാപം, വേണമെങ്കിൽ, കൊയ ഗോത്രവർഗത്തിന്റെ സഹായത്തോടെ അവിഭക്ത കമ്മ്യൂണിസ്റ്റ് പാർട്ടിക്ക് തുടരാമായിരുന്നു. അവരുടെ മുമ്പിലുണ്ടായിരുന്നത് രണ്ടു വഴികളായിരുന്നു. ഒന്നുകിൽ പോരാട്ടം അവസാനിപ്പിച്ച്, നേടിയെടുത്ത നേട്ടങ്ങൾ സംരക്ഷിക്കുന്നതിനായി സർക്കാരുമായി വിലപേശുക. അല്ലെങ്കിൽ ഗോത്രവർഗ്ഗക്കാരുടെ മാത്രം പിന്തുണയോടെ പോരാട്ടം തുടരുക. ഇതിൽ ആദ്യത്തെ വഴിയാണവർ തിരഞ്ഞെടുത്തത്. ആ വഴി തിരഞ്ഞെടുത്തതിന് നാം അവരോട് നന്ദിയുള്ളവരായിരിക്കണം. കാരണം, ഇന്ന് ജനാധിപത്യവും മതേതരത്വവും ആധുനികതയും സംരക്ഷിക്കുകയും സാമ്രാജ്യത്വവുമായുള്ള 'തന്ത്രപരമായ സഖ്യ' ത്തിനും നവലിബറലിസത്തിനും എതിരായി ചെറുത്തുനില്പിന്റെ ഒരേയൊരു രക്ഷാകവചമായി വർത്തിക്കുകയും ചെയ്യുന്ന ഇന്ത്യയിലെ ഏകശക്തി അവർ മാത്രമാണ്. ഇല്ലായിരുന്നുവെങ്കിൽ, ഈ പോരാട്ടത്തിൽനിന്നും ഒഴിഞ്ഞു നിൽക്കുന്ന, ഒരിക്കലും പിടികിട്ടാത്ത ഒന്നിനു പിറകെ പായുന്ന പ്രസ്ഥാനമായി ആന്ധ്രയിലെ കാടുകളിൽ അവർ ചുറ്റിത്തിരിയുന്നുണ്ടാകുമായിരുന്നു.

മാവോയിസ്റ്റുകൾക്ക് തിരഞ്ഞെടുക്കാനുള്ള വഴി തുറന്നു കിടക്കുന്നുണ്ട്. നിലവിലെ രാഷ്ട്രീയ പ്രയോഗരീതികൾ തുടരുകയാണെങ്കിൽ അവരുടെ ദുസ്ഥിതി കൂടുതൽ വഷളാവുകയേയുള്ളൂ. ഗോത്രവർഗക്കാരുടെ മാത്രം പിന്തുണയുടെ അടിസ്ഥാനത്തിൽ ഇന്ത്യൻ ഭരണകൂടത്തെ എതിരിടാമെന്നു കരുതുന്നത് മൗഢ്യമാണ്- ആ ഭൂമിക നൽകുന്ന ആനുകൂല്യം എത്ര വലുതാണെങ്കിൽ പോലും. മാത്രമല്ല, ഈ തുച്ഛമായ

പിന്തുണ വിപുലപ്പെടുത്താൻ കഴിയില്ലെന്നും (കാരണം അത് സ്വത്വരാഷ്ട്രീയത്തിൽനിന്നും വർഗരാഷ്ട്രീയത്തിലേക്കുള്ള അസാദ്ധ്യമായ മാറ്റം ആവശ്യപ്പെടുന്നു) കാലക്രമത്തിൽ, ഈ പിന്തുണയ്ക്ക് ഇടിവുതട്ടുകയേയുള്ളു (സ്വത്വരാഷ്ട്രീയത്തിലെ വൈരുദ്ധ്യം മൂലം) എന്നുമുള്ള യാഥാർത്ഥ്യം, അതിനെ ഒരു ശോകാന്ത നാടകമാക്കി മാറ്റുകയും ചെയ്യും. അവിഭക്ത കമ്മ്യൂണിസ്റ്റ്പാർട്ടി അൻപതുകളുടെ തുടക്കത്തിൽ കാണിച്ച വിവേകം, മാവോയിസ്റ്റുകൾ കാണിക്കുമോ എന്നതാണ് ഉയരുന്ന ചോദ്യം.

പരിഭാഷ: സി.ബി. വേണുഗോപാൽ

●

മാർക്സിസവും ജാതിയും

ഇന്ത്യയിലെ ഉന്നതവിദ്യാഭ്യാസ സ്ഥാപനങ്ങൾക്ക് നേരെ നടക്കുന്ന ഹിന്ദുത്വശക്തികളുടെ ആക്രമണങ്ങൾക്കെതിരെ നുരഞ്ഞുപതയുന്ന ബൗദ്ധിക പ്രതികരണങ്ങൾ ഉണ്ടാവുന്നു. ഇത് കാമ്പസുകളിൽ ദളിത് വിഷയങ്ങളുൾപ്പെട്ട ഒരു പുതിയ ഇടതുസംവാദത്തിലേക്ക് നയിക്കുമ്പോൾ, മാർക്സിസ്റ്റ് സമീപനവും ജാതിവ്യവസ്ഥയും തമ്മിലുള്ള ബന്ധം വീണ്ടും ശ്രദ്ധാവിഷയമാവുകയാണ്.

ഈ ബന്ധത്തെക്കുറിച്ചുള്ള തർക്കങ്ങൾ കുറെക്കാലമായി തുടർന്നുവരുന്നു. ഇത്തരം തർക്കങ്ങളും ചർച്ചകളും ഉത്ഭവിക്കുന്നത് പ്രധാനമായും മാർക്സിസത്തിനെതിരായി ഉയരുന്ന ആരോപണങ്ങളിൽനിന്നാണ്, പ്രത്യേകിച്ചും 'ദളിത്' ബുദ്ധിജീവികളിൽ നിന്ന്. മാർക്സിസം 'ജാതി'യേക്കാൾ വർഗത്തിന് പ്രാധാന്യം നൽകുന്നുവെന്നും, സാമൂഹ്യാവസ്ഥയെക്കുറിച്ചുള്ള അതിന്റെ അടിസ്ഥാനദർശനം ജാതിവിഭജനത്തെക്കാൾ വർഗവിഭജനത്തിൽ ഊന്നുന്നുവെന്നും അതുകൊണ്ടുതന്നെ മാർക്സിസം ജാതിവിഭജനത്തെ നിസ്സാരവത്കരിക്കുന്നുവെന്നുമാണ് ഈ വാദഗതി. ഈ തർക്കത്തിൽ മിക്കവാറും മൂന്ന്

വ്യത്യസ്തനിലപാടുകളാണ് കണ്ടുവരുന്നത്, തീർച്ചയായും ഇവ പരിപൂർണമല്ല താനും.

ആദ്യത്തെ നിലപാട് പ്രകാരം, ഇന്ത്യയിലെ വർഗ, ജാതി ചൂഷണങ്ങൾ കെട്ടുപിണഞ്ഞു കിടക്കുന്നതാണ്. അതായത് ജാതി പീഡനത്തിനിരയാവുന്നവർ, പീഡിതവർഗത്തിന്റെ ഒരു ഭാഗമാണെന്ന് മാത്രമല്ല, പീഡിതജാതിയിൽനിന്ന് തന്നെയാണ് പീഡിതവർഗം രൂപം കൊള്ളുന്നത്. കാരണം, ഈ ചിന്താധാരയുടെ വക്താക്കൾ, രാജ്യത്തെ ചൂഷണവ്യവസ്ഥയെ വിശകലനം ചെയ്യുമ്പോൾ സംശയസൂചകമായ ഘടകചിഹ്നമാണുപയോഗിച്ചു കാണുന്നത് ("ജാതി-വർഗം"). ഇത് തികച്ചും ന്യായീകരിക്കാവുന്ന സമീപനവുമാണ്.

രണ്ടാം നിലപാടുകൾ, ജാതിവർഗ സങ്കല്പങ്ങൾ തമ്മിലുള്ള അന്തരത്തിൽ അടിവരയിടുന്നു. എന്നാൽ സാമൂഹികമാറ്റത്തിനുള്ള രാഷ്ട്രീയ ഇടപെടലിന്റെ കേന്ദ്രബിന്ദുവായി ഒന്ന് മറ്റേതിനേക്കാൾ പ്രധാനമാണെന്ന് കരുതുന്നു. ചിലർ വർഗസമരത്തിന് മുൻഗണനന നൽകുമ്പോൾ മറ്റു ചിലർ ജാതിചൂഷണത്തിനെ അടിസ്ഥാനപ്പെടുത്തിയുള്ള സമരങ്ങൾക്ക് മുൻതൂക്കം നൽകുന്നു.

മൂന്നാം നിലപാടുകാർ, മാർക്സിസത്തിന് 'ഘടനാവാദ'പരമായ വ്യാഖ്യാനം നൽകിയ, ഫ്രെഞ്ച് മാർക്സിസ്റ്റ് ചിന്തകൻ ലൂയി ആൽത്തൂസറിന്റെ സിദ്ധാന്തങ്ങളെ പിന്തുടരുന്നവരാണ്. പക്ഷെ, ഈ വിഭാഗം തന്നെ, തന്റെ ചിന്തയെ കൂടുതൽ മുന്നോട്ട് കൊണ്ടുപോകാഞ്ഞതിന് ആൽത്തൂസറിനെ വിമർശിക്കുന്നു. ഇവരുടെ അഭിപ്രായത്തിൽ, സമൂഹത്തിൽ ഒരേ സമയം വിവിധങ്ങളായ വൈരുദ്ധ്യങ്ങൾ നിലനിൽക്കുന്നുണ്ട്. എന്നാൽ അവയിൽ ഒന്ന് മറ്റേതിനെക്കാൾ സവിശേഷമായതാണെന്ന് എന്ന് പ്രസ്താവിച്ചുകൂടാ. ഒരു പ്രത്യേകഘട്ടത്തിൽ ഏതെങ്കിലുമൊരു വൈരുദ്ധ്യം കൂടുതൽ പ്രകടമാകുമ്പോൾ, പുരോഗമനശക്തികൾ അവരുടെ ശ്രദ്ധയും ഊർജ്ജവും അതിൽ കേന്ദ്രീകരിക്കണം. ഈ കേന്ദ്രീകരണപ്രക്രിയയുടെ ഫലമായി ഒരു കൂടിച്ചേരൽ സംഭവിക്കുകയും, ഘടനയെ സമഗ്രമായിത്തന്നെ രൂപമാറ്റം വരുത്തുകയും ചെയ്യുമെന്ന്, ഈ മൂന്നാം വിഭാഗം ദർശിക്കുന്നു. ഈ വാദഗതികൾ അർത്ഥമാക്കുന്നതെന്തെന്നാൽ, ജാതി, വർഗം, ലിംഗം എന്നിവ വിവിധ സന്ദർഭങ്ങ

ളിൽ പ്രഥമ സമരസ്ഥലികളിൽ ഉയർന്നുവരാമെന്നും, ഇവയിൽ മുന്നേറുന്ന സമരപരിസരങ്ങളുടെ കൂടെ നിൽക്കുകയും ഉത്തേജിപ്പിക്കുകയും ചെയ്യുക എന്നതാണ് പുരോഗമനശക്തികളുടെ കടമയെന്നുമാണ്. വർഗവൈരുദ്ധ്യത്തെ, മറ്റു വൈരുദ്ധ്യങ്ങളെക്കാൾ മുൻഗണനയിൽ പ്രതിഷ്ഠിക്കുന്ന പ്രശ്നമേയുദിക്കുന്നില്ല.

സമൂഹത്തിന്റെ ക്ഷണമാത്ര ചിത്രം

ഈ മൂന്ന് നിലപാടുകൾക്കും പൊതുവായ, അടിസ്ഥാനപരമായ ഒരംശമുണ്ട്. വൈരുദ്ധ്യങ്ങളുണ്ടോ, ഉണ്ടെങ്കിൽ ഏത് വൈരുദ്ധ്യത്തിന് മുൻഗണന നൽകണമെന്ന വിഷയം ചർച്ച ചെയ്യുമ്പോൾ, സമൂഹത്തിന്റെ ഒരേകദേശചിത്രം അവർ നോക്കിക്കാണുന്നു. സമൂഹത്തെ ഒരുതരം ജഡീകരിച്ച ചട്ടക്കൂടിനുള്ളിൽ നിർത്തിയാണ് അവർ വൈരുദ്ധ്യങ്ങളെക്കുറിച്ച് ചർച്ച ചെയ്യുന്നത്. വിശാലാർത്ഥത്തിൽ മാറ്റത്തിന് വിധേയമാകാത്ത ഒരു സമൂഹത്തിൽ വിവിധ സന്ദർഭങ്ങളിൽ പ്രാധാന്യം നേടുന്ന വിവിധ വൈരുദ്ധ്യങ്ങളെക്കുറിച്ചു പറയുന്ന മൂന്നാംവിഭാഗം പോലും ഒരു തരം സ്തംഭിതദർശനം നടത്തുകയാണ്. പ്രഥമ ദർശനത്തിൽ ഇതങ്ങനെയല്ല എന്ന് തോന്നാം. കാരണം, വിവിധ സന്ദർഭങ്ങളിൽ പ്രാമുഖ്യം നേടുന്ന വിവിധ വൈരുദ്ധ്യങ്ങളെപ്പറ്റിയാണ് അവ സംസാരിക്കുന്നത്. മാറുന്ന സമൂഹത്തെക്കുറിച്ചാണ് പറയുന്നത്, മരവിച്ചുനിർത്തിയ ചട്ടക്കൂടിനെക്കുറിച്ചല്ല. എന്നാൽ ഇവിടെ ഉദ്ദേശിക്കുന്ന പ്രാമുഖ്യത്തിലെ മാറ്റം ചട്ടക്കൂടിന്റെ പരിധിക്കുമപ്പുറത്താണ്. സ്തംഭിത ചട്ടക്കൂടിലൂടെയുള്ള സമൂഹക്കാഴ്ചയിൽ ഒരു വൈരുദ്ധ്യത്തിന് പ്രാമുഖ്യം ലഭിക്കാം. മറ്റൊരു ചട്ടക്കൂടിൽ വേറൊന്നിനും.

ചുരുക്കത്തിൽ, ഇന്ത്യയിൽ വർഗ-ജാതി സംബന്ധമായ ചർച്ചകൾ, സമൂഹത്തെക്കുറിച്ചുള്ള ഇടുങ്ങിയ കാഴ്ചപ്പാടിൽ മാത്രമാണ് നടക്കാറുള്ളത്. അത്തരം ചർച്ചകളിൽ, മാർക്സിസത്തിന്റെ നിലപാടുകൾക്ക് ജാതിയുടെമേൽ വർഗത്തിന് മുൻതൂക്കമുള്ളതായി തെറ്റായി വ്യാഖ്യാനിക്കപ്പെടുകയും ചെയ്യുന്നു. മാർക്സിസം, ഏതെങ്കിലുമൊരു ഇടുങ്ങിയ ചട്ടക്കൂടിനുള്ളിൽവെച്ച്, ഏതെങ്കിലുമൊരു വിഭാഗത്തെ മറ്റൊന്നിനേക്കാൾ പ്രാധാന്യത്തിൽ പ്രതിഷ്ഠിക്കുന്ന രീതിയല്ല എന്നതിനാലാണ് ഈ വ്യാഖ്യാനം തെറ്റാകുന്നത്. മാർക്സിസ്റ്റ് ചിന്തകനായിരുന്ന ലൂക്കാച്ചിന്റെ ആശയം കടമെടുത്താൽ,

ഏതൊരു പ്രത്യേക സാഹചര്യത്തിലും വർഗം, ജാതി, ലിംഗം മുതലായവയും മറ്റു ഘടകങ്ങളും ഒന്നായിച്ചേർന്ന്, സമഗ്രമായ ഒരു ബന്ധമുണ്ടാകുകയാണ്. ഈ സമഗ്രത, വർഗ ജാതി ഘട കങ്ങളുടെ കൂടിക്കുഴയൽ കാലത്തിനനുസരിച്ച് മാറിവരുന്നു. മാർക്സിസം ഉയർത്തുന്ന ചോദ്യം ഇത് എങ്ങനെ, എന്തുകൊണ്ട് മാറുന്നു എന്നതാണ്. വിവിധ ഘടകങ്ങളുടേതായ ഈ സമ ഷ്ടി രൂപത്തിലെ ഏത് ഘടകത്തിനാണ് കൂടുതൽ പ്രാധാന്യം, പ്രത്യേകമായ പ്രസക്തി എന്നതല്ല ചോദ്യം... ഈ സമഗ്രത യുടെ ചാലകശക്തി എന്താണെന്നാണ്. ഇതിന് മാർക്സിസം ന ൽകുന്ന ഉത്തരം ചരിത്രത്തിന്റെ ഭൗതികവാദപരമായ വ്യാഖ്യാ നവുമായി ബന്ധപ്പെട്ടതും, ഇവിടെ പ്രത്യേകമായി എടുത്തു പറയേണ്ടതുമാണ്. പ്ലെഖനോവിന്റെ 'ചരിത്രത്തിന്റെ അദ്വൈ തദർശനത്തിന്റെ വികാസം' എന്ന പ്രശസ്ത കൃതിയിൽ ഈ വ്യാഖ്യാനത്തിന് അടിവരയിടുന്നുണ്ട്. മാർക്സിസത്തിന്റെ പ്ര ത്യേകമായ വിഭിന്നത എന്നാണ് അദ്ദേഹം വിലയിരുത്തുന്നത്. മൊത്തത്തിലുള്ള ഈ വീക്ഷണത്തിന്റെ അടിസ്ഥാനത്തിൽ സമകാലീന മുതലാളിത്തത്തെക്കുറിച്ചു ഒരു സംക്ഷിപ്തചർച്ച ഇവിടെ പ്രസക്തമാണെന്ന് തോന്നുന്നു.

മുതലാളിത്തം ചർച്ചചെയ്യുമ്പോൾ, മാർക്സ് ഊന്നുന്നത്, ആ വ്യവസ്ഥയുടെ സ്വാഭാവികതയിലും, അന്തർലീനമായ ഒട്ടേറെ പ്രവണതകൾക്ക് വിധേയമായി സ്വയം പ്രവർത്തിക്കാനുള്ള അതിന്റെ കഴിവിലുമാണ്. ഈ പ്രവണതകൾ മനുഷ്യസഹജ മായ താത്പര്യങ്ങളിൽനിന്നും, ബോധത്തിൽനിന്നും സ്വതന്ത്ര മാണ്. (ഉദാഹരണത്തിന് 1930ൽ സംഭവിച്ച മഹാമാന്ദ്യമോ, മൂലധനത്തിന്റെ ഇപ്പോഴത്തെ പ്രതിസന്ധിയുടെ തുടർച്ചയോ ആരും ആഗ്രഹിച്ചതല്ല, മാത്രമല്ല അന്തർലീനമായ ഈ പ്രവണ തകൾ രൂപപ്പെടാൻ കാരണമാകുന്ന മനുഷ്യന്റെ പെരുമാറ്റങ്ങ ളോ ശീലങ്ങളോ പോലും പ്രയോഗത്തിൽ അപ്രസക്തമാകുന്നു. അവ ഒരു പ്രത്യേകരീതിയിൽ പ്രവർത്തിക്കാൻ നിർബന്ധിക്ക പ്പെടുകയാണ്. അല്ലാത്തപക്ഷം, സമ്പദ്‌വ്യവസ്ഥയിൽ അവ യുടെ സ്ഥാനം തന്നെ നഷ്ടപ്പെടും.

മുതലാളിമാർ മൂലധനം കുന്നുകൂട്ടുന്നത്, എപ്പോഴും അവർ ആഗ്രഹിച്ചുകൊണ്ടു മാത്രമല്ല, അങ്ങനെ ചെയ്യാതിരുന്നാൽ സമ്പദ്‌വ്യവസ്ഥയിൽ അവരുടെ സ്ഥാനം നഷ്ടപ്പെടുമെന്നു കൊണ്ടു കൂടിയാണ്. മത്സരാധിഷ്ഠിത വ്യവസ്ഥിതിയിൽ അവർ

പുറന്തള്ളപ്പെട്ടുപോകുമെന്ന് കൊണ്ടുമാണ്. മറ്റൊരു തരത്തിൽ പറഞ്ഞാൽ, മുതലാളിത്തവ്യവസ്ഥയിൽ മുതലാളിമാർപോലും അന്യവത്ക്കരിക്കപ്പെട്ട ദല്ലാളന്മാരായി മാറിപ്പോകും.

മുതലാളിത്തത്തിന്റെ പരിണാമഗതിയിൽ വർഗ-ജാതി ഘടകങ്ങളുടെ ലയനസ്വഭാവം മാറിക്കൊണ്ടേയിരിക്കും. എന്നാൽ ഈ വ്യവസ്ഥിതിയുടെ സ്വയംപ്രവർത്തന സ്വഭാവത്തെയും വ്യവസ്ഥിതിയെത്തന്നെയും മറികടക്കാതെ മനുഷ്യന് സ്വാതന്ത്ര്യം സാധ്യമല്ല. വർഗപരമായും ജാതിപരമായുമുള്ള അടിച്ചമർത്തലും പീഡനവും അവസാനിപ്പിക്കണമെങ്കിൽ ഈ മറികടക്കൽ ഒരു മുന്നുപാധിയാണ്. അതിന്റെ അഭാവത്തിൽ, താഴ്ന്ന ജാതി ശ്രേണിയിൽനിന്നും ചിലർ മാത്രം അവരുടെ അദ്ധ്വാനിക്കുന്ന വർഗനിലയിൽ നിന്ന് ബൂർഷ്വാസിയുടെയോ ഉന്നതാധികാരികളുടെയോ പദവികളിൽ എത്തിപ്പെട്ടേക്കാം. (ദക്ഷിണാഫ്രിക്കയിലെ കറുത്തവർഗക്കാരുടെ കാര്യത്തിൽ, ലോകബാങ്കിന്റെ കാഴ്ചപ്പാടിന് സമാനമായി). പക്ഷെ മഹാഭൂരിപക്ഷം ദളിതരും അടിമത്തത്തിന്റെ ചെളിക്കുണ്ടിൽത്തന്നെ ആഴ്ന്ന് കിടക്കും. എങ്ങിനെയാണോ അവർ വർഗപരമായി ചൂഷണം ചെയ്യപ്പെടുന്നത്, അതുപോലെതന്നെ, വ്യവസ്ഥിതിയോ, വ്യവസ്ഥിതിയുടെ സ്വയംപ്രവർത്തന സഹജ സ്വഭാവത്തെയോ മറികടക്കാതെ ഈ അവസ്ഥയ്ക്ക് മാറ്റം വരില്ല.

മുതലാളിത്ത വ്യവസ്ഥിതി: മറികടക്കേണ്ടതിന്റെ പ്രാധാന്യം

നിലവിലുള്ള ജാതിവ്യവസ്ഥയെ, ദളിത് പീഡനങ്ങളെ... ജാതിവ്യവസ്ഥ ഇല്ലാതിരിക്കുന്ന അവസ്ഥയിൽപ്പോലും, വർഗചൂഷണം പ്രാക്തനരൂപത്തിൽ നിലനിൽക്കുന്ന ഒരു ബദൽ വ്യവസ്ഥകൊണ്ട് പകരം വെക്കാനാകില്ല. അതുകൊണ്ട് തന്നെ മുതലാളിത്ത വ്യവസ്ഥയെ മറികടക്കാതെ, ജാതിവ്യവസ്ഥയെയോ അതിന്റെ ചൂഷണരീതികളെയോ അവസാനിപ്പിക്കാൻ സാധ്യമല്ല. ചുരുക്കത്തിൽ, ജാതിവ്യവസ്ഥയെ ഉന്മൂലനം ചെയ്യണമെങ്കിൽ മുതലാളിത്തത്തെ തന്നെ ഉന്മൂലനം ചെയ്യേണ്ടതുണ്ട്. എന്നാൽ അത്തരമൊരു മറികടക്കൽ, ജാതിപരമായ അടിച്ചമർത്തൽ ഇല്ലാതാക്കാൻ മതിയായ ഉപാധിയല്ല, പക്ഷെ അത്യാവശ്യമായ ഉപാധിയാണ്. ഇതാണ് മാർക്സിസത്തിന്റെ പ്രാഥമിക നിഗമനം.

വർഗത്തിന്റെയും ജാതിയുടെയും പ്രാമുഖ്യം സംബന്ധിച്ച പ്രശ്നം ഈ കാഴ്ചപ്പാടിൽ വേണം പരിശോധിക്കാൻ അല്ലാതെ നേരത്തെ സൂചിപ്പിച്ച തരത്തിലുള്ള സമൂഹത്തിന്റെ ക്ഷണമാത്രചിത്രത്തിലൂടെയല്ല. മുതലാളിത്തത്തെ പരാജയപ്പെടുത്തുക എന്നത് ജാതിയുടേതായ ആവശ്യമല്ല. പരാജയപ്പെടുത്തേണ്ടതായ ഒരു വ്യവസ്ഥിതി എന്ന നിലയ്ക്ക് മുതലാളിത്തത്തെക്കുറിച്ചുള്ള ധാരണ, അങ്ങിനെ പരാജയപ്പെടുകയാണെങ്കിൽ പകരം വരേണ്ടുന്ന ബദൽ വ്യവസ്ഥയെക്കുറിച്ചുള്ള സങ്കല്പം ഇവയെല്ലാം ജാതിയിലധിഷ്ഠിതമായ വിശകലനങ്ങൾക്കുമപ്പുറത്താണ്. ജാതിയെ ഉന്മൂലനം ചെയ്യുക എന്ന ലക്ഷ്യത്തെ സത്യസന്ധമായും നിരന്തരമായും പിൻതുടരുന്ന ഒരാൾ, ഇത്തരം പ്രശ്നങ്ങളിൽ തീർച്ചയായും എത്തപ്പെടും. അങ്ങിനെ ചെയ്യുന്ന ഒരാൾ ജാതിപരമായ കാഴ്ചപ്പാടിനപ്പുറത്തെത്തിയിരിക്കും. അതായത് ജാതിയുടെ പരിപ്രേക്ഷ്യത്തിൽ തന്നെ നിലയുറപ്പിക്കുന്ന ഒരാൾക്ക് ഒരിക്കലും ജാതിപരമായ അടിമത്തത്തെതന്നെ അതിജീവിക്കാൻ കഴിയുകയില്ല. മുതലാളിത്തത്തെ മറികടക്കണമെന്ന മാർക്സിസ്റ്റ് ബോധം, വർഗപരമായ ചൂഷണത്തിൽനിന്ന് മാത്രമല്ല, ജാതിയുടെയും മറ്റെല്ലാതര ചൂഷണങ്ങളിൽ നിന്നുമുള്ള മോചനത്തിന് വേണ്ടിയാണ്. അതുകൊണ്ടാണ് മാർക്സിസം വർഗസിദ്ധാന്തത്തിന് മാത്രം പ്രാമുഖ്യം നൽകുന്നുവെന്ന പഴി കേൾക്കേണ്ടിവരുന്നത്.

മുതലാളിത്തം പരാജയമടഞ്ഞാൽപ്പോലും ജാതി അപ്രത്യക്ഷമാകണമെന്നില്ല. അതുകൊണ്ടുതന്നെ ജാതിപരമായ അടിച്ചമർത്തലിനെ, കേവലമായ വർഗചൂഷണമായി ലഘൂകരിക്കാൻ കഴിയില്ല എന്ന യാഥാർത്ഥ്യത്തെ അടിവരയിടുന്നു. അതിന്റെ അതുല്യമായ സ്വഭാവത്തെ അംഗീകരിക്കേണ്ടി വരികയും ചെയ്യുന്നു. ജാതിചൂഷണം നമ്മുടെ സമൂഹത്തിൽ ശക്തമായി വേരൂന്നിയിരിക്കുന്നതുകൊണ്ട്, മുതലാളിത്തം തൂത്തെറിയപ്പെട്ടാൽപോലും ദീർഘമായ സമരം കൊണ്ടല്ലാതെ ജാതിചൂഷണത്തെ തൂത്തെറിയാൻ കഴിയുകയില്ല. ചുരുക്കത്തിൽ, ജാതി ചൂഷണം നമ്മുടെ സമൂഹത്തിൽ പെട്ടെന്ന് പറിച്ചെറിയാൻ സാധിക്കാത്ത ആഴത്തിൽ വേരൂന്നിയ ഒരു വൈരുദ്ധ്യമായി നിലനിൽക്കുന്നു. പക്ഷെ ജാതിവൈരുദ്ധ്യത്തിന് പ്രാമുഖ്യം നൽകുന്നത്, അതിന് പ്രാധാന്യം നൽകുന്നതിൽനിന്നും, അതിന്റെ സ്ഥായീഭാവത്തെ അംഗീകരിക്കുന്നതിൽനിന്നും

വ്യത്യസ്തമാണ് മാർക്സിസം വർഗസമരത്തിനും വർഗവൈരുദ്ധ്യത്തിനും പ്രാമുഖ്യം നൽകുന്നു എന്നത്. മറ്റൊരു തരത്തിൽ പറഞ്ഞാൽ, ജാതിപീഡനമുൾപ്പെടെയുള്ള എല്ലാത്തരം അടിച്ചമർത്തലിനെയും മറികടക്കാനുള്ള, അതിജീവിക്കാനുള്ള പരിഹാരം മുതലാളിത്തത്തെ പരാജയപ്പെടുത്തുകയാണ് എന്ന് തന്നെയാണ്.

മുതലാളിത്തത്തിനെതിരായ സമരത്തിന് പ്രാമുഖ്യം നൽകുക എന്നതിന് ജാതിപീഡന യാഥാർത്ഥ്യത്തെ അവഗണിക്കുക എന്നോ, അല്ലെങ്കിൽ അതിനെ രണ്ടാംകിട വിഷയമായിക്കാണുക എന്നോ അർത്ഥമാക്കേണ്ടതില്ല. മറിച്ച്, ജാതിചൂഷണത്തെ അവഗണിക്കുന്നത്, വർഗസമരത്തെ അപകടപ്പെടുത്തുമെന്നതിനാൽ അത്തരം അവഗണന വർഗസമരത്തിൽ ഊന്നുന്നതിന്റെ അനന്തരഫലമെന്നതിലുപരി, അത് വർഗസമരത്തെത്തന്നെ തുരങ്കം വെക്കുന്നതുമാകുന്നു. 'വർഗ'ത്തിന് മാർക്സിസം പ്രാമുഖ്യം നൽകുന്നതിന്റെ അർത്ഥം ജാതിചൂഷണമുൾപ്പെടെയുള്ള എല്ലാതരം ചൂഷണത്തിനുമെതിരായുള്ള സമരങ്ങൾ മുതലാളിത്തത്തെ തൂത്തെറിയുന്നതിന്റെ അതിപ്രധാനമായ ആവശ്യകതയെ കാണാതിരുന്നുകൂടാ എന്നാണ്. അത്തരമുള്ള ഏത് സമരത്തിന്റെയും സ്ഥാനനിർണയം മുതലാളിത്തത്തിനെതിരായ സമരത്തിനുള്ളിൽത്തന്നെയാണ് നടത്തേണ്ടത്.

പരിഭാഷ: ഇ. പ്രേമകുമാരൻ

●

മുതലാളിത്ത സമൂഹത്തിൽ ഒരു കമ്യൂണിസ്റ്റിന്റെ ജീവിതം

ജീവിതത്തോടുള്ള സമീപനത്തിൽ മുൻകാല വിപ്ലവകാരികളിൽ നിന്നും അടിസ്ഥാനപരമായിതന്നെ സഖാവ് ലെനിൻ വ്യത്യസ്തനായിരുന്നു എന്ന് ജോർജ്ജ്ലൂക്കാച്ച് നിരീക്ഷിച്ചിട്ടുണ്ട്. ലെനിനു മുൻപ് ജീവിച്ചിരുന്ന ഒട്ടുമിക്ക വിപ്ലവകാരികളും ജീവിതത്തിലെ കൊച്ചു കൊച്ചു സന്തോഷങ്ങളെ അവഗണിക്കാൻ പരിശീലിച്ചവരായിരുന്നു. സമൂഹത്തെക്കുറിച്ചും, സഹജീവികളെക്കുറിച്ചുമുള്ള ആഴമേറിയ ആകുലതകളായിരുന്നു അവർക്ക് പ്രധാനം. സമൂഹത്തെ മാറ്റിപ്പണിയുന്നതിനുള്ള പരിശ്രമത്തിൽ എന്തും സഹിക്കാനുള്ള മനോനിലയായിരുന്നു ജീവിതത്തോടുള്ള അവരുടെ സമീപനം രൂപപ്പെടുത്തിയത്.

ഇതിനുള്ള ക്ലാസ്സിക് മാതൃകയാണ് സഖാവ് യൂജിൻ ലെവിൻ. ഒന്നാംലോക മഹായുദ്ധശേഷം സ്ഥാപിക്കപ്പെടുകയും തീർത്തും അല്പായുസ്സായി അവസാനിക്കുകയും ചെയ്ത ബവേറിയൻ സോവ്യറ്റ് റിപ്പബ്ലിക്കിന്റെ നേതാവായിരുന്നു ലെവിൻ. ''നമ്മൾ കമ്യൂണിസ്റ്റുകാർ പരോളിലിറങ്ങിയ പരേതരാണ്'' എന്ന പ്രശസ്തമായ പ്രഖ്യാപനം അദ്ദേഹത്തിന്റെ ജീവിത

വീക്ഷണത്തെ അടയാളപ്പെടുത്തുന്നു. ഒരു കമ്യൂണിസ്റ്റിന്റെ ജീവിതത്തോട് സദാ തൊട്ടുരുമ്മി നില്ക്കുന്ന മരണത്തിന്റെ സാന്നിധ്യവും, സാധ്യതയുമാണ് ഈ ജീവിതവീക്ഷണത്തെ സൃഷ്ടിക്കുന്നത്. 'ഏത് നിമിഷവും തന്റെ ജീവൻ ഇല്ലായ്മ ചെയ്യപ്പെടാം' എന്ന ബോധ്യം ഒരു കമ്യൂണിസ്റ്റിന് ഒരുപാട് തിരിച്ചറിവുകൾ നല്കും. എന്നാൽ ഈ തിരിച്ചറിവുകൾ ഒരിക്കലും സ്വയം നിരാസമായി മാറുകയോ, അധ്യാത്മികതയിലേക്ക് വഴി തെറ്റുകയോ ചെയ്യില്ല. പകരം ദാർശനികമായൊരു നിസ്സംഗതയിലേക്കാണ് ഒരു കമ്യൂണിസ്റ്റ് വളരുക. സാറിസ്റ്റ് റഷ്യയിൽ 1883ൽ ജനിച്ച യൂജിൻ ലെവിൻ ലെനിനേക്കാൾ 13 വയസ്സിന് ചെറുപ്പമായിരുന്നു. വെറും 36 വയസ്സ് മാത്രമുള്ളപ്പോൾ വധിക്കപ്പെടുകയും ചെയ്തു. ഇതിനിടയിൽ തന്റെ മരണത്തേയും, രക്തസാക്ഷ്യത്തേയും വിപ്ലവപ്രവർത്തനത്തിനിടയിൽ കൈവരുന്ന പരമമായ അംഗീകാരമായി ഉൾക്കൊള്ളാൻ കഴിയുന്നൊരു ദർശനം അദ്ദേഹത്തിൽ രൂപപ്പെട്ടിരുന്നു. ഇതിനു തെളിവായിരുന്നു അദ്ദേഹത്തിന്റെ മുകളിൽ പറഞ്ഞ പ്രഖ്യാപനം.

സഖാവ് ലെനിനാകട്ടെ ജീവിതത്തെ കൂടുതൽ പ്രസാദമധുരമായി സ്വീകരിച്ചു. ബീഥോവന്റെ സംഗീതം ഇഷ്ടപ്പെടുകയും, ഏറെ നേരം ചെസ്സ് കളിക്കുകയും ചെയ്തിരുന്ന ലെനിന്റെ വായനയിൽ റഷ്യൻ സാഹിത്യത്തോടൊപ്പം ജാക്‌ലണ്ടനെപ്പോലുള്ളവരുടെ കൃതികളും ഉൾപ്പെട്ടിരുന്നു. റഷ്യയിലെ കുന്നിൻ ചെരിവുകളിലൂടെ അലസമായി നടക്കാൻ അദ്ദേഹത്തിനു ഒരുപാടിഷ്ടമായിരുന്നു.

ജീവിതത്തിന്റെ അർത്ഥം തിരയേണ്ടത് ജീവിതത്തിൽ തന്നെയാണെന്ന് ലെനിൻ തിരിച്ചറിഞ്ഞു. ഒരൊറ്റ നിർബന്ധമേ സഖാവിനുണ്ടായിരുന്നുള്ളൂ. ഓരോ നിമിഷവും വിപ്ലവത്തോട് പ്രതിബദ്ധമായിരിക്കണം ജീവിതം. അതുകൊണ്ടുതന്നെ രക്തസാക്ഷിത്വമെന്നത് പരമമായ ത്യാഗമെന്ന നിലയിൽ അംഗീകരിക്കുമ്പോഴും മരണത്തെ കഴിയുന്നിടത്തോളം നീട്ടിക്കൊണ്ടുപോകേണ്ട ഒരവസാനമെന്ന നിലയിലാണ് ലെനിൻ വിലയിരുത്തിയത്. ഒരു സഖാവിന്റെ വിപ്ലവപ്രവർത്തനത്തിന് ദൈർഘ്യം കൂട്ടുക എന്നതായിരുന്നു പ്രാധാന്യം.

ഇത്തരമൊരു ജീവിതവീക്ഷണത്തിന്റെ ബലത്തിൽ സങ്കീർണ്ണമായ ജീവിതത്തിന്റെ എണ്ണമറ്റ വിശദാംശങ്ങളെ ക്രംലിൻ

കാർട്ടേഴ്സിലെ കുട്ടികൾക്കൊപ്പം കളിക്കുന്നതിലൂടെ ലെനിൻ സംഗീതാത്മകമാക്കിയതായി ചരിത്രത്തിൽ നമുക്ക് കാണാം. ഇങ്ങിനെ ജീവിതത്തോടുള്ള പ്രതികരണത്തിൽ ലെവിനും, ലെനിനും പുലർത്തിയ വ്യത്യസ്തതക്ക് അവരുടെ ജീവിതങ്ങളുടെ കാലദൈർഘ്യത്തിലുള്ള വ്യത്യാസമൊരു കാരണമായി പറയാമോ? പ്രത്യേകിച്ചും ഇരുവരും താണ്ടിയ കനൽവഴികൾ ഏറെയൊന്നും വ്യത്യസതമല്ലാതിരിക്കെ...?

നിരന്തരം പിൻതുടരുന്ന രഹസ്യപ്പോലീസിന്റെ സാന്നിധ്യം, സൈബീരിയയിലെ വർഷങ്ങൾ നീളുന്ന പ്രവാസം, സഖാക്കളുമായി നടത്തിയ കടുത്ത സംവാദങ്ങൾ, ആഭ്യന്തരയുദ്ധത്തിലെ ഭീകരാതിക്രമങ്ങൾ എന്നിങ്ങനെ യാതനകളുടെ നരകമുഖം കടന്ന ജീവിതമായിരുന്നു ലെനിനുണ്ടായിരുന്നത്. എന്നാലിന്ന് സ്ഥിതിഗതികൾ മാറിയിരിക്കുന്നു. സഖാവ് ലെനിൻ രൂപപ്പെടുത്തിയ ജീവിതവീക്ഷണം അംഗീകരിക്കുന്ന ഒരു സഖാവിന് ലെനിൻ ജീവിച്ചതുപോലെ ജീവിക്കാനാവുന്നില്ല. എന്നാൽ പിന്നെ ഇന്നത്തെ ഒരു കമ്യൂണിസ്റ്റ് സഖാവിന്റെ ജീവിതം എത്തരത്തിലുള്ളതാണ്?

അനുഭവങ്ങളുടേയും, പരീക്ഷണ നിരീക്ഷണങ്ങളുടേയും അടിസ്ഥാനത്തിൽ പലരും ചോദിക്കുന്ന ചോദ്യമുണ്ട്. കരുണയില്ലാത്ത ക്യാപിറ്റലിസം അരങ്ങുവാഴുമ്പോൾ ഒരു കമ്യൂണിസ്റ്റ് എങ്ങിനെയാണ് ജീവിക്കേണ്ടത്...? ഈ ചോദ്യത്തെപ്പറ്റി വേവലാതിപ്പെടേണ്ടതില്ല. പകരം മുതലാളിത്തത്തിനു കീഴിൽ ഒരു കമ്യൂണിസ്റ്റ് ജീവിതം അടിസ്ഥാനമാക്കേണ്ട സൈദ്ധാന്തിക ആവശ്യകതകളെയാണ് ഞാൻ കൂടുതൽ ശ്രദ്ധിക്കുന്നത്.

ഒരു വ്യവസ്ഥിതിയെ വിപ്ലവകരമായി പരിവർത്തിപ്പിക്കുന്നതിനുള്ള സാധ്യതകൾ തീർത്തും ഇല്ലാതായൊരു ക്യാപിറ്റലിസ്റ്റ് സമൂഹത്തിൽ പ്രവർത്തിക്കേണ്ടിവരുന്നൊരു കമ്യൂണിസ്റ്റ് പാർട്ടിയുടെ പ്രയോഗമാതൃകകൾ ഇന്ന് ഏറെക്കുറെ ചർച്ച ചെയ്യപ്പെടുന്നുണ്ട്. എന്നാൽ ഇങ്ങിനെയൊരു ക്യാപിറ്റലിസ്റ്റ് സമൂഹത്തിൽ കമ്യൂണിസ്റ്റായി ജീവിക്കേണ്ടി വരുന്നൊരു സഖാവിന്റെ വ്യക്തി ജീവിതത്തിൽ ആ സഖാവ് നേരിടേണ്ടി വരുന്ന വൈരുധ്യങ്ങളും അവയുടെ സമ്മർദ്ദങ്ങളും അധികമാരും ശ്രദ്ധിക്കാറില്ല, ചർച്ച ചെയ്യാറുമില്ല.

വിപ്ലവത്തോടും, വിപ്ലവപ്രവർത്തനത്തോടും സത്യസന്ധമായ പ്രതിബദ്ധതയോടെ ജീവിക്കുക എന്നത് യാന്ത്രികമായി, ചട്ടപ്പടി ചെയ്തുതീർക്കാവുന്നൊരു ഓഫീസ് ജോലിയല്ല. ഇതിന് പ്രാഥമികമായും ഇല്ലാത്തത് സമയക്ലിപ്തതയാണ്. ദീർഘനേരമായി സഖാക്കളോടൊപ്പം അല്ലെങ്കിൽ തനിയെ വിപ്ലവപ്രവർത്തനത്തിലേർപ്പെട്ട ഒരു സഖാവിന് തുടർന്ന് കുറച്ചുനേരം അവധിയെടുത്ത് മാറി നില്ക്കാനോ, എല്ലാം മറന്ന് ഉല്ലാസയാത്രയോ, ഷോപ്പിംഗോ നടത്താനോ, കുടുംബത്തോടൊപ്പം മാറിയിരുന്ന് ടെലിവിഷൻ സീരിയൽ കാണാനോ സാധിക്കില്ല.

ഒരു വ്യവസ്ഥിതിയെ തകിടംമറിക്കാനും ലോകത്തെ മാറ്റിപ്പണിയാനുമുള്ള പ്രവർത്തനത്തിൽ ചട്ടപ്പടി ചെയ്തുതീർക്കാവുന്ന ചില ജോലികൾ തീർച്ചയായും ഉൾപ്പെടുന്നുണ്ട്. എന്നാൽ ഈ ജോലി ചെയ്തു തീർന്നാലും, അല്ലെങ്കിൽ ഇത്തരം ജോലികൾ ഇല്ലാത്തപ്പോഴും ആഴത്തിലുള്ള അർത്ഥതലങ്ങൾ ദീർഘകാലത്തേക്ക് നിക്ഷേപിക്കപ്പെടുന്ന നിരവധി കാര്യങ്ങൾ ഏറ്റെടുക്കുകയും, നിർവഹിക്കുകയും ചെയ്യേണ്ടിവരുന്നൊരു ജീവിതമാണ് ഒരു കമ്യൂണിസ്റ്റിനുള്ളത്.

ഇതിനായി വേണ്ടിവരുന്ന സഹനമാണ് ഒരു കമ്യൂണിസ്റ്റിനെ രൂപപ്പെടുത്തുന്നത്. അന്യവൽകൃത ജീവിതത്തിന്റെ ലക്ഷണമായ യാന്ത്രിക മനോഭാവങ്ങളിൽ നിന്നും, അഹന്തനിറഞ്ഞ സമീപനങ്ങളിൽ നിന്നും ഈ സഹനം ഒരു കമ്യൂണിസ്റ്റിനെ സംരക്ഷിക്കും.

വ്യത്യസ്ത അർത്ഥതലങ്ങളോടെ സഖാക്കൾ ലെനിനും, ലെവിനും കൈക്കൊണ്ട ജീവിതവീക്ഷണങ്ങളെ മറ്റുള്ളവരിൽ നിന്നും വേറിട്ടു നിർത്തിയത് അവരുടെ ഈ സഹനമാണ്. എന്നാൽ ചിലപ്പോഴെങ്കിലും ഇതേ സഹനം ഒരു കമ്യൂണിസ്റ്റിനെ സാധാരണക്കാരന്റെ ദൈനംദിന ജീവിതത്തിൽ നിന്ന് മാറ്റിനിർത്തുകയും സാധാരണക്കാരന് അവൻ അപ്രാപ്യനായിത്തീരുകയും, ക്രമേണ പാവപ്പെട്ടവനെ സംബന്ധിച്ചിടത്തോളം ഈ കമ്യൂണിസ്റ്റ് അപ്രസക്തനാവുകയും ചെയ്യുന്നതായി അനുഭവപ്പെട്ടിട്ടുണ്ട്.

ജനങ്ങൾ എന്താണ് ചിന്തിക്കുന്നതെന്നും വിവിധ സാഹചര്യങ്ങളെ ജനങ്ങൾ എങ്ങിനെയാണ് വിലയിരുത്തുന്നതെന്നും

ഏതെല്ലാം തിരിച്ചറിവുകളാണ് ജനങ്ങൾ ഉൾക്കൊള്ളുന്നത് എന്നും അറിയേണ്ടത് കമ്യൂണിസ്റ്റ് സിദ്ധാന്തത്തിൽ ഏറ്റവും പ്രധാനമാണ്. ഈ അറിവിന്റെ അടിസ്ഥാനത്തിൽ മാത്രമേ കമ്യൂണിസ്റ്റ് പ്രയോഗ മാതൃകകൾ രൂപപ്പെടുത്താനാവൂ. ഇത്തരമൊരു അറിവുണ്ടാകണമെങ്കിൽ സാധാരണക്കാരന്റെ നിത്യജീവിതത്തിൽ പങ്കാളിയാവുകയും, അവരുമായി ഇടപഴകുകയും അവരുടെ ആവശ്യങ്ങളേയും, ആശങ്കകളേയും, പ്രതീക്ഷകളേയും, പ്രയാസങ്ങളേയും ശരിയായി മനസ്സിലാക്കുകയുമല്ലാതെ മറ്റൊരു വഴിയുമില്ല.

ജനങ്ങളുടെ വേദനകളും, സങ്കടങ്ങളും, പ്രതിഷേധങ്ങളും, പ്രത്യാശകളും, രോഷവും, സ്വപ്നങ്ങളുമൊന്നും നേരിട്ടെത്താത്ത പാർടി യോഗങ്ങളിൽ ഒരുകൂട്ടം പ്രതിബദ്ധ സൈദ്ധാന്തികർ പരസ്പരം നടത്തുന്ന അധരവ്യായാമം ഈ അറിവിന് പകരമാവില്ല. അതുപോലെ താഴെ തലങ്ങളിലെ പാർടി കാഡർമാർ നേതാവ് കേൾക്കാനാഗ്രഹിക്കുന്നത് മാത്രം പറയുന്നവരായി മാറുമ്പോൾ പാർടി സ്രോതസ്സുകളിൽ നിന്നു മാത്രം നടത്തുന്ന വിവര ശേഖരണം കൊണ്ടും കാര്യമുണ്ടാവില്ല. ഒപ്പം പൊതുമാധ്യമങ്ങൾ അവയെ നിയന്ത്രിക്കുന്ന കോർപറേറ്റ് താത്പര്യങ്ങൾക്കനുസരിച്ച് മാത്രം വെളിച്ചപ്പെടുന്നതിനാൽ അവ സൃഷ്ടിക്കുന്ന പൊതുപ്രതീതിയെ ആശ്രയിച്ചാലും പ്രസ്ഥാനങ്ങൾക്ക് വഴിതെറ്റും. സമൂഹത്തിലെ ഉന്നതന്മാരുടെ സഹാനുഭൂതിയും, സഹകരണവും ഉപയോഗിച്ചാണ് ഒരു കമ്യൂണിസ്റ്റ് പ്രയോഗ മാതൃക നിർമ്മിക്കപ്പെടുന്നതെങ്കിൽ അതിന്റെ അടിത്തറ തീർത്തും ദുർബ്ബലവും പ്രയോഗം ദിശാബോധമില്ലാത്തതുമായിരിക്കും.

ഈ ഘട്ടത്തിൽ ഇന്ത്യൻ വിപ്ലവത്തിന് സഹായം തേടി റഷ്യയിലെത്തി സഖാവ് ലെനിനെ കണ്ട ഒരു പറ്റം ഇന്ത്യൻ വിപ്ലവകാരികളുടെ കഥ ഓർമ്മവരുന്നു. സമൂഹത്തിൽ വലിയ സ്വാധീനമുണ്ടായിരുന്ന അഭിജാതപ്രഭു കുടുംബങ്ങളിൽ നിന്നുള്ളവരായിരുന്നു ഈ ഇന്ത്യൻ വിപ്ലവകാരികൾ. സഖാവ് ലെനിന്റെ മുറിയിലെത്തി ഇന്ത്യൻ വിപ്ലവത്തിന് സോവിയറ്റ് സഹായം നല്കണമെന്ന് ഇവരാവശ്യപ്പെട്ടു. ലെനിൻ ഇവരോട് നിങ്ങളുടെ കൂട്ടത്തിൽ തൊഴിലാളിവർഗ്ഗത്തിൽപെട്ട കുടുംബങ്ങളിൽ നിന്ന് എത്രപേരുണ്ട് എന്ന് ചോദിച്ചു. ചോദ്യം കേട്ട് തല ചൊറിഞ്ഞുനിന്ന ഇന്ത്യൻ വിപ്ലവകാരികൾ തൊഴിലാളി

വർഗ്ഗത്തിൽ നിന്നും ഒരാൾ മാത്രമേ ഞങ്ങളുടെ സംഘത്തിലുള്ളൂ എന്നും അത് ഞങ്ങളുടെ ഡ്രൈവർ ആണെന്നും മറുപടി പറഞ്ഞു. ലെനിൻ ആ ഡ്രൈവറെ കൂട്ടിക്കൊണ്ടുവരാൻ ആവശ്യപ്പെട്ടു. ഡ്രൈവർ മുറിയിലെത്തിയതോടെ ഇന്ത്യൻ വിപ്ലവകാരികളുടെ അഭിജാതസംഘത്തെ പാടേ അവഗണിച്ചു കൊണ്ട് ലെനിൻ ആ ഡ്രൈവറുമായി ഇന്ത്യൻ രാഷ്ട്രീയസാഹചര്യത്തെപ്പറ്റി ദീർഘസംഭാഷണത്തിലേർപ്പെട്ടു.

കൃത്യമായ ഫലസിദ്ധി ഉറപ്പുവരുത്താനാവുന്ന കമ്യൂണിസ്റ്റ് പ്രയോഗമാതൃകക്കാവശ്യം സാന്ദർഭിക ജല്പനങ്ങളല്ല. മറിച്ച് സാധാരണ ജനങ്ങളുമായുള്ള നിരന്തര സംവേദനവും, ഇടപെടലുമാണ്. ഇത് ഓരോ നിമിഷവും ജനങ്ങൾക്കൊപ്പം ജീവിക്കുന്ന, ഏത് സാഹചര്യത്തിലും ജനങ്ങൾക്ക് വിശ്വസിക്കാവുന്ന, ജനങ്ങളുമായി നിരന്തരം ബന്ധപ്പെടുന്ന ഒരു യഥാർത്ഥ കമ്യൂണിസ്റ്റിനു മാത്രമേ കഴിയൂ. ഇങ്ങിനെ ജീവിക്കുന്നൊരു കമ്യൂണിസ്റ്റിന്റെ ശക്തി ജനങ്ങൾ നല്കുന്ന സ്നേഹബഹുമാനങ്ങളാണ്. അങ്ങനെ വരുമ്പോൾ ഏറ്റവും നിർണ്ണായകമായൊരു സന്ദർഭത്തിൽ ജനങ്ങൾ തങ്ങളുടെ പ്രിയ സഖാവിനെ സ്നേഹത്തോടെ ഏറ്റെടുക്കുകയും ചെയ്യും. ഒരു ക്യാപിറ്റലിസ്റ്റ് സമൂഹത്തിൽ ഇങ്ങിനെ ജനങ്ങൾക്കൊപ്പം നില്ക്കുന്നൊരു കമ്യൂണിസ്റ്റിന്റെ ജീവിത്തിതനുമേൽ ഒരു പ്രത്യേകതരം വൈരുധ്യവും സംഘർഷവും പൊതിഞ്ഞുനില്ക്കും. പാവപ്പെട്ടവന്റെ ജീവിതത്തിൽ ആണ്ടുമുഴുകി വിപ്ലവകരമായ സഹനംകൊണ്ട് വിശുദ്ധീകരിക്കപ്പെടുന്ന പ്രവർത്തനങ്ങളും, വിപ്ലവപ്രവർത്തനമായി പരിഗണിക്കപ്പെടുന്ന യാന്ത്രിക പ്രവർത്തനങ്ങളും തമ്മിലുള്ള വൈരുധ്യവും സംഘർഷവുമാണിത്. യാന്ത്രികപ്രവർത്തനങ്ങൾ എപ്പോഴും വിപ്ലവപ്രയോഗമാതൃകയെ ദുഷിപ്പിക്കും.

അതുപോലെസാധാരണജനങ്ങൾക്ക്അപ്രാപ്യനുംഅപരിചിതനുമായി തുടരുകയും, പ്രസ്ഥാനത്തിനുള്ളിലെ സഖാക്കൾക്ക് മാത്രം സുപരിചിതനായിരിക്കുകയും ചെയ്യുന്ന കമ്യൂണിസ്റ്റ് കാഡർ വിപ്ലവപ്രസ്ഥാനം രൂപപ്പെടുത്തുന്ന കമ്യൂണിസ്റ്റ് പ്രയോഗമാതൃകക്കും, വിപ്ലവമാതൃകക്കും ഒരുപാട് ദോഷം ചെയ്യും. ഈ പ്രവർത്തനം ജനമനസ്സിലെ യഥാർത്ഥവസ്തുതകൾക്കും സാഹചര്യത്തിനും പകരം ഇടുങ്ങിയ താല്പര്യങ്ങൾക്ക് മാത്രം ചേരുന്ന അന്തരീക്ഷവും പ്രതീതിയും സൃഷ്ടിക്കും. ഉദ്ദേശിച്ച ഫലം കിട്ടാതെ അമ്പേ പാളിപ്പോകുന്ന കമ്യൂണിസ്റ്റ് പ്രയോഗ

മാതൃകകൾ പലതും പരിശോധിച്ചാൽ, അവയുടെ രൂപീകരണ ഘട്ടങ്ങളിൽ തന്നെ ഇത്തരക്കാരുടെ സാന്നിധ്യവും, സ്വാധീനവും ഉണ്ടായിരുന്നതായി തിരിച്ചറിയാവുന്നതാണ്.

ഇത്തരമൊരു മുതലാളിത്ത സമൂഹത്തിൽ ജീവിക്കുന്ന ഒരു കമ്യൂണിസ്റ്റ്, ഒരേസമയം സാധാരണക്കാരന്റെ ജീവിതത്തിൽ പങ്കാളിയാവുകയും വിമതസ്വരം കേൾപ്പിക്കുന്ന കാഴ്ചപ്പാടും, പതിവും നിലനിർത്തുകയും വേണം. ഈയൊരു ഉത്തരവാദിത്വം നിർവഹിക്കാൻ പൊതുജീവിതമെന്നും സ്വകാര്യജീവിതമെന്നും കൃത്യമായി വേർതിരിക്കാൻ കഴിയുന്ന ഇരട്ടജീവിതങ്ങളുടെ ഉടമകൾക്ക് സാധിക്കില്ല. ഇങ്ങിനെ വേർതിരിക്കാനാവുന്ന ഇരട്ടജീവിതം നയിക്കുന്ന ഒരാളെ കമ്യൂണിസ്റ്റായി കരുതി പരിഗണന നല്കാനാവില്ല. പ്രസ്ഥാനത്തിനുള്ളിൽ എത്ര തന്നെ ഉന്നതരായിരുന്നാലും; ജനങ്ങളുടെ നിത്യജീവിതത്തിൽ നിന്നും ജനമനസ്സുകളിൽ നിന്നും അത്തരം ആളുകൾ അകന്നുകൊണ്ടേയിരിക്കും.

ഒരു മതുലാളിത്ത സമൂഹത്തിലെ ജനജീവിതവുമായി നിരന്തരം ബന്ധപ്പെടുന്നൊരു കമ്യൂണിസ്റ്റിന് നേരിടേണ്ടിവരുന്ന പ്രശ്നങ്ങളും, ഇന്ത്യയിലെ കമ്യൂണിസ്റ്റ് പ്രസ്ഥാനം അഭിമുഖീകരിക്കുന്ന സമസ്യകളും ഒന്നിച്ചെടുത്താൽ ആഭ്യന്തരവും, രഹസ്യാത്മകവുമായൊരു തലം ഈ വിഷയത്തിൽ ഉൾപ്പെട്ടിട്ടുണ്ടാകാം. എങ്കിലും ഒരു കാര്യം തീർച്ചയാണ്. ഇന്ത്യയിലെ കമ്യൂണിസ്റ്റ് പ്രസ്ഥാനം ജാതിയുടേയും മറ്റ് സത്വപ്രതിനിധാനങ്ങളുടേയും ചോദ്യങ്ങൾക്ക് മറുപടി കണ്ടെത്തണം. അസാധാരണമായ വിധത്തിൽ അങ്ങേയറ്റം നിരാശരാവുന്ന സാമൂഹികവിഭാഗങ്ങളെ ഒന്നിപ്പിക്കാനാവുന്ന ഒരു രാഷ്ട്രീയ പ്രയോഗമാതൃക രൂപപ്പെടുത്തണം. സോഷ്യലിസ്റ്റ് ദർശനത്തേയും, കാഴ്ചപ്പാടിനേയും ആത്മാർത്ഥമായും, ആന്തരികവിശുദ്ധിയോടെയും സംരക്ഷിക്കണം. അതോടൊപ്പം സ്വന്തം കാഡർമാരടക്കം മുഴുവൻ ജനങ്ങളുടേയും സർഗ്ഗശേഷിയെ കെട്ടഴിച്ചുവിടുകയും ജനങ്ങളുടെ ജനാധിപത്യാവകാശങ്ങൾ കാത്തുസൂക്ഷിക്കുകയും വേണം. പാർടി കാഡർമാരിൽ നിരന്തരമായ തെറ്റുതിരുത്തൽ പ്രക്രിയ സജീവമായും, ഉദ്ദേശശുദ്ധിയോടെയും, ആത്മാർത്ഥതയോടെയും അത് നടക്കുന്നുവെന്ന് ഉറപ്പുവരുത്തണം. അഴിമതിയും, സ്വജനപക്ഷപാതവും താൻപ്രമാണിത്തവും ഒരിക്കലും വെച്ചുപൊറുപ്പിക്കരുത്. കരി

യറിസം കാഡർമാർക്കിടയിൽ നിന്നും പ്രത്യേകിച്ച് ചെറുപ്പക്കാരിൽനിന്നും തീർത്തും ഇല്ലാതാക്കുകയും വേണം.

ക്യാപിറ്റലിസ്റ്റ് സമൂഹത്തിൽ ഒരു കമ്യൂണിസ്റ്റിന്റെ ജീവിതമെന്നത് എന്നും പ്രസക്തമായൊരു വിഷയമാണ്. എങ്കിലും ക്ലാസ്സിക്കൽ മാർക്സിസ്റ്റ് രചനകളിൽ ഈ വിഷയം വേണ്ടത്ര പരിഗണിക്കപ്പെട്ടിട്ടില്ല. യൂറോപ്പിൽ വിപ്ലവം അടുത്തെത്തി എന്ന വ്യാമോഹത്തിൽ നിന്നും മാർക്സും, ലെനിനും മുക്തരാവുകയും കിഴക്കിന്റെ വിപ്ലവ സാധ്യതകളിലേക്ക് ശ്രദ്ധതിരിക്കുകയും ചെയ്തെങ്കിലും ക്യാപിറ്റലിസത്തിന്റെ നാളുകൾ എണ്ണപ്പെട്ടു എന്ന കാഴ്ചപ്പാട് അവരുപേക്ഷിച്ചിരുന്നില്ല. ഇത് ഏറെക്കാലമായി, ഏറെക്കുറെ ഇന്നുപോലും കമ്യൂണിസ്റ്റ് പ്രസ്ഥാനത്തിന്റെ പൊതുപ്രതീക്ഷയായി തുടരുകയും ചെയ്തുവെന്ന് ഓർക്കുക. ഈ പ്രതീക്ഷ ഇന്ന് കൂടുതൽ വിലപ്പെട്ടതും, പ്രസക്തവുമാണ്. എങ്കിൽ പോലും ക്യാപിറ്റലിസത്തിന്റെ അതിജീവനശേഷി ഒട്ടും കുറച്ചു കാണേണ്ടതില്ല. ക്യാപിറ്റലിസത്തിനെതിരെയുള്ള വർഗ്ഗസമരപോരാട്ടങ്ങളിൽ ഇന്ധനവും, നിർണ്ണായകമായ പ്രഹരശേഷിയും സംഭരിക്കണമെങ്കിൽ ക്യാപിറ്റലിസ്റ്റ് സമൂഹത്തിൽ ജീവിക്കുന്ന ഒരു കമ്യൂണിസ്റ്റ് കാഡർ ജനങ്ങളുടെ നിത്യജീവിതത്തിൽ നിരന്തരം സ്നേഹത്തോടെ ഇടപെടണം. ജനജീവിതത്തിന്റെ സങ്കീർണ്ണതകളെ ഉൾക്കൊള്ളണം. ഒപ്പം അതിന്റെ ഒത്തുതീർപ്പുകളിൽ ആവശ്യമായി വരുന്ന അഴുക്കുകളോട് എതിരായി പോരാട്ടം തുടരുന്നതെങ്ങിനെ എന്ന ചോദ്യത്തെ വിജയകരമായി അഭിമുഖീകരിക്കാനും അയാൾക്ക് കഴിയണം.

പരിഭാഷ: അഭി. ഡി.കെ.

●

ഇടതുപക്ഷം എന്തുചെയ്യണം

എന്തുകൊണ്ട് ഇടതുപക്ഷം?
ഇന്ത്യൻ ജനാധിപത്യം തന്നെ ഒരു 'സാമൂഹ്യപരിവർത്തനത്തി'ന്റെ ഉൽപ്പന്നമാണ്.

കുറച്ചു കാലമായി ഇന്ത്യയിൽ സുപ്രധാനമായ ഒരു മാറ്റം സംഭവിച്ചുകൊണ്ടിരിക്കുന്നു. സഹസ്രാബ്ദങ്ങളായി തൊട്ടുകൂടായ്മയും തീണ്ടിക്കൂടായ്മയും നിലനിൽക്കുന്ന, ലോകത്തൊരിടത്തും കാണാത്ത അസാധാരണമായ തരത്തിലുള്ള അടിച്ചമർത്തൽ നിലനിൽക്കുന്ന, ഒരുതരം പൗരോഹിത്യവാഴ്ചയുടെ സ്വഭാവമുള്ള സമൂഹമാണ് നമ്മുടേത്. തികച്ചും കാടത്തം നിറഞ്ഞ, തൊട്ടുകൂടായ്മയും കണ്ടുകൂടായ്മയുമൊക്കെ ഇരുപതാം നൂറ്റാണ്ടിന്റെ ആദ്യ ദശകങ്ങൾവരെ നിലനിന്നിരുന്നു എന്ന വസ്തുത, സഹസ്രാബ്ദങ്ങളായി നമ്മുടെ സമൂഹത്തിൽ സ്ഥാപനവൽക്കരിപ്പെട്ടിരിക്കുന്ന അടിച്ചമർത്തലിന്റെ ദൃഷ്ടാന്തമാണ്. 1951–52 കാലത്തു പോലും യാഥാർത്ഥ്യം ഇതായിരിക്കെ, നമുക്ക് സാർവ്വത്രികമായ പ്രായപൂർത്തി വോട്ടവകാശമുണ്ടായി. നമുക്ക് നിയമപരമായ തുല്യത ഉറപ്പുവരുത്തുന്ന ഒരു ഭരണഘടനയുണ്ടായി. ഏതു തരത്തിലുള്ള സാമൂഹ്യ -

രാഷ്ട്രീയ വിവേചനവും ശിക്ഷാർഹമായ കുറ്റമായി കണക്കാക്കപ്പെട്ടു. നിയമപരവും രാഷ്ട്രീയപരവുമായ സ്വാതന്ത്ര്യവും അവകാശവും അനുവദിക്കപ്പെടുന്ന ഒരു ആധുനികസമൂഹത്തിലേക്ക് നാം മാറിയത്, സ്ഥാപനവൽക്കരിക്കപ്പെട്ട അസമത്വം നിലനിന്നിരുന്ന ഒരു സമൂഹത്തിൽ നിന്നാണ് എന്നത്, ചരിത്രത്തിൽ ഇതിനു മുൻപു കാണാൻ കഴിയാത്ത ജനാധിപത്യ വിപ്ലവമായി നിലകൊള്ളുന്നു. ഇത് ഇരുപതാംനൂറ്റാണ്ടിലെ ശ്രദ്ധേയമായ സാമൂഹ്യപരിവർത്തനമാണ്. ഈ പരിവർത്തനം നമ്മുടെ കൺമുമ്പിലാണ് നടന്നതെങ്കിലും പലപ്പോഴും നാമതിന്റെ പ്രസക്തിയെക്കുറിച്ച് ബോധവാന്മാരാകാറില്ല. എന്നാൽ, ലോകചരിത്രത്തിലൊരിടത്തും സമാനമായ ഒരു സാമൂഹ്യമാറ്റം ഉണ്ടായതായി കാണാൻ കഴിയില്ല. അതുകൊണ്ടുതന്നെ, ഈ ജനാധിപത്യവിപ്ലവത്തിന്റെ പ്രാധാന്യം നാം ഒരിക്കലും ചെറുതായി കാണേണ്ട കാര്യമില്ല.

എന്നാൽ ഈ വിപ്ലവം സംഭാവ്യമായത് ആരുടെയും ഔദാര്യം കൊണ്ടോ കാരുണ്യം കൊണ്ടോ അല്ല. ഒരു വ്യക്തിയുടെയും ജ്ഞാനോദയം കൊണ്ടുമല്ല. മറിച്ച്, 20-ാം നൂറ്റാണ്ടിൽ ലോകമെമ്പാടും അലയടിച്ച ഫ്യൂഡൽ വിരുദ്ധ - കൊളോണിയൽ വിരുദ്ധ പോരാട്ടങ്ങളുടെ ഫലമായിട്ടായിരുന്നു. ഈ പോരാട്ടങ്ങൾ സുവിദിതമാണുതാനും. രാജ്യത്തെ വിവിധ ജനവിഭാഗങ്ങളെ ഈ കൊളോണിയൽ വിരുദ്ധ പോരാട്ടങ്ങളിലേക്ക് അണിചേർത്തു എന്നത് അതിന്റെ വിജയത്തിനാധാരമായ പ്രധാനപ്പെട്ട ഒരു കാര്യമാണ്. അവരെ അണിചേർത്തതാകട്ടെ, എല്ലാവർക്കും തുല്യത എന്ന അവിതർക്കിതമായ സാമൂഹ്യകരാറിന്റെ വ്യവസ്ഥയിന്മേലും. സമത്വം എന്ന മുദ്രാവാക്യം ഉണ്ടായിരുന്നില്ല എങ്കിൽ, കൊളോണിയൽ വിരുദ്ധ പോരാട്ടത്തിന്റെ ഔന്നത്യം വൻതോതിൽ കുറയുമായിരുന്നു എന്ന കാര്യത്തിൽ സംശയമൊന്നുമില്ല. എന്നാൽ, ഞാൻ പറഞ്ഞു വരുന്നത്, രാഷ്ട്രീയമുന്നേറ്റത്തെക്കുറിച്ചു മാത്രമല്ല. അതോടൊപ്പം തന്നെ ഒരു സാമൂഹ്യ മുന്നേറ്റവും ഉണ്ടായിരുന്നു എന്നാണ്. അവ രണ്ടും വ്യത്യസ്തങ്ങളായിരുന്നു എന്ന് ചില സന്ദർങ്ങളിൽ തോന്നിയിരുന്നു. ഉദാഹരണത്തിന്, അംബേദ്കർ, ജ്യോതിറാവു ഫൂലേ, പെരിയാർ തുടങ്ങിയവരുടെ പ്രസ്ഥാനങ്ങളൊക്കെ, വലിയ സാമൂഹ്യ മുന്നേറ്റങ്ങളായിരുന്നു. പലപ്പോഴും അവ കൊളോണിയൽ വിരുദ്ധ രാഷ്ട്രീയ പോരാട്ടങ്ങളിൽ

നിന്നും അകലം പാലിച്ചിരുന്നു. എന്നിരുന്നാലും ഈ രണ്ട് മുന്നേറ്റങ്ങളും അന്യോന്യം, വളരെയടുത്ത് ബന്ധപ്പെട്ടതായിരുന്നു. ഇരുപതാം നൂറ്റാണ്ടിനെ ശ്രദ്ധേയമാക്കിയ, നമ്മുടെ രാജ്യം മുൻപൊരിക്കലും ദർശിക്കാത്ത, ജനാധിപത്യ സാമൂഹ്യ പരിവർത്തനം, ഈ മുന്നേറ്റത്തിന്റെ ഭാഗമായിരുന്നു എന്നാണ് ഞാൻ പറഞ്ഞത്.

ആ മാറ്റത്തിന്റെ പിന്നിലെ ചാലകശക്തി ഇടതുപക്ഷമാണ്. ഇന്ത്യൻ ഇടതുപക്ഷം, തീർച്ചയായും ഈ മുന്നേറ്റത്തിൽ പ്രധാന പങ്കാളികളായിരുന്നു. വാസ്തവത്തിൽ ഈ പോരാട്ടങ്ങളുടെ അരങ്ങും പോർക്കളവും ഒക്കെ നിറഞ്ഞു നിന്നിരുന്നത് ഇടതുപക്ഷമായിരുന്നു. എ.കെ.ജിയുടെ നേതൃത്വത്തിലുള്ള ക്ഷേത്രപ്രവേശന സമരം, കോൺഗ്രസ്സിനകത്തെ സോഷ്യലിസ്റ്റ് വിഭാഗത്തിന്റെയും പിന്നീട് കമ്മ്യൂണിസ്റ്റ്പാർട്ടിയുടെയും രൂപീകരണം തുടങ്ങിയവ ഇരുപതാം നൂറ്റാണ്ടിലെ ഈ മുന്നേറ്റത്തിന്റെ ഭാഗമായിരുന്നു. ഈ ജനാധിപത്യ വിപ്ലവം, കേവലമായ ഒരു സംഭവം മാത്രമല്ല. അതൊരു വെല്ലുവിളി കൂടിയായിരുന്നു. കാരണം, പിന്നോട്ടടി സംഭവിക്കാതിരിക്കാൻ സാമൂഹ്യമാറ്റത്തെ മുന്നോട്ടു കൊണ്ടുപോകേണ്ടതുണ്ടായിരുന്നു. ഈ ജനാധിപത്യ വിപ്ലവത്തെ പിന്നോട്ടടിപ്പിക്കാൻ ശ്രമിക്കുന്ന ശക്തികൾ അതിശക്തരാണ് എന്ന വസ്തുത തന്നെ, വിപ്ലവത്തെ മുന്നോട്ടുകൊണ്ടുപോകുന്നതിന്റെ പ്രാധാന്യം വർദ്ധിപ്പിക്കുന്നുണ്ട്. അതിനൊരിക്കലും നിശ്ചലമാകാൻ കഴിയില്ല. അതു കൊണ്ടു തന്നെ എല്ലാ കരുത്തോടെയും സ്ഥാപനവൽക്കരിക്കപ്പെട്ട അസമത്വം പുനരാനയിക്കപ്പെടും. അടിച്ചമർത്തപ്പെട്ടവരും അസ്പൃശ്യരും പ്രാന്തവൽക്കരിക്കപ്പെട്ടവരും തൊഴിലാളികളും നമ്മുടെ സമൂഹത്തിൽ കൈവരിച്ച സാമൂഹ്യ-സാമ്പത്തിക ശാക്തീകരണം ദുർബ്ബലപ്പെടും. അതായത്, നാം വളർത്തിയെടുത്ത ജനാധിപത്യവിപ്ലവം ഒന്നുകിൽ മുന്നോട്ടു പോവുകയോ അല്ലെങ്കിൽ തികച്ചും പിന്നോട്ടടിക്കപ്പെടുകയോ ചെയ്യുന്ന ഒരു സ്ഥിതി വിശേഷമാണ് നമ്മൾ നേരിടുന്നതെന്നർത്ഥം.

ജനാധിപത്യമുന്നേറ്റത്തെ പിറകോട്ടുവലിക്കാൻ ശ്രമിക്കുന്ന ശക്തികളേതൊക്കെയെന്ന് നമുക്ക് നോക്കാം. തീർച്ചയായും ഇന്ത്യയിലെ ഭൂരിഭാഗം പ്രദേശങ്ങളിലും ഭൂപ്രഭുത്വം, ജാതി വ്യത്യാസം തുടങ്ങിയ പഴയ, ജീർണ്ണിച്ച സാമൂഹ്യ വ്യവസ്ഥ ഇന്നും തുടരുന്നുണ്ട്. കേരളത്തിൽ നടപ്പിലാക്കിയതുപോലെ

ഭൂപരിഷ്ക്കരണം മറ്റെങ്ങും നടപ്പാക്കിയിട്ടില്ല. ഇന്ത്യയിലെ ഗ്രാമങ്ങളിൽ, ഇന്നും, ഉയർന്ന ജാതിയുടെ - ഭൂപ്രഭുവർഗ്ഗത്തിന്റെ - സാമൂഹ്യ നിയന്ത്രണം അവസാനിച്ചിട്ടില്ല. പഴയ ജാതി മേൽക്കോയ്മയും ഭൂപ്രഭുത്വവും തുടരുക തന്നെയാണ്. ജനാധിപത്യ വിപ്ലവത്തിനുള്ള വലിയ ഭീഷണിയായി, ഇന്ത്യയുടെ വലിയ പ്രദേശത്ത് ഇത് തുടരുകയാണ്. വാസ്തവത്തിൽ, ഭൂപരിഷ്കരണം നടപ്പാക്കപ്പെട്ടിട്ടുള്ള, പഴയകാല ഭൂപ്രഭുത്വം അവസാനിപ്പിക്കപ്പെട്ടിട്ടുള്ള, ഭൂമി കേന്ദ്രീകരണം വലിയ അളവിൽ തകർക്കപ്പെട്ടിട്ടുള്ള കേരളത്തിൽപോലും ജാതിമേധാവിത്വവും ജാതിവ്യത്യാസങ്ങളും ഇപ്പോഴും നിലനിൽക്കുന്നുണ്ട്. ഭൂപരിഷ്ക്കരണം നടപ്പാക്കിയതു മൂലം വലിയ തോതിൽ അവസാനിപ്പിക്കപ്പെട്ട അസമത്വം, സ്ഥാപനവൽക്കരിക്കപ്പെട്ട രീതിയിലല്ലെങ്കിലും, ഇപ്പോഴും ഇവിടുത്തെ സാമൂഹ്യവ്യവസ്ഥയിൽ നിലനിൽക്കുന്നുണ്ട്. അതായത്, ജനാധിപത്യത്തെ പിന്നോട്ടടിപ്പിക്കാൻ ശ്രമിക്കുന്ന എല്ലാ പഴയ ശക്തികൾക്കുമൊപ്പം ഒരു പുതിയ ശക്തികൂടി ഇപ്പോൾ രംഗത്തുവന്നിരിക്കുന്നു. വർത്തമാനകാല പരിതസ്ഥിതിയുടെ പ്രാധാന്യവും അതു തന്നെയാണ്.

ചരിത്രപരമായി, ലോകത്താകെ പഴയ വ്യവസ്ഥകൾ തകർത്തെറിയുന്നതിൽ, ബൂർഷ്വാസി വളരെ പ്രധാനപ്പെട്ട പങ്കുവഹിച്ചിട്ടുണ്ട്. ഫ്രഞ്ച് വിപ്ലവം ചെയ്തത് അതാണ്. അവിടെ ബൂർഷ്വാസി, ഭൂപ്രഭുക്കളുടെ അധികാരം തകർക്കുകയായിരുന്നു. അത് പഴയ വ്യവസ്ഥയെ തകർത്തു. പഴയ പൗരോഹിത്യവും ഫ്യൂഡൽ വ്യവസ്ഥയും തകർന്നതിനുശേഷം പുതിയ ഒരു ബൂർഷ്വാസമൂഹം ഉയർന്നുവന്നു. അതിന്, അവിതർക്കിതമായും അടിച്ചമർത്തലിന്റെ സ്വഭാവമുണ്ടായിരുന്നു എങ്കിലും, ഒരു പരിധിവരെ, നിയമപരമായ തുല്യത അത് ഉറപ്പുവരുത്തി. എന്നാൽ, ഇന്ത്യയിൽ നമ്മൾ കാണുന്നതെന്താണ്? ഇന്ത്യൻ സ്വാതന്ത്ര്യസമരത്തിലും കൊളോണിയൽ വിരുദ്ധ പോരാട്ടത്തിലും ജനാധിപത്യവിപ്ലവം മുന്നോട്ടുകൊണ്ടുപോകുന്നതിലും വലിയ പങ്കുവഹിച്ച ബൂർഷ്വാസി, ഇന്ന് തികച്ചും വ്യത്യസ്തമായ ജോലിയാണ് നിർവഹിച്ചുകൊണ്ടിരിക്കുന്നത്.

ഇന്ത്യൻ ബൂർഷ്വാസി സന്ധി ചെയ്യാനാണ് താൽപ്പര്യം കാണിച്ചത് സ്വാതന്ത്ര്യാനന്തര കാലഘട്ടത്തിലെ ആദ്യനാളുകളിൽ തന്നെ, ഇന്ത്യൻ ബൂർഷ്വാസി, ഭൂപ്രഭുത്വവുമായി സന്ധി ചെയ്തു. ഭൂപരിഷ്ക്കരണം നടപ്പാക്കപ്പെട്ടില്ല. ഭൂമി കേന്ദ്രീക

രണം അതേപടി നിലനിന്നു. മാത്രവുമല്ല, സാമ്രാജ്യത്വവുമായും അവർ സന്ധിചെയ്തു. നവലിബറൽ പരിഷ്ക്കാരങ്ങൾക്കു കീഴിൽ ഇത് കൂടുതൽ ശക്തിപ്പെടുകയും സാമ്രാജ്യത്വവുമായി കൂടുതൽ ഉദ്ഗ്രഥിക്കപ്പെടുകയും ചെയ്തു. അമേരിക്കയുമായും ഇസ്രായേലുമായും തന്ത്രപരമായ സഖ്യം സ്ഥാപിക്കുന്നതിൽ വരെ ഇത് എത്തിനിൽക്കുന്നു. ഭൂപ്രഭുത്വത്തിനും കോളനിവൽക്കരണത്തിനും സാമ്രാജ്യത്വത്തിനും എതിരെയുള്ള ജനകീയ പോരാട്ടത്തിന്റെ ഭാഗമായിരുന്നു മുൻപ് ബൂർഷ്വാസി എങ്കിൽ, ഇന്ന് അവർ തികച്ചും മലക്കം മറിഞ്ഞിരിക്കുന്നു. ഇന്ന് അവർ സാമ്രാജ്യത്വവുമായും, പ്രത്യേകിച്ച് അമേരിക്കൻ സാമ്രാജ്യത്വവുമായും, അന്താരാഷ്ട്ര ധനമൂലധനവുമായും കൂടുതൽ ഇഴുകി ചേർന്നിരിക്കുന്നു. ഇതിന്റെ ഫലമായി, ഇന്ത്യൻ സമൂഹത്തിൽ ഇന്ന് വലിയ ഒരു വിടവ് ദൃശ്യമാണ്. ഇതിന്റെ ഒരു ഭാഗത്ത്, സാധാരണ ജനങ്ങളും മറുഭാഗത്ത് ബൂർഷ്വാസിയും അതിന്റെ സാമ്പത്തിക താല്പര്യങ്ങളുമാണുള്ളത്

നവലിബറലിസം ദാരിദ്ര്യം തീവ്രമാക്കുന്നതെങ്ങനെ...?

ഇന്ത്യൻ സമൂഹത്തിൽ ഈ വിടവ് പ്രകടമാകുന്നത് വലിയ സാമ്പത്തിക അന്തരങ്ങളിലൂടെയാണ്. നൂറുകണക്കിന് കാര്യങ്ങളിൽ, ഇന്ത്യയിലെ ജനങ്ങളും ബൂർഷ്വാസിയും തമ്മിലുള്ള ഈ വിടവ്, നമ്മുടെ കൺമുന്നിൽ തെളിയുന്നുണ്ട്. ഇന്നു രാവിലെ, ടെലിവിഷനിൽ, ഞാൻ ഒരു പരസ്യം ശ്രദ്ധിക്കുകയുണ്ടായി. എയ്റോബിക്സ് ക്ലാസ്സിൽ, പരിശീലക പ്രധാന വാർത്തകൾ പഠിതാക്കളെ അറിയിക്കുകയാണ്. മിസ് ഇന്ത്യ മിസ്‌വേൾഡായി, സെൻസെക്സ് കുതിച്ചുകയറി, ഇന്ത്യ സാറ്റലൈറ്റ് വിക്ഷേപിച്ചു എന്നിങ്ങനെ. സാധാരണ ജനങ്ങളുടെ ജീവിതവുമായി യാതൊരു ബന്ധവുമില്ലാത്ത കാര്യങ്ങളാണ്, മാധ്യമങ്ങളുടെയും ബൂർഷ്വാസിയുടെയും ദൃഷ്ടിയിൽ ഏറ്റവും പ്രധാനവാർത്ത. വാസ്തവത്തിൽ, ഇന്ത്യൻ ബൂർഷ്വാസിയുടെയും ഇന്ത്യയിലെ ജനങ്ങളുടെയും മുൻഗണനകളിലും അഭിപ്രായങ്ങളിലും ഉയർന്നുവന്നിട്ടുള്ള വലിയ വ്യത്യാസത്തിന്റെ പ്രതീകമായി ഇതിനെ നമുക്ക് കാണാവുന്നതാണ്. ഇന്ത്യൻ സമൂഹത്തിൽ ഉടലെടുത്തിട്ടുള്ള ഈ പിളർപ്പ് വളരെ വലുതും പ്രകടവുമാണ്.

ഈ കാലത്തുതന്നെയാണ്, നിത്യേനയെന്നോണം, രാജ്യത്തുണ്ടായിക്കൊണ്ടിരിക്കുന്ന 'വളർച്ച'യെക്കുറിച്ച്, വലിയ പ്രഖ്യാപന

ങ്ങളുണ്ടാവുന്നത്. വാസ്തവത്തിൽ, പ്രധാനമന്ത്രിയോ ധനകാര്യ മന്ത്രിയോ അവരുടെ ഉപദേശകരോ, ആസൂത്രണ കമ്മീഷൻ ഡെപ്യൂട്ടിചെയർമാനോ, 9-10% വളർച്ചയെക്കുറിച്ച് സംസാരി ക്കാത്ത ഒരു ദിവസവും കടന്നു പോകുന്നില്ല. എന്നാൽ, മഹ ത്തായ ഈ വളർച്ച ആഘോഷിപ്പിക്കപ്പെടുന്ന സന്ദർഭത്തിൽ തന്നെ, സമകാലീന ഇന്ത്യയുടെ വലിയവിഭാഗം ജനതയുടെ ജീവിത നിലവാരം അങ്ങേയറ്റം വഷളായിക്കൊണ്ടിരിക്കുക യാണ്. അങ്ങേയറ്റം എന്നത് ഞാൻ അടിവരയിട്ടു പറയുന്നു.

രാജ്യത്തെ ജനങ്ങളുടെ ജീവിതനിലവാരത്തിന്റെ ഏറ്റവും പൊതുവായ സൂചികയായി കണക്കാക്കപ്പെടുന്നത്, അവർക്ക് ലഭ്യമാകുന്ന ഭക്ഷ്യധാന്യത്തിന്റെ അളവാണ്. പ്രതിശീർഷ യഥാർത്ഥ വരുമാനവും പ്രതിശീർഷ ധാന്യഉപഭോഗവും വളരെ അടുത്ത് ബന്ധപ്പെട്ടിരിക്കുന്ന രണ്ടു കാര്യങ്ങളാണ്. അതു കൊണ്ടുതന്നെ, പ്രതിശീർഷധാന്യ ഉപഭോഗം വളരെ പ്രധാ നപ്പെട്ട ഒരു സൂചികയാണ്. കോളനിവൽക്കരണകാലത്ത്, പ്ര തിശീർഷ ധാന്യ ഉപഭോഗം വളരെ കുറഞ്ഞിരുന്നു. യുദ്ധാവ സാനത്തോടെ അത് 150 കിലോഗ്രാമിൽ താഴെയായി. വിഭജ നത്തോടെ അത് വീണ്ടും കുറഞ്ഞു. സ്വാതന്ത്ര്യലബ്ധിയുടെ സമയത്ത് അത് 136 കിലോഗ്രാമായി കുറഞ്ഞു. എന്നാൽ, സ്വാതന്ത്ര്യാനന്തര കാലഘട്ടത്തിൽ, ഗവൺമെന്റിന്റെ വലിയ ഇടപെടലിന്റെ ഫലമായി ആളോഹരി ഭക്ഷ്യധാന്യ ഉപഭോഗം ഉയർന്നു. 1980കളോടെ അത് 180 കിലോഗ്രാമിലെത്തി. എന്നാൽ, നവലിബറൽ പരിഷ്ക്കാരങ്ങളുടെ കടന്നുവരവോടെ ഈ നിരക്ക് മുരടിക്കുകയും തൊണ്ണൂറുകളുടെ അവസാനപാദത്തിൽ, വൻതോതിൽ ഇടിയുകയും ചെയ്തു. 2008ലെ കണക്കനുസ രിച്ച്, ഇന്ത്യയിലെ പ്രതിശീർഷധാന്യ ഉപഭോഗനിരക്ക്, 1953നു ശേഷമുള്ള ഏറ്റവും കുറഞ്ഞ നിരക്കാണ്. മറ്റൊരുവിധത്തിൽ പ റഞ്ഞാൽ, 1953നു ശേഷം ധാന്യഉപഭോഗം ഉയരുകയും പിന്നീട് കുറയുകയും ചെയ്യുന്നു എന്നർത്ഥം. ബഹുഭൂരിപക്ഷം ഇന്ത്യ ക്കാരും ദരിദ്രവൽക്കരിക്കപ്പെട്ടുകൊണ്ടിരിക്കയാണ് എന്നാണ്, ഭക്ഷ്യധാന്യ ഉപഭോഗത്തിലെ തകർച്ച സൂചിപ്പിക്കുന്നത്. ഇത്, എത്രത്തോളമുണ്ടെന്ന് മറ്റുചില ഉദാഹരണങ്ങൾ വച്ച് നമുക്ക് പരിശോധിക്കാം.

നീണ്ട കാലമായി നമ്മുടെ രാജ്യത്തെ ആസൂത്രണ കമ്മീഷൻ, ദാരിദ്ര്യത്തെ നിർവ്വചിച്ചത്, ഗ്രാമങ്ങളിൽ, പ്രതിദിനം 2400 കലോ

റിയിൽ താഴെ ലഭ്യമാകുന്നവരെന്നും നഗരങ്ങളിൽ 2100 കലോറിയിൽ താഴെ ലഭിക്കുന്നവരെന്നുമാണ്. അതനുസരിച്ച്, 1994 -95ൽ പ്രതിദിനം 2400 കലോറിയിൽ കുറവ് ലഭ്യമായിരുന്നവർ 74.5% ആയിരുന്നു. ഇതിനർത്ഥം, ആസൂത്രണ കമ്മീഷൻ നിശ്ചയിച്ച മാനദണ്ഡമനുസരിച്ചു തന്നെ, ഇന്ത്യൻ ജനതയിൽ 74.5% പേർ ദരിദ്രരാണെന്നാണ്. ഒരു ദശകത്തിനുശേഷം, 2003 -04ൽ ഇത് 87 ശതമാനമായി വർദ്ധിച്ചു. നഗരങ്ങളിലാവട്ടെ ഈ രണ്ടു കാലയളവിലേക്കുള്ള നിരക്ക് യഥാക്രമം 57 ശതമാനവും 64 ശതമാനവുമായിരുന്നു. അപ്പോൾ ഇന്ത്യൻ ഗ്രാമങ്ങളിലെ മഹാഭൂരിപക്ഷം ജനങ്ങളും, നഗരങ്ങളിലെ ഭൂരിപക്ഷം ജനങ്ങളും ദരിദ്രരാണ് എന്നർത്ഥം. ഈ മാനദണ്ഡം വളരെ ഉയർന്നതാണ് എന്ന വാദമുയർത്തിയേക്കാം. എങ്കിൽ തന്നെയും ദരിദ്രവൽക്കരിക്കപ്പെടുന്നവരുടെ എണ്ണം, ദിനംപ്രതി, ഈ പ്രത്യേക ദശകങ്ങളിൽ കൂടിക്കൊണ്ടേയിരിക്കുകയാണ്. അതുകൊണ്ട്, നമ്മൾ ഉയർന്ന വളർച്ചാ നിരക്ക് ആഘോഷിക്കുന്ന അതേ കാലയളവിൽതന്നെ വലിയതോതിൽ, തികഞ്ഞ ദരിദ്രവൽക്കരണം നടന്നുകൊണ്ടിരിക്കുന്നു എന്ന യാഥാർത്ഥ്യം നിലനിൽക്കുന്നു. പ്രാകൃത മൂലധന സമാഹരണവും, കടുത്ത ചൂഷണവുമാണതിന്റെ മുഖമുദ്ര.

ഇതെന്തുകൊണ്ടാണ് സംഭവിക്കുന്നത്? അതിനുകാരണം, നമ്മൾ ഇന്നുകാണുന്ന വളർച്ച എന്ന പ്രിക്രിയ, ബഹുഭൂരിപക്ഷം ജനങ്ങളുടെയും വരുമാനത്തിൽ വലിയ ഇടിവുണ്ടാക്കുന്നു എന്നതാണ്. അല്ലെങ്കിൽ, മാർക്സ് ചൂണ്ടിക്കാട്ടിയ, പ്രാകൃത മൂലധനസഞ്ചയം നടക്കുന്നതിന്റെ ഫലമായി, കർഷകർ അവരുടെ ഭൂമിയിൽ നിന്ന് ആട്ടിയോടിക്കപ്പെടുന്നു. വ്യാപാരികളെ നിഷ്കാസിതരാക്കിക്കൊണ്ട് കോർപറേറ്റുകളുടെയും ബഹുരാഷ്ട്രകുത്തകകളുടെയും ചില്ലറവ്യാപാരശാലകൾ വരുന്നു. ചെറുകിട ഉല്പാദകരുടെ ഉല്പാദനച്ചെലവ് വൻ തോതിൽ വർദ്ധിക്കുകയും അതിന് ആനുപാതികമായ വില്പന വില ലഭിക്കാതെയും വരുന്നു. ഇത് അവരുടെ വരുമാനത്തിൽ വലിയ കുറവുണ്ടാക്കുന്നു. കർഷകർ, തൊഴിലാളികൾ, കൈവേലക്കാർ, മത്സ്യത്തൊഴിലാളികൾ, ചെറുകിട ഉല്പാദകർ തുടങ്ങി നിരവധി ജനവിഭാഗങ്ങളുടെ വരുമാനത്തിൽ ഇടുവുണ്ടാകുന്നു എന്നത് നവലിബറൽ നയങ്ങളുടെ അനിവാര്യമായ ഫലമാണ്. എന്തുകൊണ്ടത് അനിവാര്യമാകുന്നു? കാരണം, മുതലാളിത്തം,

സമ്പത്ത് കുന്നുകൂട്ടുന്നത് ഈ ജനവിഭാഗങ്ങളിൽ നിന്നാണ്.

മുതലാളിത്തം സമ്പത്ത് കുന്നുകൂട്ടുന്നത് ജനങ്ങളിൽ നിന്നാണ്

തൊഴിലാളികളെയും അദ്ധ്വാനിക്കുന്നവരെയും നിഷ്ക്കാസിതരാക്കി സമ്പത്ത് കുന്നുകൂട്ടുക എന്നത് മുതലാളിത്തത്തിന്റെ സഹജമായ സ്വഭാവമാണ്. ചരിത്രത്തിലുടനീളം അതു സംഭവിച്ചിട്ടുണ്ട്. ചെറുകിട ഉല്പാദകരുടെ പക്കലുള്ള ഉല്പാദനോപാധികൾ കൈയ്യടക്കുന്നതും മൂലധനത്തിന് താല്പര്യമുള്ള കാര്യമാണ്. സ്വാതന്ത്ര്യാനന്തര കാലഘട്ടത്തിൽ, ഒരുപരിധി വരെ, ഇത് നിയന്ത്രിച്ചു നിർത്തിയിരുന്നു. രാജ്യത്തെ കർഷകനെ സംരക്ഷിച്ചിരുന്നു. അതിനു കാരണം സ്വാതന്ത്ര്യസമരത്തിന്റെ ഒസ്യത്താണ്. 1930കളിലെ മാന്ദ്യത്തിന്റെ കാലത്ത് കർഷകർ കടുത്ത ദുരിതമനുഭവിച്ചു. തൽഫലമായി അവർ വലിയ സംഖ്യയിൽ സ്വാതന്ത്ര്യ സമരത്തിൽ പങ്കുചേർന്നു. സ്വാതന്ത്ര്യം അവർക്ക് വലിയ നേട്ടങ്ങൾ ഉണ്ടാക്കാൻ പോകുന്നുവെന്നും നല്ല നാളെകൾ അവരെ കാത്തിരിക്കുന്നു എന്നതുമായിരുന്നു അതിനുള്ള ഉപാധി. തീർച്ചയായും, ലോകകമ്പോളത്തിലെ ചില വ്യതിയാനങ്ങളിൽ നിന്നും അവരെ സംരക്ഷിക്കുമെന്നും അവർക്ക് ഭരണകൂടത്തിന്റെ പിന്തുണ ഉണ്ടായിരിക്കുമെന്നും സ്വാതന്ത്ര്യം വാഗ്ദാനം നൽകിയിരിക്കുന്നു.

അതിന്റെ ഭാഗമായി, ഭരണകൂടം നൽകിയിരുന്ന നിരവധി സേവനങ്ങളുണ്ട്. 22 വിളകൾക്ക് കർഷകർക്ക് നൽകിയ ഉയർന്ന സംഭരണവില, കാർഷിക സബ്സിഡികൾ, ബാങ്ക് ദേശസാൽക്കരണത്തിന്റെ ഭാഗമായി വന്ന കാർഷിക വായ്പകൾ, ജലസേചനം, വൈദ്യുതി സബ്സിഡി തുടങ്ങി നിരവധി നടപടികൾ. അതേ പോലെതന്നെ, ടെക്സ്റ്റൈൽ മേഖലയിൽ മൂലധന ശക്തികൾക്ക് കല്പിച്ചിരുന്ന വിലക്ക്, സുഗന്ധവിള കർഷകരെ സംരക്ഷിക്കുന്നതിനായുള്ള ടീ ബോർഡ്, കോഫി ബോർഡ്, ഏലം ബോർഡ്, റബർ ബോർഡ് തുടങ്ങിയ സംവിധാനങ്ങളൊക്കെയും, കർഷകരെ സഹായിക്കാനും സംരക്ഷിക്കാനും ഉള്ളതായിരുന്നു. ചുരുക്കത്തിൽ, സ്വാതന്ത്ര്യാനന്തര കാലത്ത്, കർഷകരെയും ചെറുകിട ഉല്പാദകരെയും സഹായിക്കുന്നതിനും അവരെ നിഷ്ക്കാസിതരാക്കുന്ന തരത്തിലുള്ള മൂലധനത്തിന്റെ കടന്നുകയറ്റം തടയുന്നതിനുമുള്ള എല്ലാ നടപടികളും ഭരണ

കൂടം കൈകൊണ്ടു.

ഭരണകൂടം സാമൂഹിക കടമകൾ ഉപേക്ഷിക്കുന്നു. നവ ലിബറലിസത്തിലാവട്ടെ, ഭരണകൂടം ഈ നടപടിയനിന്നു പിന്മാറുകയാണ്. വിവധ ബോർഡുകളൊക്കെ ഏതാണ്ട് അടച്ചു പൂട്ടിക്കഴിഞ്ഞു. പ്രണബ് മുഖർജിയുടെ ബജറ്റ് പ്രകാരം, ക്യാഷ്സബ്സിഡി നൽകിക്കൊണ്ട്, പൊതുവിതരണ സമ്പ്രദായം നിർത്തലാക്കുകയാണ്. അതാണവരുടെ ലക്ഷ്യം. എന്തായാലും, ധാന്യസംഭരണം ഭരണകൂടം നിർത്തലാക്കുകയാണ്. അത് നവലിബറലിസത്തിന്റെ അജണ്ടയാണ്. ബഹുരാഷ്ട്ര കുത്തകകളും വിത്തുകമ്പനികളും കർഷകരുമായി നേരിട്ടു വിളകൾ ശേഖരിക്കുകയാണ്. എന്നാൽ, ലോക കമ്പോളത്തിൽ ധാന്യങ്ങളുടെ വില വൻതോതിൽ വർദ്ധിക്കുമ്പോഴും അതുമായി ഒരു തരത്തിലും താരതമ്യം ചെയ്യാൻ കഴിയാത്തത്ര തുച്ഛമായ വിലയാണ് കർഷകർക്ക് ലഭിക്കുന്നത്. സബ്സിഡികൾ പിൻവലിച്ചതിന്റെ ഫലമായി ഉല്പാദനച്ചെലവ് കൂടുകയാണ്. ചെലവ് താങ്ങാൻ കഴിയാത്തതുമൂലം, രണ്ടു ലക്ഷത്തിലധികം കർഷകർ, കഴിഞ്ഞ പത്തുവർഷം കൊണ്ട് ആത്മഹത്യ ചെയ്തു. ഇവിടെ, കൃഷിയും ചെറുകിട ഉല്പാദനവും വലിയ ആക്രമണത്തിനിരയാകുകയാണ്.

ഇന്ത്യയിലിപ്പോൾ പ്രാകൃത മൂലധന സഞ്ചയത്തിന്റെ അതിശക്തമായ പ്രക്രിയ നടന്നുകൊണ്ടിരിക്കുകയാണ്. പൊതു ആരോഗ്യസംവിധാനത്തിന്റെ പിന്മാറ്റവും ആരോഗ്യ - വിദ്യാഭ്യാസ മേഖലകളുടെ സ്വകാര്യവൽക്കരണവും മുഴുവൻ ജനങ്ങളിലും അമിതഭാരം അടിച്ചേല്പിക്കുകയാണ്. ഒരു ചെറുകിട കർഷകന് ഹൃദ്രോഗ ബാധയുണ്ടായാൽ സർക്കാർ ആശുപത്രിയിൽ ചികിത്സിക്കാൻ സംവിധാനമില്ല. കാരണം അത് നിർത്തലാക്കപ്പെട്ടിരിക്കുന്നു. അതിനർത്ഥം അയാൾ സ്വകാര്യ ആശുപത്രിയെ സമീപിക്കുക എന്നതാണ്. അതിനായി അയാൾ പണം കടം വാങ്ങുന്നു. കടംവാങ്ങിയ തുക തിരികെ നൽകാൻ നിവൃത്തിയില്ലാതെ വരുന്ന കർഷകൻ ആത്മഹത്യചെയ്യാൻ നിർബ്ബന്ധിതനാകുന്നു. ഇത്തരത്തിൽ, ചെറുകിട ഉല്പാദകരെ ആക്രമിക്കുന്ന നയങ്ങൾ, മൂലധന സഞ്ചയത്തിന് വഴിയൊരുക്കുന്നു. അതാണ് നാമിപ്പോൾ കണ്ടുകൊണ്ടിരുക്കുന്നത്.

നവലിബറൽ വളർച്ച തൊഴിൽ രഹിത വളർച്ചയാണ്

ചരിത്രപരമായി, ഇങ്ങിനെ തന്നെയാണ് സംഭവിച്ചിട്ടുള്ളത് എന്നുവേണമെങ്കിൽ വാദിക്കാം. അതിൽ വിഷമിക്കാനെന്തിരിക്കുന്നു എന്നും ചോദിക്കാം. മൂലധന സഞ്ചയ പ്രക്രിയയുടെ ഇരകളായി മാറുന്നവരെ വേണമെങ്കിൽ സംഘടിത മേഖലയിലെ ഉല്പാദനതൊഴിലാളികളാക്കിമാറ്റി, അവരെ തൊഴിലാളി വർഗ്ഗത്തിലേക്ക് ചേർക്കാമല്ലോ, അത് ചരിത്രപരമായ പ്രക്രിയയാണ് എന്നും പറയാം. എന്നാൽ സംഭവിക്കുന്നത് അതല്ലല്ലോ. 8-10% വളർച്ചാ നിരക്ക് എന്ന് എല്ലാവരും വിശേഷിപ്പിക്കുന്നത്, വാസ്തവത്തിൽ, തൊഴിൽ രഹിതവളർച്ചയാണ്. അപ്പോൾ, വലിയ അളവിൽ, ജനങ്ങളുടെ വരുമാനത്തിൽ കുറവുണ്ടാവുകയോ അവർ തൊഴിൽ നഷ്ടപ്പെട്ട്, തൊഴിൽ രഹിതസേനയിൽ ചേർക്കപ്പെടുകയോ ആണ് സംഭവിക്കുന്നത്. തൽഫലമായി അവർ ദരിദരവൽക്കരിക്കപ്പെടുന്നു. ഈ തൊഴിൽരഹിതസേന വളരുന്നതു കൊണ്ടുതന്നെ, സംഘടിത തൊഴിലാളി വർഗത്തിന്റെ വിലപേശൽ ശേഷി കുറയുന്നു. ട്രേഡ് യൂണിയനുകൾ ദുർബ്ബലപ്പെടുന്നു. തൊഴിലാളികളുടെ സ്ഥിതി കൂടുതൽ വഷളാകുന്നു. കർഷകരുടെ സ്ഥിതി വഷളാകുന്നു. ചെറുകിട ഉല്പാദകരുടെ സ്ഥിതി വഷളാകുന്നു. കർഷകതൊഴിലാളികളുടെ സ്ഥിതി വഷളാകുന്നു. ഇത് സംഭവിക്കുന്നത്, ഇന്ത്യ 8-10% വളർച്ച രേഖപ്പെടുത്തുമ്പോഴാണെന്നോർക്കണം. അതേസമയം നെടുകെ വിഭജിക്കപ്പെട്ട ഈ സമൂഹത്തിൽ, അതിസമ്പന്നമാകുന്നത് ഒരു ചെറിയ ന്യൂനപക്ഷമാണ്. അവർ, ആഗോള പൗരന്മാരാണ്. അവരാണ്, ഞാൻ മുൻപു പറഞ്ഞ, മിസ് ഇന്ത്യാ മിസ് വേൾഡായി എന്നും സെൻസെക്സ് വളർന്നു എന്നുമൊക്കെ പരസ്യപ്പെടുത്തുന്നത്. എന്നാൽ, മഹാഭൂരിപക്ഷം വരുന്ന യഥാർത്ഥ ഇന്ത്യ, കൂടുതൽ കൂടുതൽ മോശമായിക്കൊണ്ടിരിക്കുകയാണ്.

ജനാധിപത്യ വ്യവസ്ഥയേ തന്നെ അവർ അട്ടിമറിക്കുന്നു

ജനാധിപത്യ രാഷ്ട്രീയ സ്ഥാപനങ്ങളുമായി എങ്ങിനെയാണ് ഈ വ്യവസ്ഥ പൊരുത്തപ്പെടുക? തീർച്ചയായും പൊരുത്തപ്പെടില്ല. ആഴത്തിലുള്ള വിഭജനങ്ങൾ ഒരു സമൂഹത്തിൽ സംഭവിക്കുന്നു എങ്കിൽ, ജനാധിപത്യ രാഷ്ട്രീയ സ്ഥാപനങ്ങളുടെ നിലനില്പുമായി അതെങ്ങനെ പൊരുത്തപ്പെടും? ഒരർത്ഥത്തിൽ, ഈ ആഴമേറിയ വിടവ്, നൈതികമായി, ജനാധിപത്യ വിരുദ്ധമാണ്. അത്, ജനാധിപത്യത്തിന്റെ നിലനില്പ് തന്നെ ബുദ്ധിമുട്ടേറിയതാക്കുന്നു. ആയതിനാൽ, ഈ ജനാധി

പത്യം, കേവലം, നാട്യമായി മാറുന്നുവെന്നുറപ്പു വരുത്താൻ, പുതിയ പല രീതികളും ആവിഷ്ക്കരിക്കുകയും വികസിപ്പിക്കുകയും ചെയ്യേണ്ടതുണ്ട്. ഈ 'ജനാധിപത്യം,' അസമത്വം വിതയ്ക്കുന്ന വളർച്ചയെ തടസ്സപ്പെടുത്തുന്നില്ല എന്നുറപ്പു വരുത്തേണ്ടതുണ്ട്. അതിനെന്താണ് ചെയ്ക? ഞാനാദ്യം പറഞ്ഞുവച്ച, ജനാധിപത്യവിപ്ലവ പ്രക്രിയയുടെ പിന്മടക്കവും ജനങ്ങളുടെ അശാക്തീകരണവും തന്നെയാണതിന്റെ വഴി! തുടക്കത്തിലേ പറഞ്ഞതുപോലെ, ജനാധിപത്യവിപ്ലവത്തിന്റെ അതിശക്തമായ മുന്നേറ്റം ഇരുപതാം നൂറ്റാണ്ട് ദർശിച്ചിട്ടുണ്ട്. എന്നാൽ, ഇപ്പോൾ നമ്മൾ കാണുന്നത്, നവലിബറലിസത്തിൻ കീഴിൽ, പല വഴികളിലൂടെയുള്ള, ഈ ജനാധിപത്യ വിപ്ലവത്തിന്റെ പിന്മാറ്റമാണ്. എന്തൊക്കെയാണീ വഴികൾ?

ഒന്നുകിൽ നവലിബറലിസം അല്ലെങ്കിൽ വർഗ്ഗീയ ഫാസിസം!!

നമ്മുടെ ജനാധിപത്യവിപ്ലവത്തിന്റെ മുഖമുദ്ര, അതിന്റെ കൊളോണിയൽ വിരുദ്ധ പോരാട്ടമായിരുന്നു. ഒരു ബാഹ്യശക്തിയുടെയും ഇടപെടലില്ലാതെ, ഇന്ത്യൻ ജനതയുടെ ഭാഗധേയം, അവർതന്നെ നിർണ്ണയിച്ച, വിപ്ലവകരമായ പ്രക്രിയയായിരുന്നു അത്. എന്നാൽ ഇന്ന്, ഇന്ത്യൻ ഭരണകൂടം, അമേരിക്കൻ സാമ്രാജ്യത്വവുമായി ഒത്തുതീർപ്പിലെത്തുന്നു എന്നതു തന്നെ, ഈ ജനാധിപത്യ വിപ്ലവത്തിന്റെ പിന്നോട്ടടിയാണ് കാണിക്കുന്നത്. ഇതു മാത്രമല്ല, മറ്റു പല വഴികളിലൂടെയും ഈ പിന്മാറ്റം നടക്കുന്നുണ്ട്.

വർഗീയ ഫാസിസത്തിന്റെ ഉയർച്ചയാണ് മറ്റൊന്ന്. പോളിഷ് സാമ്പത്തിക ശാസ്ത്രജ്ഞൻ മിഖായേൽ കലെസ്കി, ഒരിക്കൽ പറഞ്ഞത്, നമ്മുടെ കാലത്തെ ഫാസിസം തുടലിൽ കിടക്കുന്ന നായയെപോലെയാണെന്നാണ്. ഇടയ്ക്ക് നിങ്ങൾക്ക് നായയെ തുടലൂരിവിടാം. അതിനർത്ഥം എല്ലാ ദുഷ്കൃത്യങ്ങളും അത് ചെയ്തുകൂട്ടുന്നു എന്നാണ്. അപ്പോൾ, നായ തുടലിലായിരിക്കുമ്പോഴും അത്, അഴിച്ചുവിടപ്പെടുമോ എന്ന ഭയം നിലനിൽക്കുന്നു എന്നാണ്. അതുകൊണ്ട്, ജനങ്ങൾ പൊതുവെ, 'നന്നായി' പെരുമാറും. നായയെ തുടലൂരി വിടരുതല്ലോ. ഇന്ന്, നമ്മുടെ രാജ്യത്ത് നിലനിൽക്കുന്ന വർഗീയ ഫാസിസവും ഇതുപോലെ തന്നെയാണ്. ഏത് നിമിഷവും വർഗീയ ലഹളകൾ പൊട്ടിപ്പുറപ്പെടാം; വർഗീയഫാസിസം തേരോട്ടം നടത്താം; അവർ അധികാരത്തിൽ വരാം; ഹിന്ദുത്വ ഭീകരവാദം കെട്ടഴിച്ചുവിടപ്പെടാം – ഈ സാധ്യതകളൊക്കെ നിലനിൽക്കുന്നു.

അതുകൊണ്ട്, തുടലിൽ കിടക്കുന്ന നായയെ തുടലൂരിവിടാതിരിക്കാൻ, ഇപ്പോഴെത്തെ സംവിധാനത്തെ, അതായത്, നവലിബറൽ സംവിധാനത്തെ പിന്തുണയ്ക്കുകയല്ലാതെ, നിങ്ങളുടെ മുൻപിൽ മറ്റു മാർഗമില്ല; അതെത്രതന്നെ മോശമായികൊള്ളട്ടെ. വർഗീയ ഫാസിസം എന്ന നായയെ തുടലിൽതന്നെ കിടത്തുന്നതിനു വേണ്ടി, നവലിബറൽ സംവിധാനമായ യുപിഎ സർക്കാറിനെ നിങ്ങൾ പിന്തുണയ്ക്കണം എന്നാണ് വാദം. ചുരുക്കത്തിൽ, വർഗീയ ഫാസിസം എന്ന ഭീഷണി ഉയർന്നു വന്നതോടെ, ജനങ്ങളുടെ മുൻപിൽ രണ്ടു വഴികൾ മാത്രമേ ശേഷിക്കുന്നുള്ളു - ഒന്ന് വർഗീയ ഫാസിസത്തിന്റേതും മറ്റൊന്ന് നവലിബറലിസത്തിന്റേതും. അതിന്റെ ഫലമായി, നവലിബറലിസം കൂടുതൽ സ്വീകാര്യമാവുന്നു.

വർഗീയഫാസിസത്തിന്റെ വളർച്ച, ആരെങ്കിലും പദ്ധതിയിട്ട് നടപ്പാക്കുന്നതാണെന്നല്ല ഞാൻ പറയുന്നത്. പക്ഷെ, തൊഴിലില്ലായ്മയും പട്ടിണിയും ദാരിദ്ര്യവും കഷ്ടപ്പാടുമെല്ലാം വർദ്ധിച്ചു വരുന്ന ഒരു സാഹചര്യത്തിൽ, ജനങ്ങൾ, തെറ്റായ വർഗീയ ബോധത്തിലേക്കു നയിക്കപ്പെടും. ജർമ്മനിയിൽ ഹിറ്റ്ലർ അധികാരത്തിൽ വന്നത് തൊഴിലില്ലായ്മയയുടെയും മാന്ദ്യത്തിന്റെയും പശ്ചാത്തലത്തിലാണ്. വൻ തോതിൽ തൊഴിലില്ലായ്മയും കഷ്ടപ്പാടും നിലനിൽക്കുന്ന ഒരു സാഹചര്യത്തിൽ, ഒരു സമുദായത്തെ മറ്റൊരു സമുദായത്തിനെതിരെ തിരിക്കുക എളുപ്പമാണ്. അതുകൊണ്ട്, വർഗീയ ഫാസിസം യാദൃശ്ചികമായി ഉയർന്നുവരുന്ന ഒരു പ്രവണതയാണ്. അതേസമയം, ജനങ്ങൾ ദുരിതമനുഭവിക്കാനിടയാക്കുന്ന നവലിബറൽ നയങ്ങളെ നിലനിർത്തുന്നതിൽ അത് വലിയ പങ്കുവഹിക്കുന്നു. ബൂർഷ്വാലിബറലിസത്തെ താങ്ങിനിർത്തുന്ന മറ്റൊരു രീതിയാണത്.

അരാഷ്ട്രീയവൽക്കരണം ഭരണകൂട അജണ്ടയാവുന്നു

ജനാധിപത്യ സംവിധാനങ്ങളെ ദുർബ്ബലപ്പെടുത്തുന്ന വ്യവസ്ഥാപിതമായ മാർഗ്ഗങ്ങളുമുണ്ട്. അടിയന്തിരവസ്ഥാ പ്രഖ്യാപനത്തിലൂടെ കോൺഗ്രസ് അതു ചെയ്തിട്ടുണ്ട്. ചഉഅ ഗവൺമെന്റിന്റെ കാലത്ത് ജസ്റ്റിസ്. വെങ്കിട ചെല്ലയ്യയുടെ നേതൃത്വത്തിൽ, ഭരണഘടനാ പരിഷ്ക്കരണ കമ്മീഷൻ രൂപീകരിച്ചുകൊണ്ട് ആഖജയും അതിനു ശ്രമിച്ചു. അതുകൂടാതെ പലതരം പരിഷ്ക്കാരങ്ങൾക്കും അവർ ശ്രമിച്ചു, ചിലർ പ്രസിഡൻഷ്യൽ രീതിയെക്കുറിച്ച് പറഞ്ഞു. മറ്റുചിലർ, പാർലമെന്റിനേക്കാൾ ശക്തമായ ഗുരുസഭയെക്കുറിച്ച് പറഞ്ഞു. ഒടുവിൽ പ്രസിഡന്റ്

K.R.നാരായണൻ ഇത്തരം ശ്രമങ്ങളെ തടഞ്ഞു. ഭരണഘടനയെ തൊട്ടുകളിക്കേണ്ട എന്നദ്ദേഹം അസന്ദിഗ്ധമായി പറഞ്ഞു. എങ്കിലും മറ്റു പല വഴികളിലൂടെ, ഇപ്പോഴും ജനങ്ങളുടെ ഇടപെടൽ നിയന്ത്രിക്കപ്പെടുന്നുണ്ട്.

ജുഡീഷ്യറി അതിലൊന്നാണ്. പണിമുടക്കുകൾ നിരോധിക്കുന്നു, ബന്ദ് നിരോധിക്കുന്നു, പാതയോര യോഗങ്ങൾ നിരോധിക്കുന്നു. അങ്ങനെ പലതും ജൂഡീഷ്യറി ചെയ്യുന്നുണ്ട്. പ്രകടനം നടത്തുന്നതിന് സമയനിയന്ത്രണം കൽക്കത്ത ഹൈക്കോടതി ഏർപ്പെടുത്തിയിട്ടുണ്ട്. മുൻപ്, ദൽഹിയിൽ, ലക്ഷങ്ങൾ പങ്കെടുത്ത ബോട്ട്ക്ലബ് റാലികൾ നടക്കാറുണ്ട്. ഇന്നവയില്ല. ചുരുക്കത്തിൽ, ഇത്തരം സംവിധാനങ്ങളിലൂടെ, ജനങ്ങളുടെ പ്രതിക്ഷേധവും ജനാധിപത്യ പ്രക്രിയയിലെ ഇടപെടൽ ശേഷിയും നിയന്ത്രിക്കുകയാണ് ചെയ്യുന്നത്. അങ്ങനെ, ജനങ്ങളെ അരാഷ്ട്രീയവൽക്കരിക്കുന്നു.

ധനമൂലധനത്തിന് കീഴടങ്ങൽ

അതുപോലെ തന്നെ, സ്ഥാപനപരമായ നിരവധി മാറ്റങ്ങളുണ്ട്. ഉദാഹരണത്തിന്, റിസർവ് ബാങ്കിനെ സ്വയംഭരണ സ്ഥാപനമാക്കുന്ന നടപടി. ഡോ.മൻമോഹൻ സിംഗ് ധനകാര്യമന്ത്രിയായിരുന്നപ്പോൾ ചെയ്ത ഒരു കാര്യം, റിസർവ് ബാങ്കിൽ നിന്നുള്ള സർക്കാറിന്റെ വായ്പയെടുക്കലിന് പരിധി നിശ്ചയിച്ചു എന്നതാണ്. അപ്പോൾ, കേന്ദ്രത്തിന് വായ്പയെടുക്കണമെങ്കിൽ കമ്പോളത്തെ സമീപിക്കണം. കമ്പോളത്തെ സമീപിക്കുക എന്നതിന്റെ അർത്ഥമെന്താണ്? കേന്ദ്രസർക്കാർ, വായ്പനൽകപ്പെടാൻ യോഗ്യമാണോ അല്ലയോ എന്ന് ഒരു കൂട്ടം ധനകാര്യസ്ഥാപനങ്ങൾ തീരുമാനിക്കും എന്നാണ്. മറ്റൊരർത്ഥത്തിൽ, ധനകാര്യ സ്ഥാപനങ്ങളുടെ കണ്ണിൽ, വായ്പാ യോഗ്യമായി നിലനിൽക്കുന്നതിന് ഉപയുക്തമായ നയങ്ങൾ സർക്കാറിന് നടപ്പാക്കേണ്ടിവരും. അതായത്, ഏതു നിലപാടുതറയിലിരുന്നോ സർക്കാർ തിരഞ്ഞെടുക്കപ്പെട്ടത്, ജനങ്ങൾക്കുവേണ്ടി എന്തെല്ലാം നല്ല കാര്യങ്ങൾ ചെയ്യാമെന്ന് വാഗ്ദാനം ചെയ്തിട്ടുണ്ടോ, അതൊന്നും വകവയ്ക്കാതെ, ധനമൂലധനം ആവശ്യപ്പെടുന്ന കാര്യങ്ങൾ ചെയ്തു കൊണ്ടിരിക്കുകയാണ് ഗവൺമെന്റ്. അധികാരത്തിൽ വരുന്നത് ഏത് ഗവൺമെന്റുമായിക്കൊള്ളട്ടെ, ധനമൂലധനത്തിന്റെ കണ്ണിൽ, അത് വായ്പായോഗ്യമായിരിക്കണം. അതിന്, അനുവദിക്കപ്പെട്ടിട്ടുള്ള ചില പരിധികൾക്കകത്തു നിൽക്കേണ്ടതുണ്ട്. ഇതാണ് സ്ഥാനപരമായ മാറ്റം എന്നു ഞാൻ

പറഞ്ഞത്. ഇത്തരത്തിൽ, ജനങ്ങൾക്ക്, തങ്ങളുടെ ഇച്ഛയ്ക്കനുസരിച്ചുള്ള ഒരു ഗവൺമെന്റിനെ തിരഞ്ഞെടുക്കാനുള്ള സാധ്യതകളെ പരിമിതപ്പെടുത്തുന്നതിന് പല വഴികളും ഉപയോഗിക്കപ്പെടുന്നുണ്ട്. ഇവ, വാസ്തവത്തിൽ നമ്മുടെ രാജ്യത്തെ ജനാധിപത്യവിപ്ലവത്തെ പരാജയപ്പെടുത്തുകയും പിന്നോട്ടടിപ്പിക്കുകയും ചെയ്യുന്നതിനുള്ള ഫലപ്രദമായ വഴികളാണ്.

വികസനം രാഷ്ട്രീയാതീതമാണോ?

തിരഞ്ഞെടുപ്പ് സാധ്യതതന്നെ ജനങ്ങൾക്ക് നിഷേധിക്കുന്ന മറ്റൊരു വഴിയുണ്ട്. അത് ഒരു മുദ്രാവാക്യമാണ്. കഴിഞ്ഞദിവസം ശ്രീ.എ.കെ. ആന്റണി അതു പറയുകയുണ്ടായി. വികസനം രാഷ്ട്രീയത്തിനതീതമായി കാണണമെന്ന്. എന്താണിതിന്റെ അർത്ഥം? എന്താണ് വികസനം? അദ്ദേഹം പറയുന്നതിതാണ്: മൻമോഹൻസിംഗ് ഗവൺമെന്റ് തുടർന്നു വരുന്നതും ജനങ്ങളിലടിച്ചേല്പിക്കുന്നതുമായ തന്ത്രമാണ് വികസനമെന്നും അത് രാഷ്ട്രീയത്തിനതീതമായി നിലനിർത്തേണ്ടതുണ്ടെന്നുമാണ്. അതിനെ വെല്ലുവിളിക്കാൻ പാടില്ല. എന്നാൽ യാഥാർത്ഥ്യം അതല്ല. രാഷ്ട്രീയത്തിനതീതമായി ഒന്നും നിലനിർത്തേണ്ട കാര്യമില്ല. കാരണം, രാഷ്ട്രീയം വർഗസമരത്തെ സംബന്ധിക്കുന്നതാണ്. അതുകൊണ്ട്, വികസനം രാഷ്ട്രീയത്തിനതീതമാണ് എന്നു പറയുക എന്നുവച്ചാൽ, പ്രാകൃതമൂലധന സഞ്ചയ പ്രക്രിയയ്ക്കു ചുറ്റും നമ്മൾ ഒരു അഭിപ്രായഐക്യം രൂപീകരിച്ചിട്ടുണ്ട് എന്നു പറയലാണ്. വളർച്ചാനിരക്കാവട്ടെ, ഈ പ്രാകൃത സഞ്ചയവുമായി ബന്ധപ്പെട്ടുമിരിക്കുന്നു.

ബൂർഷ്വാസി ഒരു പുരോഗമനശക്തി അല്ലാതാകുന്നു.

ഇത്തരത്തിൽ, നിരവധി ഉദാഹരണങ്ങൾ നിരത്തിപോകാം. മതബോധത്തിന്റെ പുനരുത്ഥാനം. മതം, വാസ്തവത്തിൽ, ഒരു സ്വകാര്യവിഷയമാണ്. സ്വന്തം മതവിശ്വാസം വച്ചു പുലർത്താനുള്ള അവകാശത്തെ എല്ലാവരും മാനിക്കുന്നുണ്ട്. എന്നാൽ, മതബോധം, യഥാർത്ഥത്തിൽ, പൊതുജീവിതത്തിലുള്ള, മതചര്യയുടെ മതാനുഷ്ഠാനത്തിന്റെ കടന്നുകയറ്റമാണ്. ഇത്, ജനങ്ങളെ തമ്മിൽ വേർപ്പെടുത്തുന്ന ഒരു പ്രക്രിയയാണ്. മാത്രമല്ല, അത് ജനങ്ങളെ അരാഷ്ട്രീയവൽക്കരിക്കുകയും ചെയ്യുന്നു. കാരണം, പൊതുജീവിതം, രാഷ്ട്രീയം നിലനിൽക്കുന്ന ഇടമാണ്. പൊതുജീവിതത്തെ മതബോധം ഏറ്റെടുത്താൽ പിന്നെ പൊതുജീവിതം അരാഷ്ട്രീയവൽക്കരിക്കപ്പെടുകയായിരിക്കും ഫലം.

ഇത്തരത്തിൽ, നമ്മുടെ ജനാധിപത്യവിപ്ലവം പിറകോട്ടുവലിക്കപ്പെടുന്നുവെന്നും ജനങ്ങൾ അരാഷ്ട്രീയവൽക്കരിക്കപ്പെടുന്നുവെന്നും അവർ നിർവികാരരും നിഷ്ക്രിയരുമാവുന്നു എന്നും ഉറപ്പുവരുത്തുന്നതിന് എത്രയോ വഴികളാണുപയോഗിക്കപ്പെടുന്നത്. ബൂർഷ്വാ ജനാധിപത്യം അങ്ങിനെയാണ് പ്രവർത്തിക്കുന്നത്. അമേരിക്കയിൽ, 25% ജനങ്ങൾ മാത്രമാണ് വോട്ടവകാശം വിനിയോഗിക്കുന്നത്. അത് വിനിയോഗിക്കപ്പെടുന്നതാവട്ടെ വളരെ രസകരമായ രീതിയിലാണ്. ആരാണ് സുമുഖൻ? കെന്നഡിയാണോ നിക്സനാണോ? കെന്നഡിയുടെ ഭാര്യയാണോ നിക്സന്റെ ഭാര്യയാണോ സുന്ദരി? ആരാണ് കൂടുതൽ കുഞ്ഞുങ്ങളെ ഉമ്മ വയ്ക്കുന്നത്? അതായത്, ജനങ്ങൾ അരാഷ്ട്രീയവൽക്കരിക്കപ്പെട്ടു നിൽക്കുന്നു എന്ന് ഉറപ്പുവരുത്തുന്ന, വളരെ ചിട്ടയായ ശ്രമം ബൂർഷ്വാ ജനാധിപത്യത്തിൽ നടക്കുന്നുണ്ട് എന്നർത്ഥം. നമ്മുടെ രാജ്യത്താവട്ടെ ഈ അരാഷ്ട്രീയവൽക്കരണത്തിന്റെ അനന്തരഫലം, ജനാധിപത്യവിപ്ലവത്തെ പിന്നോട്ടടിപ്പിക്കുക എന്നതാണ്.

നമ്മുടെ ജനാധിപത്യവിപ്ലവം ഒന്നുകിൽ മുന്നോട്ടു പോവുകയോ അല്ലെങ്കിൽ പിന്നോട്ടടിക്കപ്പെടുകയോ ചെയ്യുന്ന സാഹചര്യമാണ് നിലവിലുള്ളത്, എന്നു ഞാൻ തുടക്കത്തിൽ പറഞ്ഞിരുന്നു. വിപ്ലവത്തെ പിന്നാക്കം വലിക്കുന്നതിൽ ഭൂപ്രഭുക്കളും പഴയ സാമൂഹ്യവ്യവസ്ഥയുടെ സംരക്ഷകരും മാത്രമല്ല താല്പരരായിട്ടുള്ളത്. മറിച്ച്, ബൂർഷ്വാസി കൂടി തല്പരരാണ് എന്നതാണ് വാസ്തവം. ജനങ്ങൾ നിഷ്ക്രിയരാവുക എന്നതാണ് ബൂർഷ്വാസിയുടെ ലക്ഷ്യം. ഒരിക്കൽ അത് സംഭവിക്കുകയും പഴയ സാമൂഹ്യ സമ്പ്രദായങ്ങൾ പുനരാനയിക്കപ്പെടുകയും ചെയ്തു കഴിഞ്ഞാൽ പിന്നെ ആരും അതിനെതിരെ ഉയരാൻ പോകുന്നില്ല. ഇവിടെയാണ് ''എന്തുകൊണ്ട് ഇടതുപക്ഷം'' എന്നതിന്റെ പ്രസക്തി.

മാറ്റത്തിന് നിലകൊള്ളുന്നവർ ആരുണ്ട്?

ഇന്ത്യയിലെ ജനാധിപത്യവിപ്ലവം മുന്നോട്ടു കൊണ്ടു പോകുന്നതിൽ താല്പര്യമുള്ളതും അതിനു ശേഷിയുള്ളതുമായ ഒരേയൊരു ശക്തി ഇടതുപക്ഷമാണ്. ബി.ജെ.പിയെയോ കോൺഗ്രസിനെയോ നോക്കൂ. അല്ലെങ്കിൽ ഡജഅയോ ചഉഅയോ നോക്കൂ. അവരുടെ പരിപാടികളും അജണ്ടകളും നോക്കൂ. രണ്ടുകൂട്ടരും പറയുന്നു ഇന്ത്യ തിളങ്ങുന്നു എന്ന്. എന്നാൽ, ഇന്ത്യയിലെ ബഹുഭൂരിപക്ഷം ജനങ്ങളും ദരിദ്രവൽക്കരിക്കപ്പെ

ടുന്നു എന്ന കാര്യം രണ്ടു കൂട്ടരും ഗൗനിക്കുന്നേയില്ല. രണ്ടു കൂട്ടരും വളർച്ചാ നിരക്കിൽ തളയ്ക്കപ്പെട്ടിരിക്കുന്നു. സെൻസെക്സിൽ തളയ്ക്കപ്പെട്ടിരിക്കുന്നു. ഇന്ത്യ വൻശക്തിയാകുന്നതിൽ തളയ്ക്കപ്പെട്ടിരിക്കുന്നു. ഇന്ത്യ വൻശക്തിയാകുക എന്നാലർത്ഥം, അടിസ്ഥാനപരമായി, സാമ്രാജ്യത്വ വ്യവസ്ഥയിലേക്ക് ഉൾച്ചേർക്കപ്പെടുക എന്നാണ്. എന്നുവച്ചാൽ, അമേരിക്കൻ സാമ്രാജ്യത്വവുമായി തന്ത്രപരമായ കൂട്ടുകെട്ടുണ്ടാക്കി ഒരു ചെറിയ സാമ്രാജ്യത്വ ശക്തിയാവുക. ഇസ്രായേലും അമേരിക്കയുമായി തന്ത്രപരമായ സഖ്യമുണ്ടാക്കുന്നതിൽ ഇരുവരും തല്പരരാണ്. എന്നാൽ, രസകരമായ കാര്യം, ഇന്ത്യ - യു.എസ് ആണവകരാർ വിഷയത്തിൽ, ഒരു സന്ദർഭത്തിൽ, ആഖജ ചില ചില എതിർപ്പുകളുയർത്താൻ തുടങ്ങി എന്നതാണ്. എന്നാൽ, അവർ അധികാരത്തിലിരുന്ന സമയത്ത്, ഇതിലും മോശപ്പെട്ട നിബന്ധനകൾക്ക് വഴങ്ങിയിരുന്നു എന്നതാണ് യാഥാർത്ഥ്യം. ചുരുക്കത്തിൽ, ഇന്ത്യൻ ജനാധിപത്യവിപ്ലവത്തെ പിറകോട്ടു കൊണ്ടുപോകുന്നതിൽ ഈ വ്യത്യസ്ത ശക്തികൾ ഒന്നായി ത്തന്നെ വ്യാപൃതരാണ്.

ഇടതുപക്ഷ നിലപാടുകൾ തികച്ചും പ്രസക്തമാണ്.

എന്നാൽ, ഇതിനെ തടയുന്നതിനുള്ള ഏക രക്ഷാകവചമായി നിൽക്കുന്നത് ഇടതുപക്ഷം മാത്രമാണ്. അമേരിക്കൻ സാമ്രാജ്യത്വവുമായും ഇസ്രായേലുമായുമുള്ള തന്ത്രപരമായ സഖ്യത്തെ എതിർക്കുന്നത് അവർ മാത്രമാണ്. ഇന്ത്യൻ ഭരണഘടനയെ അട്ടിമറിക്കാനുള്ള ശ്രമത്തിനെതിരായ രക്ഷാകവചമായി നിൽക്കുന്നത് അവരാണ്. ജനങ്ങളുടെ അവകാശങ്ങൾ, അത് പണിമുടക്കോ ബന്ദോ ഹർത്താലോ വഴിയോരയോഗമോ എന്തുമായിക്കൊള്ളട്ടെ, സംരക്ഷിക്കാനുള്ള ശക്തിയായി നിൽക്കുന്നത് അവർ മാത്രമാണ്. വർഗീയതയ്ക്കും ജാതീയതയ്ക്കും എതിരായി ഉറച്ച നിലപാടെടുത്തിട്ടുള്ളത് ഇടതുപക്ഷം മാത്രമാണ്. ഇന്ത്യൻ ജനാധിപത്യ വിപ്ലവത്തെ മുന്നോട്ടു നയിക്കാൻ കഴിയുന്ന ഏക ശക്തി, അതിന്റെ പ്രകൃതം കൊണ്ടുതന്നെ, ഇടതുപക്ഷമാണ്. എന്തുകൊണ്ടെന്നാൽ, ഇന്നല്ലെങ്കിൽ നാളെ, മുതലാളിത്ത വ്യവസ്ഥക്കെയ്തിരായ, ജനങ്ങളുടെ രാഷ്ട്രീയമായ ശാക്തീകരണം ഉയർന്നുവരും എന്നുള്ളതു തന്നെ. മുതലാളിത്തം, അതിന്റെ സത്തയിൽ, ചൂഷണാത്മകവും അസമത്വം വിതയ്ക്കുന്നതും, മാർക്സ് പറഞ്ഞതു പോലെ, ഒരറ്റത്ത് സമ്പത്തും മറ്റേയറ്റത്ത് ലാഭവും ഉല്പാദിപ്പിക്കുന്ന വ്യവസ്ഥയാണ്. ജനങ്ങളുടെ യഥാർത്ഥമായ രാഷ്ട്രീയമായ ശാക്തീകര

ണം, ആ വ്യവസ്ഥയുടെ ഏത് യുക്തിക്കും എതിരായാണ് നില കൊള്ളുന്നത്. അതുകൊണ്ടാണ് അമേരിക്ക പോലുള്ള രാജ്യ ങ്ങളിൽ അവർ ഈ വ്യവസ്ഥ സൃഷ്ടിച്ചിട്ടുള്ളതും യഥാർത്ഥവും ഗൗരവവുമായ എല്ലാത്തരം രാഷ്ട്രീയ വിഷയങ്ങളും ജനകീയ ചർച്ചാമണ്ഡലങ്ങളിൽ നിന്നും അകറ്റി നിർത്തിയിരിക്കുന്നതും. അപ്പോൾ, മുതലാളിത്തത്തിനുമപ്പുറമുള്ള ലോകം വിഭാവനം ചെയ്യാൻ കഴിയുന്ന ശക്തിക്കു മാത്രമേ ജനാധിപത്യ വിപ്ലവം മുന്നോട്ടു നയിക്കുന്നതിൽ താല്പര്യമുണ്ടാവുകയുള്ളൂ എന്നത് വാസ്തവം.

മുതലാളിത്തം, ജനങ്ങളുടെ ശാക്തീകരണം നിശ്ചയമായും നിയന്ത്രിക്കുന്നു എന്നുള്ളതുകൊണ്ട്, ജനശാക്തീകരണം ലക്ഷ്യമിടുന്ന ആർക്കും മുതലാളിത്ത വ്യവസ്ഥയ്ക്കപ്പുറം കാണാൻ കഴിയണം. അത്തരം ഒരു ശക്തി ഇടതുപക്ഷം മാത്ര മാണ്. അതുകൊണ്ടു തന്നെയാണ് മുതലാളിത്തത്തിൽ ജനാ ധിപത്യം പ്രവർത്തിക്കില്ലെന്നും, ആയതിനാൽ മുതലാളിത്ത വ്യവസ്ഥയെ തന്നെ മാറ്റാമെന്നും അവർക്കു പറയാൻ കഴി യുന്നത്. മറ്റൊരു ബൂർഷ്വാ വ്യവസ്ഥയ്ക്കും അതു പറയാൻ കഴിയില്ല. അഴിമതി പോലെയുള്ള വിഷയങ്ങളിൽ ഇടപെടു മ്പോൾപോലും അവർക്കതിനു കഴിയുന്നില്ല. അഴിമതിയെ അവർ വേർതിരിക്കുകയാണ്. എന്നാൽ പ്രാകൃത മൂലധന സഞ്ചയത്തിന്റെ ഭാഗം തന്നെയാണ് അഴിമതി എന്നതാണ് വാ സ്തവം. അത് കൃത്യമായും മൂലധനവളർച്ചയുടെ ഒരു പ്രക്രി യയാണ്. മുതലാളിത്ത വ്യവസ്ഥയിൽ സംഭവിക്കുന്ന, ദ്രുതഗ തിയിലുള്ള വികസന പ്രക്രിയയെ എന്നും വൻ തോതിലുള്ള അഴിമതി അനുഗമിച്ചിട്ടുണ്ട്. ഇത് ആരും കാണുന്നില്ല. എന്നാൽ ഓരോ ഗവൺമെന്റ് വരുമ്പോഴും അവർ അന്യോന്യം കുറ്റപ്പെടു ത്തുകയാണ്. പക്ഷെ രണ്ടു കൂട്ടരും അഴിമതി നടത്തുന്നു.

ഒരു കാര്യം അംഗീകരിക്കാനുള്ള സത്യസന്ധത ഡോ.മൻ മോഹൻ സിംഗ് പ്രകടിപ്പിച്ചു. 2ജി സ്പെക്ട്രം അഴിമതിയെക്കുറിച്ച് അദ്ദേഹം പറഞ്ഞത്, നമ്മളതിനെ ഭക്ഷ്യ സബ്സിഡി നൽകുന്ന തിനു സമാനമായി കാണണമെന്നാണ്. അദ്ദേഹം, ഭക്ഷ്യസ ബ്സിഡിയെ 2ജി സ്പെക്ട്രവുമായി സ്വീകരിക്കുകയാണ്. നോ ക്കൂ, ഞങ്ങൾ ജനങ്ങൾക്ക് ഭക്ഷ്യസബ്സിഡി നൽകും. അതു പക്ഷെ ഞങ്ങൾക്കിഷ്ടമുള്ള കാര്യമല്ല. അതേസമയം മുതലാളി മാർക്കും സബ്സിഡി നൽകേണ്ടതുണ്ട്. അതുകൊണ്ട് നമ്മൾ കണ്ണടച്ചിരിക്കുക. ഇങ്ങനെ പറയുന്നതിന്റെ അർത്ഥം, നമ്മൾ

വികസിപ്പിക്കുന്നത് ഒരു നവലിബറൽ മുതലാളിത്ത വ്യവസ്ഥയാണെന്നാണ്. ഒരു മുതലാളിത്ത നവലിബറൽ വ്യവസ്ഥയാണ് വികസിപ്പിക്കുന്നതെങ്കിൽ, തീർച്ചയായും, അഴിമതി തുടച്ചുനീക്കേണ്ടതുണ്ട് എങ്കിൽ നമുക്ക് മുതലാളിത്തത്തിനുമപ്പുറം പോയേ മതിയാവൂ.

BJP ഇതുപറയില്ല. എന്നാൽ അഴിമതി തുടച്ചു നീക്കണമെന്ന് ആരെങ്കിലും ഗൗരവമായി ചിന്തിക്കുന്നുണ്ടെങ്കിൽ, അവർ മുതലാളിമാരെക്കൊണ്ട് കണക്കുപറയിക്കുന്ന കാര്യത്തെക്കുറിച്ചുകൂടി ഗൗരവമായി ചിന്തിക്കണം. മുതലാളിമാർ നിയന്ത്രിക്കപ്പെടുമ്പോൾ ധനമൂലധനക്കാർ വിഷമിക്കാൻ തുടങ്ങും. അവർ രാജ്യം വിടാൻ തുടങ്ങും. അപ്പോൾ നവലിബറൽ വ്യവസ്ഥ നിശ്ചലമാകും. അപ്പോൾ ലോകമെങ്ങുമുള്ള മൻമോഹൻ സിംഗുമാരും ബിജെപികളുമൊക്കെ ഭയചകിതരാകും. ഇടതുപക്ഷത്തിനു മാത്രമേ, അത്തരം സന്ദർഭത്തിൽ, തങ്ങൾക്ക് വ്യത്യസ്തമായൊരു വീക്ഷണമുണ്ടെന്നും നവലിബറിലിസം തകർന്നോട്ടെ എന്നും പറയാൻ കഴിയൂ. നവലിബറൽ വ്യവസ്ഥയ്ക്കപ്പുറം ഒരു ലോകം ദർശിക്കാൻ കഴിയുന്നു എന്നുള്ളതു കൊണ്ടാണ്, ജനങ്ങളെ ക്ഷോഭിപ്പിക്കുന്ന നിരവധി ചോദ്യങ്ങൾക്ക് മറുപടി നൽകാൻ ഇടതുപക്ഷത്തിനു മാത്രമേ കഴിയുകയുള്ളു എന്നു പറയുന്നത്.

ഞാൻ ഒരു ചെറിയ ഗ്രാമത്തിൽ നിന്നു വരുന്നയാളാണ്. 1952ലെ തിരഞ്ഞെടുപ്പുകാലത്ത് ഞാനൊരു കൊച്ചുകുട്ടിയായിരുന്നു. എന്റെ ഗ്രാമത്തിലെ ദളിതർ വോട്ടുചെയ്യാൻ പോയപ്പോൾ, ബ്രാഹ്മണർ എത്രമാത്രം ക്ഷുഭിതരായിരുന്നു എന്നെനിക്കറിയാം. നമ്മുടെ രാജ്യത്ത് ഒരു വലിയ സാമൂഹ്യ വിപ്ലവം നടന്നിട്ടുണ്ട്. ഒരു തരത്തിലും ആ വിപ്ലവം പിന്നോടിക്കപ്പെടെരുതെന്ന് ഞാനാഗ്രഹിക്കുന്നു. അതിനെ പ്രതിരോധിക്കാൻ കഴിയുന്ന ഏക ശക്തി ഇടതുപക്ഷമാണ്. എന്തുകൊണ്ട് ഇടതുപക്ഷം എന്ന ചോദ്യത്തിനുള്ള എന്റെ ഉത്തരം അതാണ്.

പരിഭാഷ: ഇ.ആ. വേണുഗോപാൽ

●

ഇടതുപക്ഷത്തിന് ഭാവിയുണ്ടോ

കമ്മ്യൂണിസത്തിന് ഭാവിയുണ്ടോ എന്ന ചോദ്യവുമായി ബന്ധപ്പെടുത്തി ക്കൊണ്ട് മാത്രമെ ഇടതുപക്ഷത്തിന്റെ ഭാവിയെക്കുറിച്ചുള്ള ഏതൊരു ചർച്ചയും സാധ്യമാവുകയു ള്ളൂ. കാരണം ഇടതുപക്ഷം മുതലാളിത്തത്തെ എതിർക്കുന്നി ല്ലെങ്കിൽ, അത് ഒരു കമ്മ്യൂണിസ്റ്റ് സമൂഹത്തിന്റെ രൂപീകരണത്തി നായി പ്രവർത്തിക്കുന്നില്ലങ്കിൽ, അതിനപ്പുറത്തേക്ക് ചിന്തി ക്കാതെ മുതലാളിത്തത്തെ നവീകരിക്കാനുള്ള ഏതൊരുശ്രമവും തീർച്ചയായും പരാജയപ്പെടുമെന്നാണ് ഞാൻ കരുതുന്നത്. സമൂഹത്തിലെ ജനങ്ങളുടെ ജീവിതാവസ്ഥയിൽ മാറ്റം വരു ത്താനാണ് ആഗ്രഹിക്കുന്നതെങ്കിൽ നിങ്ങൾ തീർച്ചയായും വ്യവസ്ഥയ്ക്കപ്പുറത്തേക്ക് ചിന്തിക്കേണ്ടതുണ്ട്. അതിന് മുതലാളി ത്തത്തെ മറികടന്ന് പോകാനും ഒരു കമ്മ്യൂണിസ്റ്റ്സമൂഹ്യസൃഷ്ടി സാധ്യമാക്കാനുമായുള്ള മാർഗങ്ങളെ വിഭാവനം ചെയ്യുന്നതിനെ ക്കുറിച്ച് ചിന്തിക്കാനുള്ള താത്പര്യം ഇടതുപക്ഷത്തെ ഗൗരവ മായി കാണുന്നവരിൽ ഉണ്ടാവേണ്ടതുണ്ട്. സോവയറ്റ്യൂനിയന്റെ തകർച്ചയ്ക്ക് ശേഷം ഉയർന്നുവന്ന 'കമ്മ്യൂണിസത്തിന് ഭാവി യുണ്ടോ' എന്ന ചോദ്യം തന്നെ 'കമ്മ്യൂണിസത്തെ കൂടാതെ മനുഷ്യരാശിക്ക് ഭാവിയുണ്ടോ' എന്ന മറ്റൊരു പ്രധാന ചോദ്യത്തെ ഉൾക്കൊള്ളുന്നുവെന്ന് ഞാൻ കരുതുന്നു. ഈ

രണ്ടാമത്തെ ചോദ്യത്തിന് ഇല്ല എന്നാണ് എന്റെ ഉത്തരം. അതായത് മനുഷ്യരാശിക്ക് സ്വതന്ത്രവും ജനാധിപത്യപരവുമായ ഒരു ഭാവി സാധ്യമാക്കാൻ മുതലാളിത്ത വ്യവസ്ഥയെ മറികടക്കാതെ സാധ്യമല്ലെന്നാണ് ഞാൻ കരുതുന്നത്. കമ്യൂണിസം എന്നതുകൊണ്ട് ചരിത്രപരമായി ഏറെ നേട്ടങ്ങൾ ഉണ്ടാക്കിയതെങ്കിലും ഒറ്റപ്പാർട്ടി ഏകാധിപത്യപരമായി നിലനിന്നിരുന്ന ഒരു വ്യവസ്ഥയുടെ പുനരുജ്ജീവനമല്ല ഞാൻ ഉദ്ദേശിക്കുന്നത്. കമ്യൂണിസം എന്നതുകൊണ്ട് ഞാൻ സൂചിപ്പിക്കുന്നത് ജനങ്ങൾ കൂട്ടായ രഷ്ട്രീയ ഇടപെടലിലൂടെ തങ്ങളുടെ ജീവിതത്തിന്റെ വ്യവസ്ഥകളെ നിർണയിക്കുന്ന ഒരു സാമൂഹ്യ സാമ്പത്തിക വ്യവസ്ഥയാണ്. ജനാധിപത്യത്തിൽ ഇതു തന്നെയല്ലെ സംഭവിക്കുന്നതെന്ന് തോന്നാം. എന്നാൽ മുതലാളിത്തവ്യവസ്ഥയിൽ ഇന്ന് പ്രയോഗവൽക്കരിക്കപ്പെടുന്ന ജനാധിപത്യം മുതലാളിത്തം മുന്നോട്ടുവെക്കുന്ന നിയന്ത്രണങ്ങൾക്ക് വിധേയമാണ്. മുതലളിത്തത്തിന്റെ ഈയൊരു വായനയിൽ നിന്നാണ് കമ്യൂണിസം ഉയർന്നുവരുന്നതെന്ന് ഞാൻ കരുതുന്നു. മുതലാളിത്തം ഒരു സ്വാഭാവികവ്യവസ്ഥയാണ്. അത് പൂർണമായും മറ്റാർക്കും നിയന്ത്രിക്കാനാവാത്ത അതിന്റെ തന്നെ ആന്തരികപ്രവണതകളാൽ നയിക്കപ്പെടുന്നതും അതുകൊണ്ടുതന്നെ സ്വയംനിർണയിക്കുന്നതും നമ്മെ അതിന്റെ ഒരു സവിശേഷദിശയിലേക്ക് നയിക്കുന്നതുമായ ഒരു വ്യവസ്ഥയാണ്. മുതലാളിത്തപൂർവ ഉല്പാദനവ്യവസ്ഥയെ തകർക്കാനും എല്ലാത്തിനെയും ചരക്കുവൽകരിക്കാനും മൂലധന കേന്ദ്രീകരണത്തിനുമുള്ള പ്രവണതകൾ മുതലാളിത്തത്തിൽ അന്തർലീനമാണ്. ഈ പ്രവണതകൾ ദീർഘകാലത്തേക്കുള്ള അതിന്റെ അതിജീവനത്തിനെ സഹായിക്കുന്നു. ഇത്തരത്തിൽ മുതലാളിത്തവുമായി ബന്ധപ്പെട്ട പ്രതിസന്ധികളും തൊഴിലില്ലായ്മയുമെല്ലാം നിശ്ചയമായും അതിന്റെ സ്വാഭാവികതയുടെ ഫലങ്ങളാണ്.

മുതലാളിത്തത്തിന്റെ ഈ സ്വാഭാവികതയ്ക്ക് സവിശേഷമായ ചില ചായ്വുകൾ ദർശിക്കാനാവും. ഒരു സമൂഹത്തെ നിരീക്ഷിച്ചാൽ അതിലെ ആളുകൾ സ്വയം തിരഞ്ഞെടുക്കുന്ന രീതികളിൽ പ്രവർത്തിക്കുന്നതായി കാണാം. എന്നാൽ അവർ ശരിക്കും അവരിൽനിന്ന് പ്രതീക്ഷിക്കപ്പെടുന്ന രീതികളിൽ നിന്ന് വ്യത്യസ്തമായി പ്രവർത്തിക്കുകയാണെങ്കിൽ തീർച്ചയായും വ്യവസ്ഥയിൽ നിന്ന് പുറത്താക്കപ്പെടും. മൂലധനത്തിന്റെ വ്യക്തിരൂപമാണ് ക്യാപിറ്റലിസ്റ്റെന്ന് മാർക്സ് നിരീക്ഷിച്ചിട്ടുണ്ട്.

ഒരു ക്യാപിറ്റലിസ്റ്റ് അയാളിൽനിന്ന് പ്രതീക്ഷിക്കുന്ന രീതികളിൽ നിന്ന് വ്യത്യസ്തമായി പ്രവർത്തിക്കുകയാണെങ്കിൽ അയാൾ ഡാർവീനിയൽ മത്സരപ്രകാരം വ്യവസ്ഥയിൽ നിന്ന് പുറന്തള്ളപ്പെടും. അതായത് പ്രത്യക്ഷത്തിൽ സ്വതന്ത്രേച്ഛപ്രകാരം പെരുമാറുന്നുവെന്ന് തോന്നുന്ന വ്യക്തികളും മുതലാളിത്തവ്യവസ്ഥയുടെ അടിസ്ഥാനമായ മത്സരം കാരണം ഒരു സവിശേഷരീതിയിൽ പെരുമാറാൻ നിർബന്ധിത

രാവുകയാണ് ചെയ്യുന്നതെന്ന് ചുരുക്കം. സാർവലൗകികമായ അന്യവൽക്കരണമാണ് ഈ വ്യവസ്ഥയുടെ സവിശേഷത. തൊഴിലാളി മാത്രമല്ല, അവരിഷ്ടപ്പെട്ടാലും ഇല്ലെങ്കിലും വ്യവസ്ഥ ആവശ്യപ്പെടുന്ന രീതിയിൽ പ്രവർത്തിക്കാൻ നിർബന്ധിതരാവുന്ന ക്യാപിറ്റലിസ്റ്റും അന്യവൽകരിക്കപ്പെടുന്നു. ഇത്തരമൊരു വ്യവസ്ഥയ്ക്കു പുറകിൽ അനിവാര്യമായൊരു യുക്തിയുണ്ട്. അവസരത്തിനൊത്ത് മാറ്റങ്ങൾ വരുത്താനാവുന്ന ഒരു വ്യവസ്ഥയായാണ് അത് വിലയിരുത്തപ്പെടുന്നത്. യുദ്ധാനന്തരലോകത്ത് നടന്ന ക്ഷേമമുതലാളിത്തമെന്നത് അത്തരമൊരു പരീക്ഷണമായിരുന്നു. അതിന്റെ തകർച്ച നാം ദർശിച്ചതാണ്. എന്നാൽ സോവിയറ്റ് യൂനിയന്റെ തകർച്ചയെക്കുറിച്ച് ചർച്ച ചെയ്ത നമ്മൾ ഈയൊരു മുതലാളിത്ത തകർച്ച ചർച്ചാവിധേയമാക്കിയില്ല. കഴിഞ്ഞ എട്ട് വർഷത്തിലേറെയായി മുതലാളിത്തം വലിയ തോതിലുള്ള തൊഴിലില്ലായ്മയുമായി ഒരു പ്രതിസന്ധിയിലാണ്. ഇതുവരെയും ഈ പ്രതിസന്ധിയിൽ നിന്ന് ലോകം പുറത്തുകടക്കുന്നതിനുള്ള പ്രവണതകളോ സൂചനകളോ ലഭ്യമായിട്ടില്ല. അതുകൊണ്ടു തന്നെ മുതലാളിത്തം ഏതു രീതിയിൽ വേണമെങ്കിലും രൂപപ്പെടുത്താവുന്ന ഒന്നാണെന്നത് ശരിയായ ഒരു നിരീക്ഷണമല്ലെന്ന് കാണാം. എല്ലാ മനുഷ്യരും സ്വതന്ത്രപ്രവണതകളുടെ വില നൽകേണ്ടി വരുന്ന സാർവലൗകികമായ അന്യവൽകരണത്തിന്റെ ഈയൊരു സാഹചര്യത്തിൽ മുതലാളിത്തം, കമ്യൂണിസം തുടങ്ങിയവയെപ്പറ്റിയുള്ള ചർച്ചയുമായി ബന്ധപ്പെട്ട പ്രമാണവൈരുദ്ധ്യങ്ങൾ അപ്രത്യക്ഷമാവുന്നു. അത്തരമൊരു പ്രമാണവൈരുദ്ധ്യമാണ് കമ്യൂണിസം ജനാധിപത്യവിരുദ്ധവും മുതലാളിത്തം ജനാധിപത്യത്തെ അഭിവൃദ്ധിപ്പെടുത്തുന്നതുമാണെന്നുള്ളത്.

തീർച്ചയായും നിയന്ത്രണങ്ങളില്ലാത്ത ഒരു സ്വാഭാവിക വ്യവസ്ഥയ്ക്കുള്ളിൽ ജനാധിപത്യത്തിന് അഭിവൃദ്ധിപ്പെടാനാവും. അതായത് മുതലാളിത്തത്തിനപ്പുറം മനുഷ്യർക്ക്

കൂട്ടായി ഇടപെടാനാവുന്ന ഒരു വ്യവസ്ഥയിലാണ് ജനാധിപത്യത്തിന് വികസിക്കാനാവുക. മുതലാളിത്തത്തിൽ വ്യക്തികൾ സ്വതന്ത്രരാണെന്നും എന്നാൽ കമ്യൂണിസത്തിൽ അവർ സമൂഹത്തിന് അടിപ്പെട്ട് കഴിയണമെന്നുമുള്ളതാണ് മറ്റൊരു പ്രമാണവൈരുദ്ധ്യം. മുതലാളിത്ത വ്യവസ്ഥയിൽ വ്യക്തി നേരിടുന്ന സാർവലൗകികമായ അന്യവൽക്കരണത്തെ മറികടക്കാനും തന്റെ വ്യക്തിസ്വാതന്ത്ര്യം തിരിച്ചു

പിടിക്കാനും അവനെ/ളെ സഹായിക്കുന്നത് ഒരു ബദൽ വ്യവസ്ഥ സാധ്യമാക്കുന്ന കൂട്ടായ ഇടപെടലാണ്. ചുരുക്കത്തിൽ ഒരു വ്യക്തി തന്റെ വ്യക്തിസ്വാതന്ത്ര്യം നേടിയെടുക്കുന്നത് ഒരു കൂട്ടായ്മയുടെ ഭാഗമായിക്കൊണ്ടാണ്. പ്രസ്തുത കൂട്ടായ്മ വ്യക്തിയെ അയാളെ അവർക്ക് മേലുള്ള മുതലാളിത്തത്തിന്റെ നിയന്ത്രണങ്ങളെ ഇല്ലാതാക്കാൻ അയാളെ അവളെ സഹായിക്കുകയാണ് ചെയ്യുന്നത്.

നമ്മുടെ നാട്ടിൽ ജാതിയും വർഗവുമെല്ലാമുണ്ട്. എന്നാൽ മുതലാളിത്തത്തിന്റെ സ്വാഭാവികത സൂചിപ്പിക്കുന്നത് മുതലാളിത്തത്തിൽ നിന്ന് സ്വതന്ത്രമായി ഒരു വിഷയവും, അത് ജാതിയാവട്ടെ വർഗമാവട്ടെ ചർച്ച ചെയ്യപ്പെടാനാവില്ലെന്നാണ്. അതുകൊണ്ടാണ് ഈ വ്യവസ്ഥയെ അതിജീവിക്കാനായുള്ള ഇടപെടലുകൾ എല്ലാത്തരം അടിച്ചമർത്തലു

കൾക്കെതിരെയുമുള്ള സമരത്തിന്റെ അനിവാര്യഘടകമാവുന്നത്. അതുകൊണ്ടാണ് കമ്യൂണിസത്തെ കൂടാതെ മനുഷ്യസ്വാതന്ത്ര്യം അസാധ്യമാണെന്ന് ഞാൻ കരുതുന്നത്. നമ്മുടേതുപോലുള്ള രാജ്യങ്ങളുടെ കാര്യത്തിൽ ഇത് കൂടുതൽ വ്യക്തമാണ്. വികസിതമുതലാളിത്ത രാജ്യങ്ങളിൽ ചരിത്രപരമായ കാരണങ്ങളാൽ ശക്തമായ ട്രേഡ് യൂനിയനുകൾ രൂപമെടുക്കുകയും അവയ്ക്ക് അല്പമെങ്കിലും മുതലാളിത്ത പ്രവണതകളെ തടയാൻ കഴിയുകയും ചെയ്തിട്ടുണ്ട്. എന്നാൽ അത്തരം അവസരങ്ങൾ ലഭ്യമല്ലാതിരുന്ന നമ്മുടെ രാജ്യത്ത് ആവിധ തടസ്സങ്ങൾ സാധ്യമായിട്ടില്ല.

ഇന്ത്യൻ ദേശീയസമരം കേവലം ബ്രിട്ടീഷുകാരിൽ നിന്ന് നമ്മുടെ രാജ്യത്തിന് സ്വാതന്ത്ര്യം നേടിയെടുക്കാനായുള്ള സമരം മാത്രമായിരുന്നില്ല. അത് ഒരേ സമയം വ്യത്യസ്തങ്ങളും പരസ്പരവിരുദ്ധങ്ങൾ പോലുമായ എണ്ണമറ്റ വിഭാഗങ്ങളിൽ നിന്ന് എല്ലാവരെയും ഉൾക്കൊള്ളുന്ന ഒരു ഇന്ത്യൻ ജനത എന്ന,

ഇന്ത്യൻ ദേശം എന്ന ആശയത്തിന്റെ രൂപീകരണത്തിനുവേണ്ടി കൂടിയുള്ള സമരമായിരുന്നു. ആ ദേശസങ്കല്പം യൂറോപ്പിൽ ഉയർന്നുവന്ന ദേശസങ്കല്പങ്ങളിൽനിന്ന് വ്യത്യസ്തമായിരുന്നു. യൂറോപ്പിൽ ഉയർന്നുവന്ന ദേശങ്ങളിൽ അടിച്ചമർത്തപ്പെടുന്ന ഒരു ന്യൂനപക്ഷം 'അപരൻ' ആയുണ്ടായിരുന്നു. ജൂതരോ, വടക്കൻ യൂറോപ്പിൽ കത്തോലിക്കരോ, തെക്കൻ യൂറോപ്പിൽ പ്രൊട്ടസ്റ്റന്റുകരോ ഒക്കെയായിരുന്നു ഈ അപരൻ. അടിച്ചമർത്തപ്പെടുന്ന ന്യൂനപക്ഷമെന്നോ അപരരെന്നോ ഉള്ള ഒരു ആശയം എന്നും യൂറോപ്യൽ ദേശസങ്കല്പത്തിൽ ഉണ്ടായിരുന്നു. ഈ ദേശസങ്കല്പം അനിവാര്യമായും സാമ്രാജ്യത്വവുമായി ബന്ധപ്പെട്ടതായിരുന്നു. എന്നാൽ ഇന്ത്യയടക്കമുള്ള രാജ്യങ്ങളിൽ രൂപമെടുത്ത ദേശസങ്കല്പം ജാതി, മത, സമുദായ, വർണ്ണ, ലിംഗ ഭേദങ്ങളെ മറികടന്ന് എല്ലാ മനുഷ്യരെയും ഉൾക്കൊള്ളുന്ന അവരുടെ ഐക്യത്തെ കേന്ദ്രീകരിച്ചുകൊണ്ടുള്ള ഒരു പരീക്ഷണമായിരുന്നു. ഇതേ ആശയമാണ് ഇന്ത്യൻ ഭരണഘടനയുടെയും നിർമിതിക്ക് അടിസ്ഥാനമായത്. ഭരണഘടനയുടെ ആമുഖത്തിൽ, 'നാം, ഇന്ത്യയിലെ ജനങ്ങൾ' എന്ന പറയുന്നിടത്ത് ആ കൂട്ടയ്മയാണ് പ്രകടമാവുന്നത്. ആ കൂട്ടായ്മയ്ക്ക് ആളുകൾക്കിടയിലുള്ള തുല്യത ആവശ്യമാണ്. എന്നാൽ അസമത്വം സൃഷ്ടിക്കുന്ന പ്രവണതകൾ അന്തർലീനമായ മുതലാളിത്ത വ്യവസ്ഥ ഈയൊരു ആശയത്തിന് എതിരാവുകയും നാം സൃഷ്ടിക്കാനാഗ്രഹിക്കുന്ന എല്ലാവരെയും ഉൾക്കൊള്ളുന്ന സമൂഹമെന്ന സങ്കല്പത്തിന് വിരുദ്ധമാവുകയും ചെയ്യുന്നു. ഒരുവിധ നിയന്ത്രണങ്ങൾക്കും വിധേയമാവാത്ത നവലിബറൽ മുതലാളിത്തകാലത്തെ വികസനം 'ഉൾക്കൊള്ളൽ' എന്ന ആശയവുമായി പൊരുത്തപ്പെടാത്തതാണ്. അതു രാജ്യങ്ങളെ ഒരുതരം അകത്തേക്കുള്ള പൊട്ടിത്തെറിയിലേക്കാണ് നയിക്കുന്നത്. അത്തരമൊരു പൊട്ടിത്തെറിയെ ഒഴിവാക്കണമെങ്കിൽ നമുക്ക് തീർച്ചയായും അസമത്വത്തെ സൃഷ്ടിക്കുന്ന പ്രവണതകൾ അന്തർലീനമായ മുതലാളിത്തവ്യവസ്ഥയ്ക്കപ്പുറത്തേക്ക് പോകേണ്ടതുണ്ട്. ഇതാണ് ഇന്ന് ഇടതുപക്ഷം അഭിസംബോധന ചെയ്യേണ്ടത്.

അതിനായി ഇടതുപക്ഷവും കമ്യൂണിസ്റ്റ് പാർട്ടികളും സോഷ്യലിസ്റ്റ് പ്രസ്ഥാനങ്ങളുമൊക്കെ പൂർണമായ ഒരു അഴിച്ചുപണിക്ക് വിധേയമാവേണ്ടതുണ്ടെന്നാണ് ഞാൻ കരുതുന്നത്. അത് പ്രധാനമായും രണ്ടു രീതിയിലാണ് ഉണ്ടാവേണ്ടത്. ഒന്നാമതായി ഇന്ന് രാജ്യത്തിന്റെ പലഭാഗങ്ങളിലായി പ്രതിബ

ദ്ധരായ ആക്റ്റിവിസ്റ്റുകളുടെ മുൻകയ്യിൽ നടന്നുകൊണ്ടിരിക്കുന്ന സമരങ്ങളുണ്ട്; പോസ്കോ, കൂടം കുളം മുതലായവ. ഇത്തരം സമരങ്ങൾക്കുള്ള ഒരു പ്രശ്നം അവയ്ക്ക് സൈദ്ധാന്തിക അടിത്തറയില്ലെന്നതാണ്. മറുഭാഗത്ത് കമ്യൂണിസ്റ്റ് പാർട്ടികൾക്ക് സിദ്ധാന്തമുണ്ടെങ്കിലും പ്രയോഗതലത്തിൽ ഇത്തരം പ്രസ്ഥാനങ്ങളുമായി ബന്ധങ്ങളില്ല. സിദ്ധാന്തമില്ലാത്ത പ്രയോഗവും സമൂഹത്തിൽ നടക്കുന്ന വളരെയധികം സമരങ്ങളിലെ പ്രയോഗവുമായി ബന്ധം സ്ഥാപിക്കാനാവാത്ത സിദ്ധാന്തവും (കമ്യൂണിസ്റ്റ് പാർട്ടികൾ അവരുടെ തലങ്ങളിൽ അത്തരം ബന്ധം നിലനിർത്താൻ ശ്രമിക്കുന്നുണ്ടെങ്കിലും) ആണ് ഇവിടെ നിലനിൽക്കുന്നത്. കമ്യൂണിസ്റ്റ് പാർട്ടി ഈ വിടവ് ഇല്ലാതാക്കുന്ന രീതിയിലുള്ള ഇടപെടലുകൾ നടത്തേണ്ടതുണ്ട്. ഇതാണ് അവർ തങ്ങളുടെ ഇടപെടൽ നവീകരിക്കേണ്ട ഒന്നാമത്തെ വിഷയം.

രണ്ടാമതായി നാം ആഗോളവൽക്കരണത്തെ വ്യക്തമായി മനസ്സിലാ ക്കേണ്ടതുണ്ട്. ആഗോളവൽക്കരണത്തെക്കുറിച്ചുള്ള കാഴ്ചപ്പാടിലെ ചാഞ്ചല്യമാണ് ലോകത്തിൽ എല്ലായിടത്തും, പ്രത്യേകിച്ചും യൂറോപ്പിൽ കമ്യൂണിസ്റ്റ് പ്രസ്ഥാനങ്ങൾ നേരിട്ട ഏറ്റവും വലിയ പ്രശ്നം. ഇന്ന് ലോകത്ത് മൂലധനം ആഗോളവൽക്കരിക്കപ്പെട്ടു, സമ്പത്ത് ആഗോളവൽക്കരിക്കപ്പെട്ടു. എന്നാൽ മറുവശത്ത് തൊഴിലാളിവർഗസമരങ്ങൾ ആഗോളവൽകരിക്കപ്പെട്ടില്ല. ഒരു ഭാഗത്ത് നിങ്ങൾക്ക് ദേശാതിർത്തികൾക്കുള്ളിൽ നടക്കുന്ന സമരങ്ങളുണ്ട്; മറു വശത്ത് ആഗോളവൽക്കരിക്കപ്പെട്ട മൂലധനവും സമ്പത്തും. ഏതെങ്കിലുമൊരു ദേശത്ത് സമരം ശക്തി പ്രാപിക്കുമ്പോൾ മൂലധനം അവിടെ നിന്ന് മറ്റൊരിടത്തേക്ക് മാറിപ്പോവുന്നു. ചുരുക്കത്തിൽ സമ്പത്തിന്റെ ആഗോളവൽക്കരണം ഇത്തരം പ്രതിരോധങ്ങളെ നിയന്ത്രിക്കുന്ന ഒരു ശക്തിയായി നിലക്കൊള്ളുന്നു. ചിലയിടങ്ങളിലെങ്കിലും പ്രതിരോധങ്ങൾക്ക് മേൽക്കൈ നേടി അധികാരത്തിലെത്താൻ കഴിഞ്ഞാലും അവർക്ക് മൂലധനവുമായി ഏറ്റുമുട്ടി തങ്ങളുടെ പദ്ധതികൾ നടപ്പിലാക്കാൻ കഴിയാതെ വരികയും തങ്ങളെ അധികാരത്തിലെത്തിച്ച വാഗ്ദാനങ്ങൾ നിറവേറാൻ കഴിയാതെ വരികയും ചെയ്യുന്നു. ഈയിടെ ഗ്രീസിൽ നാം കണ്ടതതാണ്. അതുകൊണ്ടുതന്നെ ഇടതുപക്ഷം ആഗോളവൽക്കരണത്തിൽനിന്ന് സ്വയം വേർപെടുത്താനുള്ള പദ്ധതികൾ ആവിഷ്കരിക്കേണ്ടതുണ്ട്.

ലോകത്താകമാനം തൊഴിലാളികൾക്ക് ഏറ്റവും പ്രയാസങ്ങളാണ് ആഗോളവൽക്കരണം നൽകിയത്. ബൂർഷ്വാപാർട്ടികൾ മാത്രമല്ല, ഇടതു പാർട്ടികളും ആഗോളവൽക്കരണത്തിൽ നിന്ന് എങ്ങനെ രക്ഷപ്പെടുമെന്നതിനെക്കുറിച്ചുള്ള നിലപാടിൽ അനിശ്ചിതത്വമുള്ളവയാണ്. ഇതിൽനിന്ന് പുറത്തേക്കൊരു മാർഗമില്ല എന്നൊരവസ്ഥ പാരമ്പര്യരാഷ്ട്രീയം സൃഷ്ടിച്ചതിൽ നിന്നാണ് ഫാസിസ്റ്റ് ശക്തികൾ ഉയർന്നുവരുന്നത്. ട്രമ്പ് ഇതിനുദാഹരണമാണ്. ട്രമ്പിനെ പരാജയപ്പെടുത്തണമെങ്കിൽ അയാളൊരു മോശം വ്യക്തിയാണെന്ന് പറഞ്ഞതുകൊണ്ടായില്ല. ഈ രാജ്യങ്ങളെ ഇന്നെത്തിനിൽക്കുന്ന എണ്ണമറ്റ ദുരിതങ്ങൾ സമ്മാനിക്കുന്ന ആഗോളവൽക്കരണത്തിന്റെ ചുഴിയിൽ നിന്ന് രക്ഷിക്കാനുള്ള ഒരു ബദൽ അജണ്ട നമുക്ക് മുന്നോട്ടു വെക്കാനാവണം.

ജനങ്ങളുടെ ജീവിതസാഹചര്യങ്ങൾ മെച്ചപ്പെടുത്താനുള്ള ഒരു അജണ്ട നമുക്ക് നൽകാനാവണം. യുക്തിപൂർണമായ ആ അജണ്ടയിലൂടെ നമുക്ക് ആഗോളവൽക്കരണവുമായുള്ള ബന്ധം വിച്ഛേദിക്കാൻ കഴിയണം. കാരണം ഇടതുരാഷ്ട്രീയം യുക്തിയെ അടിസ്ഥാനമാക്കുമ്പോൾ ട്രമ്പാദികൾ ആശ്രയിക്കുന്നത് യുക്തിരാഹിത്യത്തെയാണ്. ഇന്ത്യയിൽ അവകാശങ്ങളുടെ മണ്ഡലം വർദ്ധിപ്പിക്കുകയെന്നതാവണം നമ്മുടെ അജണ്ട. പ്രാഥമികമെന്ന നിലയിൽ ഭക്ഷണത്തിനുള്ള അവകാശം, തൊഴിലിനുള്ള അവകാശം, സാർവത്രികമായ ആരോഗ്യസുരക്ഷയ്ക്കുള്ള അവകാശം, സാർവത്രികമയ പൊതുവിദ്യാഭ്യാസത്തിനുള്ള അവകാശം, വാർദ്ധക്യപെൻഷനും മറ്റുമായുള്ള അവകാശം തുടങ്ങി അഞ്ചെണ്ണമെങ്കിലും തങ്ങളുടെ അടിയന്തിര അജണ്ടയായി ഇടതുപക്ഷം മുന്നോട്ടുവെക്കേണ്ടതുണ്ട്.

തങ്ങളുടെ അവകാശങ്ങളെക്കുറിച്ച് പ്രതിജ്ഞാബദ്ധരായ ഒരു ജനതയെ മുൻനിർത്തി ഒരു നിശ്ചിതകാലയളവിനുള്ളിൽ നവലിബറൽ മൂലധനത്തിനെതിരായ ഒരു ബദൽ സാമൂഹ്യസൃഷ്ടിക്കായുള്ള സമരത്തെ ഇടതുപക്ഷത്തിന് മുന്നോട്ടുകൊണ്ടുപോകാനാവുമെന്ന കാര്യത്തിൽ തർക്കമില്ല.

പരിഭാഷ: പ്രമോദ് കൊയിലാണ്ടി

●

ഇടതുപക്ഷം ശരിയുടെപക്ഷമാകാൻ

ആഗോളവൽക്കരണത്തോടും ജനാധിപത്യത്തോടും ഉള്ള സമീപനങ്ങൾ ഇടതുപക്ഷത്തെ തളർത്തി! ഇതിൽ ഇന്ത്യൻ ഇടതുപക്ഷം ശരിയായ നിലപാടുകൾ എടുത്തുവെങ്കിലും അവർക്കും വ്യക്തമായ ബദൽവികസന അജണ്ട മുന്നോട്ടുവെയ്ക്കാൻ കഴിയുന്നില്ല.

കഴിഞ്ഞ നൂറ്റാണ്ടിൽ ഏതാണ്ടിതേ സമയത്ത് മഹാനായ വ്ളാഡിമിർ ലെനിൻ സൂറിച്ചിലായിരുന്നു. ഒരു പക്ഷേ ഇരുപതാം നൂറ്റാണ്ടിലെ സംഭവഗതികളിൽ ഏറ്റവുമധികം ചലനമോ, സ്വാധീനമോ സൃഷ്ടിച്ചതെന്ന് പറയാവുന്നൊരു പുസ്തകത്തിന്റെ കയ്യെഴുത്തുപ്രതി പൂർത്തിയാക്കുകയായിരുന്നു അദ്ദേഹം. ലെനിൻ രചിച്ച മറ്റു കൃതികളെപ്പോലെ വ്യാപകമായി വായിക്കപ്പെട്ടില്ലെങ്കിലും അദ്ദേഹത്തിന്റെ രചനകളിൽ ഏറ്റവും പ്രധാനപ്പെട്ടതായി കരുതാവുന്ന ഈ പുസ്തകത്തിന്റെ പേര് 'സാമ്രാജ്യത്വം - മുതലാളിത്തത്തിന്റെ പരമോന്നത ഘട്ടം' എന്നായിരുന്നു.

ഈ കൃതിയിൽ വിപ്ലവത്തിന്റെ അനിവാര്യത ലെനിൻ സ്ഥാപിച്ചെടുത്തു. യുദ്ധങ്ങൾ കൊണ്ടു നിറഞ്ഞ ഒരു ഘട്ടത്തിലേക്ക് മുതലാളിത്തം പ്രവേശിച്ചുകഴിഞ്ഞതായി ലെനിൻ നിരീക്ഷിച്ചു.

ഓരോ രാജ്യത്തുമുള്ള കുത്തകകൾ സ്വന്തം താത്പര്യങ്ങൾക്കനുസരിച്ച് ലോകത്തെ പുനർവിഭജിക്കാനായി അത്യന്തം ശത്രുതാമനോഭാവത്തോടെ സൃഷ്ടിക്കുന്നവയാണീ യുദ്ധങ്ങൾ.

ഇവിടെ അതിജീവനത്തിനായി രണ്ടേ രണ്ടു വഴികളേ തൊഴിലാളികൾക്കു മുന്നിലുള്ളൂ. ഒന്നുകിൽ യുദ്ധമുന്നണിയിലെ സഹപ്രവർത്തരെ കൊന്നുതള്ളി മുന്നേറുക, അല്ലെങ്കിൽ വ്യവസ്ഥിതിയെ മാറ്റുന്നതിനുള്ള ആഭ്യന്തര കലാപങ്ങളായി ഈ യുദ്ധങ്ങളെ മാറ്റിപ്പണിയുക. അതുകൊണ്ടുതന്നെ വിപ്ലവങ്ങളുടെ കാലഘട്ടം സമാഗതമായിരിക്കുന്നു എന്ന് ഈ കൃതിയിൽ ലെനിൻ പറഞ്ഞുറപ്പിച്ചു. അതോടൊപ്പം സാമ്രാജ്യത്വമെന്നത് ചൂഷണത്തിന്റെ ഒരു ചങ്ങലയാണെന്നുള്ള കാഴ്ചപ്പാടും ഈ ചങ്ങലയുടെ ഏറ്റവും ദുർബ്ബലമായ കണ്ണി എവിടെയാണോ, അവിടെവെച്ച് അതിനെ തകർക്കാനാവുമെന്ന പ്രത്യാശയും ഈ കൃതി ലോകത്തിന് നൽകി. കൂട്ടത്തിൽ മൂന്നാംലോക രാജ്യങ്ങളിൽ തുടക്കം കുറിക്കപ്പെട്ടിരുന്ന എല്ലാ വിമോചന പ്പോരാട്ടങ്ങളുടേയും ലോകവിപ്ലവത്തിലേക്ക് ആശയപരമായി ഉൾച്ചേർക്കാനും ഈ കൃതിയിൽ ലെനിൻ ശ്രദ്ധ ചെലുത്തി.

കമ്മ്യൂണിസത്തിന്റെ പിന്നോട്ടടിസാമ്രാജ്യത്വത്തിന്റെ വളർച്ചയാണ് വിപ്ലവത്തെ ഒരനിവാര്യതയായി ലോകത്തിന്റെ അജണ്ടയിലേക്ക് കൊണ്ടുവന്നത്. വെറുമൊരു യൂറോപ്യൻ തത്വശാസ്ത്രമെന്ന നിലയിൽനിന്നും ആഗോളവിപ്ലവത്തിന്റെ സിദ്ധാന്തമെന്ന പദവിയിലേക്ക് മാർക്സിസം വികസിച്ചതും അപ്പോൾ തന്നെയാണ്.

അന്നോളം ലോകം കണ്ടിട്ടില്ലാത്തൊരു സാർവ്വദേശീയതക്കും സാഹോദര്യത്തിനും ആശയപരമായ അടിത്തറ നൽകുന്നതിൽ മാർക്സിസം വിജയിച്ചു. ഈ സാർവ്വദശീയതയിൽ ജർമ്മൻ, ഫ്രഞ്ച്, റഷ്യൻ, ഇറ്റാലിയൻ പ്രതിനിധികൾ ചൈനയിൽനിന്നും, ഇന്ത്യയിൽനിന്നും വിയറ്റ്നാമിൽനിന്നും മെക്സിക്കോയിൽനിന്നുമുള്ളവരോട് തോളുരുമ്മി നിന്നപ്പോൾ അത് തികച്ചും വ്യത്യസ്തവും വേറിട്ടതുമായൊരു മാതൃകയായി ലോകം ദർശിച്ചു.

വലിയൊരളവോളം, സാമ്രാജ്യത്വത്തിന്റെ വരവറിയിക്കുന്ന സംഭവങ്ങളാണ് തുടർന്നങ്ങോട്ട് ലോകമെമ്പാടും അരങ്ങേറി

യത്. ഒന്നാം ലോകയുദ്ധം, റഷ്യൻ വിപ്ലവം, ഫാസിസത്തിന്റെ ജനനവും, വളർച്ചയും യൂറോപ്പിലുടനീളമുണ്ടായ യുദ്ധാനന്തര വിപ്ലവചെറുത്തുനിൽപ്പുകൾ, സ്പാനിഷ് ആഭ്യന്തര യുദ്ധം, ജാപ്പനീസ് മിലിട്ടറിസവും, അത് ചൈനക്കുമേൽ നടത്തിയ ആക്രമണവും രണ്ടാംലോകമഹായുദ്ധം കമ്യൂണിസ്റ്റ് സാമ്രാജ്യങ്ങൾ സൃഷ്ടിച്ചുകൊണ്ട് യൂറോപ്പിലൂടെ ചെമ്പടയുടെ പടയോട്ടം, ഏഷ്യൻ രാജ്യങ്ങളിലെ യുദ്ധാനന്തര വിപ്ലവമുന്നേറ്റങ്ങൾ എന്നിവയെല്ലാം സാമ്രാജ്യത്വത്തേയും വിപ്ലവത്തേയും പറ്റിയുള്ള നിരീക്ഷണങ്ങളിലൂടെ ലെനിൻ അടയാളപ്പെടുത്തിയ ലോകക്രമത്തെ സാക്ഷ്യപ്പെടുത്തുന്നവയായിരുന്നു.

എന്നാൽ രണ്ടാംലോക മഹായുദ്ധം അവസാനിച്ചതോടെ കാര്യങ്ങൾ മറ്റൊരു ദിശയിലേക്ക് നീങ്ങാൻ തുടങ്ങിയിരുന്നു. ലെനിനിസ്റ്റ് മാതൃകയെന്നോ, സങ്കല്പമെന്നോ ഒക്കെ വേണമെങ്കിൽ വിളിക്കാവുന്ന ലോകക്രമത്തിൽ നിന്നും ലോകം അകലാൻ തുടങ്ങി. കമ്യൂണിസത്തിന്റെ ആവേശകരമായ വിജയമുഹൂർത്തങ്ങളിൽ തന്നെയാണ് അതിന്റെ പതനത്തിനും തുടക്കം കുറിക്കപ്പെട്ടതെന്നത് ചരിത്രത്തിന്റെ ഐറണി തന്നെയാണ്.

കമ്യൂണിസ്റ്റ് വ്യാപനം തടയപ്പെട്ടത്

കമ്യൂണിസ്റ്റ് വ്യാപനമെന്ന ഭീഷണി മറികടക്കാൻ മൂന്ന് സുപ്രധാന സൗജന്യങ്ങളെ ഉപകരണവും ആയുധവുമാക്കി മുതലാളിത്തം രംഗത്തെത്തി. ഈ മൂന്ന് സൗജന്യങ്ങളും മുതലാളിത്തത്തിന്റെ നീതിനിയമങ്ങളോട് ഒത്തുപോകുന്നവയായിരുന്നില്ല എന്നതും ഇവയുടെ സഹായത്തോടെയാണ് മുതലാളിത്തം അതിന്റെ സുവർണ്ണകാലത്തിലേക്ക് പ്രവേശിച്ചതെന്നതുമാണ് ചരിത്രപരമായ മറ്റൊരു ഐറണി.

മുതലാളിത്തമനുവദിച്ച മൂന്ന് സൗജന്യങ്ങളിൽ ആദ്യത്തേത് ഡീകോളനൈസേഷനായിരുന്നു. രണ്ടാം ലോകയുദ്ധാനന്തരമുള്ള ലോകചരിത്രം ഡീകോളനൈസേഷന്റേതു കൂടിയാണ്. രണ്ടാമത്തെ നടപടി പ്രായപൂർത്തി വോട്ടവകാശത്തിലൂന്നിക്കൊണ്ട് ജനാധിപത്യത്തെ സ്ഥാപനവൽക്കരിക്കുക എന്നതായിരുന്നു. ഇതുമൊരു യുദ്ധാനന്തര പ്രതിഭാസം തന്നെയായിരുന്നെങ്കിലും ഇതിന് ലോകവ്യാപകമായ അംഗീകാരം വേണ്ടത്രയുണ്ടായി എന്ന് പറയാനാവില്ല. സ്വത്തുസംബന്ധമായ നിയന്ത്രണങ്ങളോടെയാണെങ്കിലും

1928ൽ തന്നെ ബ്രിട്ടനിൽ വനിതകൾക്ക് വോട്ടവകാശമുണ്ടായിരുന്നു. എന്നാൽ ഫ്രാൻസിലാകട്ടെ പ്രായപൂർത്തി വോട്ടവകാശം വിനിയോഗിച്ചുള്ള ആദ്യ തിരഞ്ഞെടുപ്പ് 1945ലാണ് നടക്കുന്നത്. എന്നാൽ മുതലാളിത്ത സൗജന്യങ്ങളിൽ മൂന്നാമത്തെ നടപടി ഇതുപോലെയായിരുന്നില്ല. ഡിമാൻഡ് മാനേജ്മെന്റിൽ ഭരണകൂടത്തിന്റെ ബോധപൂർവ്വമായ ഇടപെടൽ എന്നതായിരുന്നു ഈ നടപടിയുടെ കാതൽ. വികസിത മുതലാളിത്തരാജ്യങ്ങളിൽ വൻതോതിലുള്ള മൂലധന നിക്ഷേപത്തിനും, ഉയർന്ന ചരക്കുത്പാദനത്തിനും അത്യധികം ഉയർന്ന തൊഴിലുത്പാദന വളർച്ചാനിരക്കിനും ഈ നടപടി വഴിതെളിച്ചു. ഉത്പാദനനിരക്കിലെ വളർച്ച വേതനവർധനവിൽ പ്രതിഫലിച്ചു. തൊഴിൽലഭ്യത കൂടിയതോടെ തൊഴിലാളികളുടെ എണ്ണത്തിലുണ്ടായ വൻവർധനവ് ട്രേഡ് യൂണിയനുകളെ സുശക്തമാക്കി.

മുതലാളിത്തം അതിന്റെ 'സുവർണ്ണ കാലഘട്ടത്തി'ലേക്ക് പ്രവേശിക്കുകയായിരുന്നു. ഈ ഘട്ടം 1950കളുടെ തുടക്കം മുതൽ 1970കളുടെ തുടക്കം വരെ തുടർന്നു. കമ്യൂണിസ്റ്റ് വ്യാപനം തടയാൻ മുതലാളിത്തമനുവദിച്ച സൗജന്യങ്ങൾ തന്നെയാണ് മുതലാളിത്തത്തെ ശക്തമാക്കിയത് എന്നത് രസകരമാണ്. ഡിമാൻഡ് മാനേജ്മെന്റിൽ ഭരണകൂടത്തിന്റെ ദിശാബോധത്തോടെയുള്ള ഇടപെടലെന്നത് മുതലാളിത്തം അന്നും ഇന്നും ആഗ്രഹിക്കുകയോ അനുകൂലിക്കുകയോ ചെയ്യാത്ത ഒന്നായിതുടരുമ്പോൾ പ്രത്യേകിച്ചും യൂറോപ്പിൽ സോഷ്യൽ ഡെമോക്രസിയിലെ ക്ഷേമരാഷ്ട്ര നടപടികളായാണ് ഈ സൗജന്യങ്ങൾ അനുഭവപ്പെട്ടത്.

ഈ കാലഘട്ടത്തിൽ സാമ്രാജ്യത്വങ്ങൾ തമ്മിലുള്ള ശത്രുത ഗണ്യമായി കുറഞ്ഞു. മുതലാളിത്ത ലോകത്തിന്റെ ചോദ്യം ചെയ്യപ്പെടാത്ത നേതൃത്വമെന്ന പദവിയിൽ അമേരിക്ക പ്രതിഷ്ഠിക്കപ്പെട്ടു. യുദ്ധാനന്തരകാലത്തിൽ അമേരിക്കയൊഴികെയുള്ള മറ്റെല്ലാ സാമ്രാജ്യത്വങ്ങളും ദുർബ്ബലപ്പെട്ടു എന്നതൊരു പ്രാഥമിക കാരണം മാത്രമാണ്. ലോകത്തിൽ നിലവിലുള്ള എല്ലാ വിഭജനങ്ങളും അതിർത്തികളും തങ്ങളുടെ സ്വതന്ത്രചലനത്തിനും ഇടപാടുകൾക്കും തടസ്സമാണെന്ന് കരുതുന്ന ആഗോളീകൃത ധനമൂലധനത്തിന്റെ സാന്നിദ്ധ്യവും, സ്വാധീനവുമായിരുന്നു യഥാർത്ഥ കാരണം.

അതോടെ രാഷ്ട്രങ്ങൾ തമ്മിലുള്ള ശത്രുതയുടെ പേരിൽ പുനർവിഭജനത്തിനും, പുതിയ അതിർത്തി നിർണ്ണയങ്ങൾക്കുമൊക്കെ വേണ്ടിയുള്ള പരസ്പരസംഘർഷങ്ങളുടെ കാലം പൊടുന്നനെ അവസാനിച്ചു.

സാമ്രാജ്യത്വ ശത്രുത അവസാനിക്കുന്നു

ലെനിനിസ്റ്റ് മാതൃകയിലും, സങ്കല്പത്തിലുമുള്ള ലോകക്രമങ്ങളും, മൂല്യവ്യവസ്ഥിതിയുമെല്ലാം അതിവേഗം മറികടക്കപ്പെട്ടു. യുദ്ധങ്ങൾ പിന്നീടുമുണ്ടായിട്ടുണ്ട്. പക്ഷേ, അവയൊന്നുപോലും അന്തർ സാമ്രാജ്യത്വ ശത്രുതയുടേയോ, വിദ്വേഷങ്ങളുടേയോ പേരിലായിരുന്നില്ല എന്ന് മാത്രം. കമ്യൂണിസവും, കമ്യൂണിസ്റ്റ് ലോകവും എന്തുകൊണ്ടാണ് ഇത്രപെട്ടെന്ന് തകർന്നടിഞ്ഞത്എന്നചോദ്യംപഴകുംതോറുംവീര്യമേറുന്നവീഞ്ഞുപോലെയാണ്. എങ്കിലും ഇതിനൊരു ലളിതമായ ഉത്തരമുണ്ട്. കമ്യൂണിസം ഒരു സ്വപ്നമായും, സാക്ഷാത്ക്കാരമായും നിലവിൽവരാനും നിലനിൽക്കാനും ആവശ്യമായ ആശയപരമായൊരു അടിത്തറയോ, പശ്ചാത്തലമോ ഇന്ന് നിലവിലില്ല. ഉറപ്പായും സംഭവിക്കാനിരിക്കുന്നത് എന്ന അന്തസ്സാർന്ന പദവി ഇന്ന് വിപ്ലവത്തിനാരും കല്പിക്കുന്നില്ല. വിപ്ലവത്തിന്റെ അനിവാര്യതയാണ് നഷ്ടപ്പെട്ടുപോയിരിക്കുന്നത്.

അങ്ങനെയാണെങ്കിൽ ഇനി കമ്യൂണിസം എന്തു ചെയ്യണം? അത് സ്വയം അന്വേഷിക്കണം. വീണ്ടുമത് സ്വയം കണ്ടെത്തണം. പോസ്റ്റ് ലെനിനിസ്റ്റ് ലോകക്രമങ്ങളെ ആഴത്തിൽ മനസ്സിലാക്കണം. നിലനിൽക്കാനും, അതിജീവിക്കാനും ഇടപെടൽശേഷിയിലേക്ക് വളരാനുമായി സ്വയം നവീകരിക്കണം. തീർച്ചയായും ആവശ്യമെങ്കിൽ ഘടനാപരമായി അഴിച്ചുപണിക്കും റീസ്ട്രക്ചറിങ്ങിനും വിധേയമാകാൻ തയ്യാറാകണം.

ഇത് വളരെയേറെ സങ്കീർണ്ണവും, പ്രയാസകരവുമായൊരു പ്രക്രിയയാണ്. ധാർമ്മികവിശുദ്ധിക്ക് മറ്റെന്തിനേക്കാളും പ്രാധാന്യം കല്പിക്കുന്ന വിപ്ലവകാരികൾക്കിത് തീർത്തും വേദനാജനകമാണ്. വിപ്ലവത്തിന്റെ അനിവാര്യത നിഷേധിക്കപ്പെടുന്നതിനെക്കുറിച്ച് ഓർക്കാൻ പോലുമവർക്കാവില്ല.

ആഗോളവൽക്കരണവും കമ്മ്യൂണിസ്റ്റുകാരും ലെനിനിസ്റ്റ് സങ്കല്പത്തിലും മാതൃകയിലുമൊക്കെ നിലനിന്ന ലോക

ക്രമങ്ങൾ രണ്ടാം ലോകയുദ്ധമവസാനിച്ചതോടെ തന്നെ മറികടക്കപ്പെട്ടെങ്കിലും കമ്യൂണിസം എത്തിപ്പെട്ട പ്രതിസന്ധി പെട്ടെന്ന് പ്രത്യക്ഷമായിരുന്നില്ല. എതിർക്കുന്നവർക്കിടയിൽ പോലും കമ്യൂണിസത്തിനും കമ്യൂണിസ്റ്റുകൾക്കും ലഭിച്ചിരുന്ന സ്വീകാര്യതയും ബഹുമാനവും ഈ പ്രതിസന്ധി മറച്ചു പിടിക്കുന്നതിൽ വലിയ പങ്കു വഹിച്ചിട്ടുണ്ട്.

ഫാസിസത്തെ ചെറുക്കുന്നതിൽ കമ്യൂണിസം നടത്തിയ തീവ്രപോരാട്ടം ആഗോളതലത്തിൽ കമ്യൂണിസത്തെ സ്വീകാര്യമാക്കുന്നതിൽ സഹായിക്കുകയും ചെയ്തു. സോവ്യറ്റ് യൂണിയന്റെ കടുത്ത വിമർശകരോട് കേംബ്രിഡ്ജിലെ പ്രൊഫസർ ജോൺ റോബിൻസൺ പലപ്പോഴും പറയാറുണ്ടായിരുന്ന മറുപടി സോവ്യറ്റ് യൂണിയനില്ലായിരുന്നെങ്കിൽ നമ്മളിവിടെ ബാക്കിയുണ്ടാവില്ലായിരുന്നു എന്നാണ്. വേദനിപ്പിക്കുന്നൊരു വിരുദ്ധോക്തിയുണ്ടെങ്കിലും ഇതിൽ സത്യവുമുണ്ട്.

കമ്യൂണിസത്തിന്റെ സുവർണകാലത്തിനുശേഷം അതിന്റെ സ്വീകാര്യത കുറയുമെന്നും അത് തകരുമെന്നും കരുതിയിരുന്ന കാലത്തിൽ അത് തകർന്നില്ല. എന്നാൽ ആഗോളീകൃത ലോകത്തിൽ പാവപ്പെട്ടവന്റെയും തൊഴിലെടുക്കുന്നവന്റെയും ജീവിതദുരിതങ്ങൾ കൊടുമുടി കയറുകയും ധനമൂലധനം ജനാധിപത്യത്തെ അതിവേഗം ദുർബ്ബലപ്പെടുത്തുകയും ചെയ്യുമ്പോൾ കമ്യൂണിസവും അതിന്റെ പ്രസക്തി തന്നെയും അപകടത്തിലാവുന്നു. എത്രയോ വിചിത്രവും വേദനാജനകവുമാണിത്.

ലെനിനിസ്റ്റ് സങ്കല്പമാതൃകകൾക്കുശേഷം യുദ്ധാനന്തരകാലഘട്ടത്തിൽ നിലവിൽവന്ന മൂല്യവ്യവസ്ഥിതിയോടും ലോകക്രമങ്ങളോടും സംവദിക്കാനോ, പൊരുത്തപ്പെടാനോ, കുറഞ്ഞപക്ഷം പിടിച്ചുനില്ക്കാനോ കമ്യൂണിസത്തിന് കഴിയാതെ വന്നത്, ആഗോളീകരണത്തോട് അത് പുലർത്തിയ ഉഭയഭാവനയും, കലങ്ങി മറിഞ്ഞ സമീപനവും മൂലമാണ്.

യൂറോപ്യൻ ഇടതുപക്ഷത്തിന്റെ കാര്യത്തിൽ ഇത് പൊതുവിൽ ശരിയും കൂടുതൽ പ്രത്യക്ഷവുമാണ്. ഗ്രീസിലെ സൈറസ് ഏറ്റവും പുതിയ ഉദാഹരണമാണ്. ആഗോളീകരണം പ്രത്യക്ഷപ്പെടുന്നതും അനുഭവപ്പെടുന്നതും ധനമൂലധനത്തിന്റെ രൂപത്തിലാവുമ്പോൾ ധനമൂലധനത്തെ ഏറ്റവും ശക്തിയായി എതി

ർക്കേണ്ടിവരുന്നത് കമ്യൂണിസ്റ്റുകളെ സംബന്ധിച്ചിടത്തോളം സ്വാഭാവികം മാത്രമാണ്. എന്നാൽ ധനമൂലധനത്തെ ചെറുക്കണമെങ്കിൽ ആഗോളീകരണവുമായുള്ള ബന്ധം വിച്ഛേദിക്കണമെന്ന് വരുമ്പോൾ അത് കൂടുതൽ ആപത്ക്കരമാവുന്നു. അത്തരം ഏതൊരു വിച്ഛേദനവും ഏറ്റവും അപകടകരമായ ദേശീയതയുടെ പുനരുത്ഥാനത്തിന് വഴിതുറക്കുന്നു. വെറുപ്പിന്റെയും അസഹിഷ്ണുതയുടെയും വിദ്വേഷത്തിന്റെയും ഒരു ഭീകരമിശ്രിതമാണ് പിന്നീട് അരങ്ങുവാഴാനെത്തുക.

ഇത്തരം പരിഗണനകളോ വേവലാതികളോ കമ്യൂണിസ്റ്റ് പാർട്ടികളെ അലോസരപ്പെടുത്തുന്നില്ല! ധനമൂലധനത്തെ ചെറുക്കാൻ ആഗോളീകരണവുമായി ബന്ധം വേർപെടുത്തുക എന്നത് മാത്രമാണ് അവർ കാണുന്ന ഒരേയൊരു പോംവഴി. ആഗോളീകരണത്തിന് പ്രതിരോധമായി യാഥാർത്ഥ്യബോധമുള്ളതും ഘടനാപരമായി സുശക്തവും, വഴക്കമുള്ളതും പ്രയോഗത്തിൽ സുതാര്യവുമായൊരു ബദൽ അവതരിപ്പിക്കാനാവാത്തതും ഇടതുപക്ഷത്തിന്റെ പരിമിതിയും പരാധീനതയുമായി തുടരുന്നു. ജർമ്മൻ മൂലധനത്തിന്റെ പേരിൽ സൈറസിനെ എതിർക്കുന്ന ഗ്രീക്ക് കമ്യൂണിസ്റ്റ് പാർട്ടി പകരമെന്തു ചെയ്യണമെന്ന ചോദ്യത്തിനു മുന്നിൽ നിശ്ശബ്ദമാവുകയാണ്. ജനാധിപത്യത്തോട് പരമ്പരാഗതമായി കമ്യൂണിസ്റ്റുകൾ പുലർത്തിവന്ന സമീപനങ്ങൾക്കും, അവയുടെ ഉദാസീനതക്കും പോസ്റ്റ് ലെനിനിസ്റ്റ് ലോകക്രമത്തിൽ വലിയ വില കൊടുക്കേണ്ടി വന്നിട്ടുണ്ട്. നവലോകക്രമത്തിൽ കമ്യൂണിസ്റ്റ് പാർട്ടികളുടെ പരാധീനതയുടെ വേരുകൾ തിരഞ്ഞുപോയാൽ ജനാധിപത്യത്തോട് അവ പുലർത്തിയ ഉഭയഭാവനയിൽ തന്നെയാണ് ചെന്നെത്തുക.

തൊഴിലാളിവർഗ്ഗ വിപ്ലവവും, നിലവിലുള്ള ജനാധിപത്യഭരണകൂടവും തമ്മിൽ ഏതെങ്കിലും സാഹചര്യത്തിൽ എന്തെങ്കിലും വൈരുധ്യമോ, ഏറ്റുമുട്ടലോ ഉണ്ടായാൽ ഒരു വിപ്ലവകാരി വിപ്ലവത്തോടൊപ്പമാണ് നില്ക്കേണ്ടത് എന്നായിരുന്നു ജി.വി. പ്ലഹനോവിന്റെ ഔദ്യോഗിക പ്രഖ്യാപനം. ഇതിനെ ലെനിൻ അംഗീകരിക്കുകകൂടി ചെയ്തിരുന്നു എന്നതാണ് കൂടുതൽ ശ്രദ്ധേയം.

വിപ്ലവത്തിനും വിപ്ലവസ്ഥാപനങ്ങൾക്കും പിറകിൽ രണ്ടാമതായി മാത്രമേ ജനാധിപത്യസ്ഥാപനങ്ങളെ പരിഗണിക്കേണ്ട

തുള്ളൂ എന്ന കമ്യൂണിസ്റ്റ് നിലപാട് യുദ്ധാനന്തര ലോകത്തിൽ കമ്യൂണിസ്റ്റുകൾ കൂടുതൽ ശക്തമാക്കുകയായിരുന്നു. വിപ്ലവം സംഭവിക്കുക തന്നെ ചെയ്യുമെന്നായിരുന്നു വിശ്വാസം. ആഗോളീകരണകാലഘട്ടത്തിൽ ധനമൂലധനത്തിന്റെ നിരന്തരമായ കടന്നാക്രമണത്തിൽ നിന്നും ജനാധിപത്യത്തെ സംരക്ഷിക്കാൻ അടിസ്ഥാനതലത്തിൽ പൊരുതുന്നവർക്കായി സോഷ്യൽ ഡെമോക്രസിയുടെയൊരു മേഖല രൂപപ്പെടുത്തേണ്ടിവന്നതും കമ്യൂണിസത്തിന്റെ ഈ വിൽപ്പത്രം മൂലമാണ്.

ഇന്ത്യയിലെ ഇടതുപക്ഷത്തിന്റെ അവസ്ഥ ഇതിൽനിന്നും വ്യത്യസ്തമായി ഉദാരവൽക്കരണത്തെ ചെറുക്കുന്നതോടൊപ്പം ജനാധിപത്യം സംരക്ഷിക്കുന്നതിൽ ശ്രദ്ധിക്കുക കൂടി ചെയ്യാൻ തയ്യാറായിടത്തെല്ലാം നിർണ്ണായക ശക്തിയായി തുടരാനും, പരിമിതമായെങ്കിലും ഇടപെടൽശേഷി നിലനിർത്താനും കമ്യൂണിസ്റ്റ് പാർട്ടികൾക്ക് സാധിച്ചിട്ടുണ്ട്.

ഇന്ത്യൻ കമ്യൂണിസ്റ്റ് പാർട്ടികളാണിതിന് ഉദാഹരണമെന്ന് പറയുമ്പോൾ എതിർപ്പുള്ളവരുണ്ടാകും. അടിയന്തിരാവസ്ഥയെ അനുകൂലിച്ച സിപിഐ നിലപാടും, ഇന്ത്യൻ പ്രധാനമന്ത്രിയാവുന്നതിൽനിന്നും ജ്യോതിബസുവനെ തടഞ്ഞ സിപിഎം നിലപാടും, ആണവ ഇടപാടിന്റെ പേരിൽ യുപിഎ സർക്കാരിനുള്ള പിന്തുണ പിൻവലിക്കാനെടുത്ത തീരുമാനവുമൊക്കെ ചൂണ്ടിക്കാട്ടാൻ കഴിയുമ്പോൾ പ്രത്യേകിച്ചും. ഈ തീരുമാനങ്ങളോരോന്നും ഇന്ത്യയിലെ തീവ്രഹിന്ദുത്വ വലതുപക്ഷത്തെ ശക്തിപ്പെടുത്തിയെന്നും ജനാധിപത്യം സംരക്ഷിക്കപ്പെടണമെന്ന് ഗൗരവമായി ചിന്തിക്കുന്നവരല്ല ഇന്ത്യൻ കമ്യൂണിസ്റ്റുകൾ എന്നതിന് തെളിവാണീ തീരുമാനങ്ങളെന്നുമൊക്കെ വാദിക്കുന്നവരുണ്ട്.

എങ്കിലും ഈ വിഷയങ്ങളിലൊന്നും ഇന്ത്യൻ കമ്യൂണിസ്റ്റുകളെ എന്നെന്നേക്കും ശിക്ഷാർഹരെന്ന് വിലയിരുത്താനാവില്ല. അടിയന്തിരാവസ്ഥയിലെ ഭരണപങ്കാളിത്തം തെറ്റായിപ്പോയെന്ന് സിപിഐ സ്വയം വിമർശനം നടത്തിയിട്ടുണ്ട്. സിപിഎമ്മാകട്ടെ പിന്നീട് കേന്ദ്രത്തിലൊരു ഐക്യമുന്നണി സർക്കാർ രൂപപ്പെടുന്നതിൽ നിർണ്ണായക പങ്കുവഹിക്കുകയും പിൻതുണ നൽകുകയും ചെയ്തു. ആണവ ഇടപാടിന്റെ കാര്യത്തിലാണെങ്കിൽ അന്താരാഷ്ട്ര ആണവോർജ്ജ ഏജൻസിയെ സമീപിക്കാൻ യു.പി.എ ഗവൺമെന്റിനെ അനുവദിച്ചതായിരുന്നു

ഇടതുപക്ഷത്തിന്റെ പിഴവ് എന്നതാണ് കൂടുതൽ യുക്തിഭദ്രമായ വാദം.

ഇങ്ങിനെയെല്ലാമാണെങ്കിലും ആഗോളീകരണത്തേയും നവ ഉദാരീകരണ നയങ്ങളേയും ചെറുക്കാൻ ഒരു ബദൽ വികസന പരിപ്രേക്ഷ്യം തയ്യാറാക്കുന്നതിൽ ഇന്ത്യൻ കമ്യൂണിസ്റ്റുകളും വിജയിച്ചിട്ടില്ല. ആഗോളീകരണത്തോടുള്ള അവരുടെ എതിർപ്പുകൾ ചില പ്രത്യേക രാഷ്ട്രീയകക്ഷികളെ നിയോലിബറൽ എന്ന് മുദ്രകുത്തുന്നതിലും അവരുമായി യാതൊരുവിധ യോജിപ്പുകളും സാധ്യമല്ലെന്ന് ശഠിക്കുന്നതിലുമായി പരിമിതപ്പെടുകയായിരുന്നു. ഈ പരിമിതികളും, ശാഠ്യങ്ങളും ചേർന്ന് മതനിരപേക്ഷതക്കും, ജനാധിപത്യത്തിനുമായുള്ള യോജിച്ച പോരാട്ടങ്ങൾക്കുള്ള സാധ്യതകളെ ദുർബ്ബലപ്പെടുത്തുകയും ചെയ്തു.

അതുകൊണ്ടുതന്നെ തീവ്രഹിന്ദുത്വത്തോടും, അതിതീവ്രവലതുപക്ഷത്തോടും, അർധഫാസിസ്റ്റുകളോടുമുള്ള പോരാട്ടത്തിന് യോജിപ്പിന്റെ വേദികൾ, അവ സർക്കാരുകളായാൽ പോലും കണ്ടെത്തുകയും നിയോലിബറലിസത്തിന് ബദൽ അജണ്ടകൾ രൂപപ്പെടുത്തുകയും ചെയ്താൽ മാത്രമേ ഇനി ജനങ്ങളെ സേവിക്കാനാവൂ.

പരിഭാഷ:: അഭി. ഡി.കെ

●

പ്രതിവിപ്ലവ കാലത്തെ മാർക്സിസം

'ഇരുപതാം നൂറ്റാണ്ടിന്റെ ആരംഭകാലത്ത് കേരളക്കരയിൽ തൊട്ടുകൂടായ്മ മാത്രമല്ല 'ദൃഷ്ടിയിൽപ്പെട്ടുകൂടായ്മ'യും നിലനിന്നിരുന്നു. ശ്രേഷ്ഠജാതികളിൽപ്പെട്ടവർക്ക് അകമ്പടി സേവിച്ചിരുന്നവർ ചില ശബ്ദങ്ങൾ പുറപ്പെടുവിക്കുമായിരുന്നു. വഴിയിൽ എതിരെ വരാനിടയുള്ള ദളിതൻ ഈ ശബ്ദം കേട്ടാൽ മേലാളൻ കടന്നുപോകുന്നതുവരെ സ്വയം ഒളിച്ചിരിക്കണം. ദളിതർ 'ദൃഷ്ടിയിൽപ്പെട്ടുപോകരുതാത്ത'വരായാണ് കരുതപ്പെട്ടിരുന്നത്' (ഇ.എം.എസ്)

ഇതേ കേരളമാണ് ഇന്ന് സാമൂഹ്യസൂചികൾ കണക്കിലെടുക്കുമ്പോൾ, മൊത്തത്തിലുള്ള ചൈന ഉൾപ്പെടെ മൂന്നാം ലോകത്തിന്റെ ഏതു ഭാഗത്തേക്കാളും, ചില കാര്യങ്ങളിൽ മുതലാളിത്ത കോയ്മരാജ്യങ്ങളെക്കാളും തന്നെ, കിടപിടിക്കുന്നതോ മികച്ചുനിൽക്കുന്നതോ ആയ നിലവാരം കൈവരിച്ചത്. അത്തരമൊരു ഗംഭീരനേട്ടത്തിന് ഒരളവോളം സാമൂഹ്യ സമത്വം കൂടിയേതീരൂ. ഇപ്പറഞ്ഞതുകൊണ്ട് കേരളത്തിൽ ജനകീയ അസമത്വങ്ങൾ തിരോഭവിച്ചു എന്ന് അവകാശപ്പെടുകയല്ല. കേവലം ഏതാനും ദശകങ്ങൾകൊണ്ട് കേരളം എത്രയേറെ ദൂരം പിന്നി

ട്ടുവെന്നത് ഊന്നിപ്പറയുക മാത്രമാണ്.

നാനാരൂപങ്ങളിലുള്ള സാമൂഹ്യമായ അടിച്ചമർത്തലിനും അസമത്വത്തിനും എതിരായി ഇന്ത്യയിലുടനീളം വ്യത്യസ്തമായ തോതിലാണെങ്കിലും ശങ്കയ്ക്കിടയില്ലാത്ത വിധത്തിൽ നടന്ന സാമൂഹ്യ പരിവർത്തനത്തിന്റെ, സാമൂഹ്യവിപ്ലവത്തിന്റെ തന്നെ നിദർശനമാണിത്. സുദീർഘവും പലപ്പോഴും സ്തംഭിച്ചുനിന്നതും ആശയകുഴപ്പമാർന്നതുമായ ഒരു പ്രക്രിയയായിരുന്നു അത്. തീർച്ചയായും മൂന്നാംലോകത്തിലെ സോഷ്യലിസ്റ്റ് രാജ്യങ്ങൾ കൈവരിച്ചതുപോലുള്ള കണ്ണഞ്ചിപ്പിക്കുന്ന നേട്ടമായിരുന്നില്ല അവ. പൂർവ്വ-ദക്ഷിണപൂർവ്വേഷ്യയിലെ നിരവധി മുതലാളിത്തരാജ്യങ്ങളിലേതിനോളവും ഗംഭീരമായില്ല അത്. ഇനിയും വളരെയേറെ ദൂരം അതിനു പിന്നിടാനുമുണ്ട്. എന്നാൽ, ഈ രാജ്യത്തെ ജാതീയവും ഇതരരൂപങ്ങളിലുള്ളതുമായ സാമൂഹ്യമായ അടിച്ചമർത്തലിന്റെ നീണ്ട ചരിത്രം കണക്കിലെടുക്കുമ്പോൾ കഴിഞ്ഞ ഏതാനും ദശകങ്ങൾകൊണ്ട് കൈവരിച്ചത് അഭൂതപൂർവ്വമായ നേട്ടമാണ്. നമ്മുടെ 'ലോങ്റെവലൂഷനാ'ണത്.

നമ്മുടെ സാമ്രാജ്യത്വവിരുദ്ധ സമരവുമായി ഉറ്റബന്ധമുള്ളതാണ് ഈ സാമൂഹ്യവിപ്ലവ പ്രക്രിയ. ഈ അവകാശവാദം ആദ്യ നോട്ടത്തിൽ വിചിത്രമായി തോന്നാം. മഹാരാഷ്ട്രത്തിലെ ജ്യോതിബാഫൂലെയുടെ പ്രസ്ഥാനം, തമിഴ്നാട്ടിൽ പെരിയാർ നയിച്ച ദ്രാവിഡ പ്രസ്ഥാനം എന്നിവ മാത്രമല്ല അംബേദ്കറുടെ പ്രസ്ഥാനം ഉൾപ്പെടെ നമ്മുടെ രാജ്യത്തെ ജാതീയവിരുദ്ധ പ്രസ്ഥാനങ്ങളിൽ മിക്കതും കൊളോണിയൽ വിരുദ്ധ സമരത്തിൽനിന്ന് ഒഴിഞ്ഞുനിൽക്കുകയായിരുന്നു. പെരിയാർ കോൺഗ്രസ് വിട്ടതിനുശേഷമുള്ള ഘട്ടം ഉൾപ്പെടെ പല സന്ദർഭങ്ങളിലും, കൊളോണിയൽ വാഴ്ച അവസാനിച്ചതിനു ശേഷമുള്ള ഭാരതത്തിൽ മേൽജാതിക്കാർ ആധിപത്യം കയ്യടക്കുന്നതിനുള്ള സാധ്യതകളെ സംബന്ധിച്ച ആശങ്കകൾ നിലനിന്നിരുന്നു. അതിനാൽ കൊളോണിയൽ വാഴ്ചയോട് അനുഭാവവും കോളനിവാഴ്ചക്കെതിരായ സമരങ്ങളോട് വിരോധവും പ്രകടമായിരുന്നു. കൊളോണിയൽ വിരുദ്ധ സമരത്തോട് ഏതെങ്കിലും ചില സാമൂഹ്യപ്രസ്ഥാനങ്ങൾ വെച്ചുപുലർത്തിയ സമീപനമല്ല ഇവിടെ പരാമർശിക്കുന്നത്. സ്വീകരണമുറിയിലെ രാഷ്ട്രീയ ചർച്ചകളുടെ പരിമിതികൾ ഭേദിക്കുന്നതിന് മുന്നുപാധിയായി സാമൂഹ്യ അസ

മത്വത്തിന്റെയും പീഡനങ്ങളുടെയും പ്രശ്നങ്ങൾ കൊളോണിയൽവിരുദ്ധ സമരത്തിന് ഏറ്റെടുക്കേണ്ടതുണ്ടായിരുന്നു എന്നതാണ് കാര്യം. ഒരുവശത്തെ സാമൂഹ്യ പ്രസ്ഥാനങ്ങളും മറുവശത്തെ കൊളോണിയൽവിരുദ്ധ സമരവും തമ്മിൽ ഒരു യോഗ ബന്ധം നിലനിന്നിരുന്നു എന്നർത്ഥം. ഈ പ്രസ്ഥാനങ്ങൾ അത് ബോധപൂർവ്വം ആസൂത്രണം ചെയ്തതായാലും അല്ലെങ്കിലും (ബി.ടി രണദിവേ രചിച്ച് കൽക്കത്തയിലെ നാഷണൽ ബുക്ക് ഏജൻസി പ്രസിദ്ധീകരിച്ച Caste, class and property relations എന്ന കൃതി വിവിധ ഘട്ടങ്ങളിൽ കൊളോണിയൽ ബന്ധം വിവരിക്കുന്നു.) സാമൂഹ്യ പ്രസ്ഥാനങ്ങളിലേക്ക് ആകൃഷ്ടരാവുകയോ അവരോട് അനുഭാവം പുലർത്തുകയോ ചെയ്തിരുന്ന കോടിക്കണക്കായ പീഡിത ജനസാമാന്യമായിരുന്നു കൊളോണിയൽ വിരുദ്ധസമരത്തിന്റെയും നട്ടെല്ല് സ്വാതന്ത്ര്യലബ്ധിയുടെ കാലമായപ്പോഴേക്കും അംബേദ്കറോടൊപ്പംതന്നെ ദളിതർക്കിടയിൽ പൂജിതമായിരുന്നു, ഗാന്ധിയുടെ നാമവും എന്നത് ശ്രദ്ധേയമാണ്.

ചില നേതാക്കളുടെ ഇഷ്ടാനിഷ്ടങ്ങളുടെ ഭേദമില്ലാതെയുള്ള ഈ യോഗബന്ധം തെല്ലും അതിശയകരമല്ല. സോഷ്യലിസത്തിന്റെ കാര്യ പരിപാടിയോടെ ലോക വ്യാപകമായതലത്തിൽ അരങ്ങേറിക്കൊണ്ടിരിക്കുന്ന കൂടുതൽ വിമോചനപരമായ പ്രക്രിയയാൽ ഉദ്ദീപ്തമായ വിമോചന ത്വരയായിരുന്നു ഇരു സമരങ്ങൾക്കും ആധാരം. 'കമ്യൂണിസ്റ്റ് മാനിഫെസ്റ്റോ' യുടെ ഇന്ത്യൻ ഭാഷകളിലുള്ള ഏറ്റവും ആദ്യത്തെ വിവർത്തനങ്ങളിലൊന്ന് പ്രത്യക്ഷപ്പെട്ടത് ഉർദ്ദുവിൽ മൗലാനാ അബ്ദുൽ കലാം ആസാദിന്റെ പത്രാധിപത്യത്തിലുള്ള പ്രസിദ്ധീകരണത്തിലായിരുന്നു. മറ്റൊന്ന് പെരിയാറിന്റെ പത്രാധിപത്യത്തിൽ തമിഴിൽ പ്രസിദ്ധീകരിക്കപ്പെട്ടിരുന്നതിലും ചിലനേതാക്കൾ കൈക്കൊണ്ട തന്ത്രപരവും അടവുനയപരവുമായ നിലപാടുകൾ എന്തുതന്നെയായാലും ബഹുജനങ്ങൾക്ക് പ്രചോദനമേകിയ വിമോചനപരമായ കാര്യപരിപാടി പരസ്പരബന്ധമില്ലാതെ വേറിട്ട പ്രസ്ഥാനങ്ങളായി ശിഥിലമാകാൻ ഇടയാകുകയായിരുന്നു.

നാനാരൂപങ്ങളിലുള്ള സാമൂഹ്യമായ അടിച്ചമർത്തലിനെയും അസമത്വങ്ങളെയും തരണംചെയ്യുക എന്നത് കൊളോണിയൽ വിരുദ്ധ സമരത്തിന്റെ മാനങ്ങളിൽ ഒന്നു മാത്രമായി

രുന്നു. സാർവത്രികമായും പ്രായപൂർത്തി വോട്ടവകാശത്തെ അടിസ്ഥാനപ്പെടുത്തിയ പാർലമെന്ററി രാഷ്ട്രീയ ജനാധിപത്യത്തിന്റെ സ്ഥാപനവൽക്കരണം, കോയ്മ രാജ്യങ്ങളിലെ മൂലധനത്തിന്റെ ആധിപത്യത്തിന് തടയിടുന്ന വിധത്തിൽ സാമ്പത്തിക ദേശീയവാദത്തിന്റേതായ ഒരു സംവിധാനമെന്ന നിലയിൽ പൊതുമേഖല, കൂടുതൽ കൃത്യമായി പറഞ്ഞാൽ സ്റ്റേറ്റ് മുതലാളിത്തമേഖല, കെട്ടിപ്പടുക്കുക എന്നിവയായിരുന്നു മറ്റു മാനങ്ങൾ. പാർലിമെന്ററി ജനാധിപത്യം സ്ഥാപനവൽക്കരിക്കപ്പെട്ടതിന്റെ പ്രാധാന്യം കുറച്ചു കണ്ടുകൂട. ഫ്രാൻസ് പോലുള്ള കോയ്മ മുതലാളിത്ത രാജ്യങ്ങളിൽ സാർവത്രികമായ പ്രായപൂർത്തി വോട്ടവകാശത്തെ അടിസ്ഥാനപ്പെടുത്തിയ രാഷ്ട്രീയ ജനാധിപത്യം അവതരിക്കപ്പെട്ടത് രണ്ടാം ലോകയുദ്ധത്തിന് ശേഷം മാത്രമാണ്. അതായത്, ഏതാണ്ട് ഇന്ത്യയിലേതുപോലുള്ള കാലത്ത് തന്നെയായിരുന്നു അത്. ബ്രിട്ടനിലും ഫ്രാൻസിലും ബൂർഷ്വാവർഗ്ഗ വാഴ്ച ദൃഢീകരിക്കപ്പെട്ടതിനുശേഷം ഒരു നൂറ്റാണ്ടിന്റെ മുക്കാൽഭാഗം കഴിഞ്ഞാണ് സാർവത്രികമായ പ്രായപൂർത്തി വോട്ടവകാശത്തെ അടിസ്ഥാനപ്പെടുത്തിയ ജനാധിപത്യ സ്ഥാപനങ്ങൾ നിലവിൽ വന്നത്. ഇന്ത്യയിൽ ബൂർഷ്വാവർഗ്ഗ ഭരണം ദൃഢീകരിക്കപ്പെടുന്നതിന് മുമ്പുതന്നെ ഇത്തരം ജനാധിപത്യ സ്ഥാപനങ്ങൾ സാക്ഷാത്കരിക്കപ്പെട്ടുവെന്നത് ആ സന്ദർഭത്തിൽ നടന്ന ജനാധിപത്യ വിപ്ലവത്തിന്റെ കരുത്ത് എടുത്തുകാട്ടുന്നു.

നമ്മുടെ ജനാധിപത്യ വിപ്ലവത്തിന്റെ കരുത്തിന് ആധാരം അത് വികസിച്ചുവന്ന സന്ദർഭമാണെന്നത് നിസംശയമാണ്. ജനസാമാന്യത്തെ സക്രിയമായി അണിനിരത്തിക്കൊണ്ടല്ലാതെ ബൂർഷ്വാസിക്ക് സാമ്രാജ്യത്വം അടിച്ചേൽപ്പിച്ച വേലിക്കെട്ടുകൾ തകർക്കുവാനും കോയ്മ രാജ്യങ്ങളിലെ മൂലധനത്തിൽനിന്ന് ആപേക്ഷികമായ സ്വയം ഭരണം ആവശ്യപ്പെടുവാനും സാധിക്കുമായിരുന്നില്ല. സാമൂഹ്യ കാര്യങ്ങളിലും രാഷ്ട്രീയ രംഗത്തും സമ്പദ്ഘടനയിലും സുപ്രധാനമായ ഒരു ജനാധിപത്യ പരിവർത്തനം വാഗ്ദാനം ചെയ്തല്ലാതെ ഇത്തരത്തിൽ ജനങ്ങളെ അണിനിരത്താനും കഴിയുമായിരുന്നില്ല. 1931 ൽ കറാച്ചിയിൽ ചേർന്ന ഇന്ത്യൻ നാഷണൽ കോൺഗ്രസ് സമ്മേളനം ആ വാഗ്ദാനം നൽകി. എത്രത്തോളംതന്നെ പൂർത്തീകരിക്കപ്പെടാതെ അവശേഷിക്കുന്നു എങ്കിലും ഇന്ത്യയിൽ അരങ്ങേറിയ

ജനാധിപത്യ വിപ്ലവത്തിന്റെ നേട്ടങ്ങൾ പുച്ഛിച്ചുതള്ളാവുന്നതല്ല എന്നർത്ഥം. 'ഉദ്ബുദ്ധരും ഉദാരമനസ്കരുമായ ധിഷണാശാലികൾ' ഇന്ത്യൻ ജനതയ്ക്ക് നൽകിയ വരമല്ല അത്. ഇന്ത്യൻ ബൂർഷ്വാസി കനിഞ്ഞരുളിയതുമല്ല അത്. ജനങ്ങൾ സ്വയം അണിനിരന്ന് ത്യാഗങ്ങൾ അനുഷ്ഠിച്ച് മുന്നോട്ടു കൊണ്ടുപോയ കൊളോണിയൽ വിരുദ്ധ സമരത്തിന്റെ നേട്ടമാണത്. നാടുവാഴിത്തത്തിനെതിരായ സമരം അതിന്റെ കാതലായ കാർഷിക വിപ്ലവം നിറവേറ്റപ്പെടാതെ പോവുകയും ചെയ്തു എന്നത് വാസ്തവമാണ്. ബൂർഷ്വാ മേധാവിത്വത്തിൽനിന്ന് ജനാധിപത്യവിപ്ലവം വിമുക്തമായിരുന്നില്ല എന്നതുകൊണ്ട് സംഭവിച്ചതാണത്. പൊതു ലക്ഷ്യത്തിനുവേണ്ടി തങ്ങളോടൊപ്പം അണിനിരന്ന ജനങ്ങൾക്ക് വിരുദ്ധമായി ശത്രുക്കളുമായി സന്ധി ചെയ്യുകയാണ്, ഭരണാധികാരം കൈവന്നപ്പോൾ ബൂർഷ്വാസി ചെയ്തത്.

II

ഇതെല്ലാം വളരെയേറെ സുവിദിതവും വളരെയേറെ എഴുതപ്പെട്ടതുമാണ്. തികച്ചും പുതിയതായ ഒന്നാണ് ഇപ്പോൾ സംഭവിച്ചുകൊണ്ടിരിക്കുന്നത്. നമ്മുടെ ജനാധിപത്യവിപ്ലവത്തിന് എതിരായ ഫലത്തിൽ പ്രതിവിപ്ലവത്തിനുള്ള ഒരു ശ്രമമാണത്. ഹിന്ദുത്വ ശക്തികളുടെ കൂട്ടുകെട്ടാണ് ഈ പ്രതിവിപ്ലവശ്രമത്തിന് നേതൃത്വം നൽകുന്ന ഏജൻസി. രാജ്യത്ത് അങ്ങേറിക്കൊണ്ടിരിക്കുന്ന ജനാധിപത്യവിപ്ലവം പുറകോട്ടടിപ്പിക്കുന്നതിന് ബൂർഷ്വാസി തെരഞ്ഞെടുത്ത ചട്ടുകം എന്ന നിലയിൽ ഹിന്ദുത്വശക്തികൾ ഇന്ന് സ്വയം നിലകൊള്ളുന്നു എന്നതാണ് വർത്തമാനകാല സ്ഥിതിവിശേഷത്തിൽ ഹിന്ദുത്വശക്തികളുടെ ചരിത്രപരമായ പ്രാധാന്യം. അവർക്ക് ഗണ്യമായ തോതിൽ സ്വാധീനം ലഭിച്ചതിന്റെ കാരണവും അതുതന്നെ. ബൂർഷ്വാ വർഗ്ഗത്തിനാകെ വേണ്ടി കാര്യപരിപാടി ഇപ്പോൾ തീർപ്പ് കൽപ്പിക്കുന്ന ബൂർഷ്വാ വിഭാഗത്തിന്റെ താൽപര്യങ്ങളും അഭിപ്രായങ്ങളും വീറോടെ അവതരിപ്പിച്ചുകൊണ്ടാണ് അവർ സ്വാധീനം നേടിയത്.

അനിഷേധ്യമായ വസ്തുതയാണ് ഈ പ്രതിവിപ്ലവം. രാജ്യത്തെ മതനിരപേക്ഷതയുടെ അടിത്തറക്ക് നേരെയുള്ള ആക്രമണമാണ് അതിന്റെ ഏറ്റവും സാധാരണമായ ലക്ഷണം.

എങ്കിലും ഈ ആക്രമണത്തിന് വ്യതിരിക്തമായ രണ്ടു ഘടകങ്ങളുണ്ട്. ബഹുവിധ ഉപാധികളിലൂടെ വർഗ്ഗീയ വികാരം ആളിക്കത്തിക്കാനുള്ള നഗ്നമായ ശ്രമമാണ് ഒന്ന്. വർഗീയ കലാപങ്ങൾ കുത്തിപ്പൊക്കുന്നതുമുതൽ സാമുദായികമായി അസ്വാസ്ഥ്യജനകമായ ചില പ്രശ്നങ്ങൾ രാഷ്ട്രീയ കാര്യപരിപാടിയിൽ ഉൾക്കൊണ്ടിരിക്കുന്നതുവരെ അക്കൂട്ടത്തിൽ പെടും. രൂക്ഷത ഏറിക്കൊണ്ടിരിക്കുന്ന ആക്രമണോത്സുക വർഗ്ഗീയതക്കു പുറമെ ന്യൂനപക്ഷ സമുദായങ്ങളിൽപെട്ടവർക്ക് തങ്ങൾ തരംതാണ പൗരന്മാരാണെന്ന് തോന്നിക്കാനുള്ള കുത്സിതശ്രമവും നടക്കുന്നു. സ്വന്തം സ്വത്വം പരിരക്ഷിക്കാനായി അവരെ പ്രതിരോധാവസ്ഥയിലാക്കുകയാണ്. മതാടിസ്ഥാനത്തിൽ പൗരന്മാർ തമ്മിലുള്ള അസമത്വം ഊന്നിപ്പറയുവാനാണ് ആർ.എസ്.എസ് മേധാവി മുസ്ലീങ്ങളോടും ക്രൈസ്തവരോടും സ്വയം ഭാരതവൽക്കരിക്കാൻ ആഹ്വാനം ചെയ്യുന്നത്. (ഭാരതീയ സഭ സ്ഥാപിക്കുവാനും മുഖ്യധാരയിൽ ചേരുവാനും അവരോട് ആവശ്യപ്പെടുന്നു) പൗരന്മാർക്കിടയിൽ സാമുദായിക അടിസ്ഥാനത്തിൽ അസമത്വം വളർത്തുന്നതിനുള്ള ഈ ശ്രമമാണ് കൂടുതൽ വിപൽക്കരമായിട്ടുള്ളത്. വർഗ്ഗീയവികാരം ഇളക്കിവിടുന്നതുപോലെ പ്രകടമല്ല അത്. അതുകൊണ്ടുതന്നെ കൂടുതൽ വിജയകരമാവുകയും ചെയ്യുന്നു. ന്യൂനപക്ഷ സമുദായങ്ങൾക്ക് നേരെയുള്ള ആക്രമണത്തിന് പുറമെ ക്ഷേമ നടപടി എന്ന നിലയിൽ ദളിതർക്കും സംവരണങ്ങളുടെ രൂപത്തിൽ കൈവന്ന ആനുകൂല്യങ്ങൾ പലതും കവർന്നെടുക്കാനും നീക്കമുണ്ട് (സർവ്വകലാശാലകളിൽ പ്രവേശനത്തിന് പട്ടികജാതി പട്ടികവർഗ്ഗങ്ങൾക്കുള്ള സംവരണസമ്പ്രദായം അവസാനിപ്പിക്കണമെന്ന് നിർദ്ദേശിച്ചുകൊണ്ട് യു.ജി.സി. സർക്കുലർ അയക്കുകയുണ്ടായി. ശക്തമായ ചെറുത്തുനില്പ് ഉയർന്നതിനെതുടർന്ന് മന്ത്രിസഭ ഇടപെട്ടാണ് ഈ സർക്കുലർ പിൻവലിപ്പിച്ചത്)

സാമൂഹ്യ പിന്തിരിപ്പൻ സ്വഭാവത്തെ പരിപോഷിപ്പിക്കുന്നതിനോടൊപ്പം ജനാധിപത്യപരമായ ഭരണരീതി ദുർബലപ്പെടുത്തുവാനും ശ്രമം നടക്കുന്നു. പ്രസിഡൻഷ്യൽ ഭരണസമ്പ്രദായത്തിനു വേണ്ടിയുള്ള സജീവ പ്രചരണം, ഭരണഘടന പൊളിച്ചെഴുതുവാനുള്ള ആഹ്വാനം പാർലമെന്റിന്റെ ചുരുങ്ങിയ കാലാവധി നിജപ്പെടുത്തുവാനുള്ള ശ്രമം, തെരഞ്ഞെടു

പ്പിൽ നിശ്ചിത ശതമാനം വോട്ട് ലഭിക്കുന്ന രാഷ്ട്രീയ കക്ഷികൾക്ക് മാത്രം പാർലമെന്റിൽ പ്രാതിനിധ്യം എന്ന രീതിയിൽ ഏർപ്പെടുത്തുവാനുള്ള നീക്കം (ന്യൂനപക്ഷ താൽപര്യങ്ങളുടെയും രാജ്യത്തെ പ്രാന്തപ്രദേശങ്ങളുടെ താല്പര്യങ്ങളുടെയും പ്രാതിനിധ്യം തടയുന്നതാണിത്), ഭരണം നടത്തുന്ന സർക്കാരുകൾക്കെതിരെ അവിശ്വാസ പ്രമേയം അവതരിപ്പിക്കാനുള്ള സ്വാതന്ത്ര്യത്തിന് വിലക്കേർപ്പെടുത്താനുള്ള നീക്കങ്ങൾ എന്നിവ ജനാധിപത്യപരമായ രാഷ്ട്രഘടനയെ ദുർബലപ്പെടുത്തുവാനുള്ള നീക്കങ്ങളുടെ ഭാഗമാണ്.

വികസനത്തിന്റെമുൻഉപാധിസ്ഥിരതയാണെന്നുംനമ്മുടെതുപോലുള്ള ദരിദ്ര രാജ്യത്തിന് കൂടെക്കൂടെയുള്ള തെരഞ്ഞെടുപ്പുകൾ താങ്ങാനാവില്ലെന്നും മറ്റുമുള്ള കപടവാദങ്ങൾ ഉന്നയിച്ചാണ് ഈ പദ്ധതി കൊണ്ടുവരുന്നത്. ഈ വാദങ്ങളിലെ കാപട്യം സ്പഷ്ടമാണെങ്കിലും മുതലാളിത്ത ഉടമസ്ഥതയിലുള്ള മാധ്യമങ്ങൾ അത് മറച്ചു പിടിക്കുന്നു. വികസനത്തിന് സ്ഥിരത മുൻ ഉപാധിയാണെങ്കിൽ കൂടെക്കൂടെ ഭരണമാറ്റം സംഭവിക്കുന്ന ജനാധിപത്യപരമായ രാഷ്ട്രീയ വ്യവസ്ഥയുള്ള രാജ്യങ്ങളെക്കാൾ മികവ് ദീർഘകാല സൈനിക സർവാധിപത്യങ്ങൾ പ്രകടമാക്കണമായിരുന്നു. അത് വാസ്തവമായില്ലെന്നതിൽ നിന്നു തന്നെ ഈ വാദഗതിയിലെ കാപട്യം പ്രകടമാണ്. 'സ്വപ്ന ബജറ്റ്' എന്ന് വാഴ്ത്തപ്പെട്ടതിൽ ധനികർക്ക് അനുവദിച്ച വാർഷിക നികുതിയളവിന്റെ പത്തിലൊന്നിൽ താഴെയാണ് ദേശീയ പാർലമെന്റ് തെരഞ്ഞെടുപ്പിനായി സർക്കാരിനുണ്ടാകുന്ന ചെലവ്. (വാഹനങ്ങൾ വാങ്ങാനും മറ്റും സ്വകാര്യ വ്യക്തികൾ വഹിക്കുന്ന ചെലവുമായി തട്ടിച്ചു നോക്കുമ്പോൾ രാഷ്ട്രീയ കക്ഷികളുടെ ചെലവിന്റെ സാമ്പത്തിക പ്രത്യാഘാതങ്ങളും വിഭിന്നമല്ല. വാഹന വില്പനയെ തീവ്രമായി പരിപോഷിപ്പിക്കുന്ന ഒരു സമ്പദ്ഘടനയിൽ തെരഞ്ഞെടുപ്പിന്റെ ചെലവ് പാഴ്ചെലവായി കണക്കാക്കാനില്ല)

മതനിരപേക്ഷതയിൽ നിന്നുള്ള പുറകോട്ട് പോക്ക് ഭയപ്പെട്ടതുപോലെ പ്രകടമല്ല എന്ന വാദമുയർന്നേക്കാം. ജനാധിപത്യത്തെ ദുൽബലപ്പെടുത്തുന്നതിന് ഉദ്ദേശിച്ച് ഉന്നയിക്കപ്പെട്ട പല കപട വാദങ്ങളും പ്രാവർത്തികമാകാതെ, വാദഗതികൾ മാത്രമായി അവശേഷിക്കുകയുമുണ്ടായി. അതിനാൽ പ്രതിവിപ്ലവ പ്രക്രിയയുടെ ഉദാഹരണങ്ങളായി ഇവയെ കണക്കാ

ക്കുന്നത് ന്യായീകരിക്കാനാവുമോ? ഈ ചോദ്യത്തിന് മറുപടിയായി മൂന്ന് കാര്യങ്ങൾ പറയാം. ഏതു പ്രതിവിപ്ലവത്തിന്റെയും ആദ്യ ലക്ഷണം പ്രതിവിപ്ലവ വാദഗതികൾ മേൽക്കൈ നേടലാണെന്നതാണ് ആദ്യത്തെ കാര്യം. ഈ വാദഗതിക്ക് പ്രാമുഖ്യം കൈവരുന്നു എന്നും ഒരളവോളം വിജയം നേടുന്നു എന്നതും അനിഷേധ്യമാണ്. മറ്റൊരു വാക്കിൽ പറഞ്ഞാൽ പ്രതിവിപ്ലവ പ്രക്രിയയുടെ ആദ്യഘട്ടത്തിലാണ് നാം. ആദ്യഘട്ടത്തിൽ മാത്രമാണെന്നതുകൊണ്ട് ഈ പ്രക്രിയയുടെ പ്രതിവിപ്ലവ സ്വഭാവത്തിന് നേരെ നമുക്ക് കണ്ണടയ്ക്കാനാവില്ല. പ്രതിവിപ്ലവ ശ്രമത്തോടൊപ്പം അണിനിരന്ന വർഗ്ഗ ശക്തികളുടെ ബലാബലം ഈ ഉദ്ദേശത്തിന് ഇനിയും പര്യാപ്തമായിട്ടില്ല എന്നതാണ് രണ്ടാമത്തെ കാര്യം. ഈ അപര്യാപ്തതയെ ഭരണം നടത്തുന്നവരുടെ ഉദാരമനസ്കതയായി തെറ്റിദ്ധരിക്കരുത്. രാജ്യസഭയിൽ മതിയായത്ര അംഗബലം ഉണ്ടായിരുന്നുവെങ്കിൽ പശ്ചിമ ബംഗാളിലെ ഇടതുമുന്നണി ഭരണത്തെ നീക്കം ചെയ്യാൻ തങ്ങൾ മടിക്കുമായിരുന്നില്ല എന്ന് വാജ്പേയ് സർക്കാർ വ്യക്തമാക്കിയത് ഒരു ഉദാഹരണമാണ്. ഉദാര മനസ്കതയല്ല മറിച്ച് അംഗബലം അപര്യാപ്തമാണ് എന്നതാണ്, ഈ സ്വേച്ഛാധിപത്യ നടപടി കൈക്കൊള്ളുന്നതിൽ നിന്ന് അവരെ തടഞ്ഞു നിർത്തിയത്. ഭരണവർഗ്ഗങ്ങളെ സംബന്ധിച്ചിടത്തോളം പ്രതിവിപ്ലവത്തിന്റെ ആവശ്യം വസ്തുനിഷ്ഠമാണ് എന്നതാണ് മൂന്നാമത്തെ കാര്യം. അവരുടെ വർഗ്ഗതാൽപര്യങ്ങൾ മറ്റൊരു വിധത്തിലും നിറവേറ്റാനാവാതെ വരുമ്പോഴാണ് അതിന് തുനിയുക എന്നതാണ് വാസ്തവം. മറ്റൊരു വാക്കിൽ പറഞ്ഞാൽ, ഭരണകക്ഷിയുടെ ഉദാരമനസ്കതയ്ക്കും അതീതമാണ് പ്രതിവിപ്ലവ പ്രക്രിയ. തങ്ങളുടെ ഉദ്ദേശം നിറവേറ്റുന്നതിന് പ്രതിബന്ധം സൃഷ്ടിക്കുന്ന വിധത്തിൽ കൂടുതൽ ഉദാരമാണ് നിലവിലുള്ള സംവിധാനമെങ്കിൽ അത്രത്തോളം ഉദാരമല്ലാത്ത ഒന്നിനുവേണ്ടി അതു വഴിമാറിക്കൊടുക്കുമെന്നർത്ഥം.

സ്വാതന്ത്ര്യലബ്ധിയുടെ വേളയിൽ പ്രാബല്യത്തിൽ വരുത്തിയതിനെക്കാൾ പൂർണ്ണവും അന്നത്തേതിന് കടകവിരുദ്ധവുമായ വിധത്തിൽ വർഗ്ഗപരമായ ദൃഢീകരണത്തിന്റെയും വെട്ടിപ്പിടുത്തത്തിന്റേതുമായ ഒരു പദ്ധതിയാണ് ഇന്ന് നിലവിലുള്ള വസ്തുനിഷ്ഠ പരിതസ്ഥിതിയിൽ തങ്ങളുടെ വർഗ്ഗതാൽപര്യത്തിന്

ആവശ്യമായിട്ടുള്ളത് എന്ന് ബൂർഷ്വാസി കണക്കാക്കുന്നു. കൊളോണിയൽ വിരുദ്ധവും നാടുവാഴിത്ത വിരുദ്ധവുമായ സമരത്തിൽ ജനങ്ങളെ നയിച്ച നിലപാടിൽ നിന്ന് മാറി അവർക്കിപ്പോൾ ജനങ്ങൾക്കെതിരായി സാമ്രാജ്യത്വ ചേരിയിൽ അണിനിരക്കണം. സ്വാതന്ത്ര്യലബ്ധിക്കു ശേഷമുള്ള കാലഘട്ടത്തിൽ സാമ്രാജ്യത്വവുമായി വെറുതെ സന്ധിചെയ്യുക മാത്രമായിരുന്നതിൽ നിന്ന് ഇന്ത്യൻ സമ്പദ്ഘടനയെ പുനർ കോളനിവൽക്കരിക്കുന്ന സാമ്രാജ്യത്വ പദ്ധതിക്ക് യഥാർത്ഥത്തിൽ വിടുപണി ചെയ്യുന്നവരായി അവർക്ക് മാറേണ്ടതുണ്ട്. സാമ്രാജ്യത്വവുമായി ഏറ്റുമുട്ടി സ്വന്തം ആപേക്ഷിക സ്വയംഭരണം സ്ഥാപിക്കുന്നതിനുള്ള ശ്രമത്തിന്റേതായ കാലഘട്ടം അവസാനിച്ചു. സാമ്രാജ്യത്വത്തിന്റെ സ്വഭാവത്തിൽ വന്ന മാറ്റവും രാജ്യത്തെ ബൂർഷ്വാ വികാസത്തിന്റേതായ ആദ്യകാല പാതയിലെ വൈരുദ്ധ്യങ്ങളുമാണ് അതിനിടയാക്കിയത്.

ഇന്ത്യൻ ജനതയുടെ ജനാധിപത്യ വിപ്ലവത്തെ പുറകോട്ടടുപ്പിക്കുന്ന ഇപ്പോഴത്തെ ഭരണപക്ഷത്തിന്റെ ഖണ്ഡിതവും നിസംശയവും നിഷ്കരുണവുമായ നീക്കം മുന്നേറിയത് സാമ്പത്തിക മേഖലയുമായി ബന്ധപ്പെട്ടാണെന്നത് ആശ്ചര്യജനകമല്ല. കൊളോണിയൽ വിരുദ്ധ സമരത്തിൽ നിന്ന് ആവിർഭവിച്ച സാമ്പത്തിക നയത്തിന്റെ സത്ത, കോയ്മ രാജ്യങ്ങളുടെ മൂലധനാധിപത്യത്തിനെതിരായ തട എന്ന നിലയിൽ സർക്കാർ മേഖലയെ ഉപയോഗപ്പെടുത്തുക എന്നതായിരുന്നു. ഇപ്പോൾ അതിന് കടകവിരുദ്ധമായ ഒന്നിനാണ് രാജ്യം സാക്ഷ്യം വഹിക്കുന്നത്. സർക്കാർ മേഖല പൊളിച്ചുമാറ്റി കോയ്മ രാജ്യങ്ങളുടെ മൂലധനാധിപത്യത്തിന് ക്രമേണയായി മേൽക്കൈ നൽകുക എന്നതാണത്. ദേശസാൽക്കരണത്തിനു മുമ്പ് നൽകിയിരുന്ന ഊന്നൽ വെടിഞ്ഞ് ഇൻഷ്വൂറൻസ് മേഖല ആഭ്യന്തര സ്ഥാപനങ്ങൾക്കു മാത്രമല്ല വിദേശ സ്ഥാപനങ്ങൾക്കുമായി തുറന്നുകൊടുത്തിരിക്കുകയാണ് ഗവൺമെന്റ്. പൊതുമേഖലയെ സ്വകാര്യവൽക്കരിക്കുന്നതിനുള്ള പദ്ധതികളുമായി നിശ്ചയദാർഢ്യത്തോടെ നീങ്ങുകയാണ് സർക്കാർ. പൊതുമേഖലയെ പൊളിച്ചുമാറ്റുന്നതിലേക്ക് നീങ്ങുന്നത് ന്യായീകരണമായി, അത് 'കാര്യക്ഷമമല്ലെ'ന്ന കപടവാദമാണ് അവർ ഉന്നയിച്ചത്. 'കാര്യക്ഷമരാഹിത്യ'ത്തിന് തെളിവായി അവർ ചൂണ്ടിക്കാട്ടുന്ന കുറഞ്ഞ വരുമാന തോതിന് 'കാര്യക്ഷമതയില്ലായ്മയു

മായി യാതൊരു ബന്ധവുമില്ല. മറിച്ച് ചോദനം കുറഞ്ഞതിന്റെ ഫലമാണത്. ധനകമ്മി ഒഴിവാക്കുന്നതിന്റെ പേരിൽ സർക്കാർ ബോധപൂർവ്വം പിന്തുടർന്ന സമ്പദ്ഘടനയുടെ വലിപ്പം കുറയ്ക്കുകയെന്ന നയത്തിന്റെ ഫലമായാണ് ചോദനം കുറഞ്ഞത്. 'ഉദാരവൽക്കരണ' നയത്തിലൂടെ സർക്കാർ അന്താരാഷ്ട്ര ധനമൂലധനത്തിന്റെ നുഴഞ്ഞുകയറ്റത്തിന് സൗകര്യം ചെയ്തുകൊടുത്തിരുന്നു. അവരെ സന്തോഷിപ്പിക്കുന്നതിനാണ് ഇതെല്ലാം ചെയ്തത്. ചുരുക്കത്തിൽ പൊതുമേഖലയുടെ 'കാര്യക്ഷമതയില്ലായ്മ' എന്നു പറയുന്നത് സർക്കാർ നയത്തിന്റെ തന്നെ സൃഷ്ടിയാണ്. ബ്രിട്ടൻവുഡ്സ് സ്ഥാപനങ്ങളുടെ കല്പനകൾ പ്രകാരമുള്ള സ്തൂല സാമ്പത്തിക നയങ്ങൾ സർക്കാർ പിന്തുടർന്നതിന്റെ ഫലമാണ് അവ എന്നു ചുരുക്കം.

പൊതുമേഖലയുടെ ആസ്തി ചുളുവിലയ്ക്ക് സ്വകാര്യ (കോയ്മ രാജ്യങ്ങളുടേതുൾപ്പെടെ) മൂലധനത്തിന് കൈമാറുന്നതിനു പുറമെ ഇത്തരം സ്തൂല സാമ്പത്തിക നയങ്ങൾ നേരിട്ട്തന്നെ ജനങ്ങളുടെ താല്പര്യങ്ങൾക്ക് വിരുദ്ധമാണ്. സാമൂഹ്യ മേഖലയിലെ ചെലവ് വെട്ടിക്കുറച്ചത്, സബ്സിഡികൾ ചുരുക്കിയത്, ഉദാര വ്യാപാരനയങ്ങൾ അവലംബിച്ചതിന്റെ ഫലമായി വ്യവസായങ്ങൾ തകർക്കപ്പെടുന്നത് എന്നിവ തൊഴിലെടുക്കുന്ന ജനസാമാന്യത്തിന്റെ ദാരിദ്ര്യം മൂർച്ഛിക്കുകയും ജീവിത സാഹചര്യങ്ങൾ വഷളാക്കുകയും ചെയ്തു. സാധാരണഗതിയിൽ ആവശ്യമായ ശേഖരത്തിന്റെ ഇരട്ടിയെങ്കിലും വരുന്ന നാലുകോടി ടൺ ഭക്ഷ്യധാന്യത്തിന്റെ ശേഖരം കൈവശമുള്ളപ്പോഴും ജോലിക്ക് കൂലി ഭക്ഷണം പരിപാടി നടപ്പിലാക്കി പട്ടിണിയകറ്റാൻ ഗവൺമെന്റ് വിസമ്മതിച്ചതിൽനിന്ന് ഭരണപക്ഷത്തിന്റെ ദിശ സുവ്യക്തമാക്കുന്നു. ബ്രിട്ടൻവുഡ്സ് സ്ഥാപനങ്ങൾ ആവിഷ്കരിച്ച് മേൽത്തരമായ സ്തൂല സാമ്പത്തിക നയത്തിന്റെ അനുശാസനങ്ങൾ ലംഘിച്ച് ധനകമ്മി പെരുകാൻ അതിടയാക്കുമെന്നതാണ് അവർ പറയുന്ന ന്യായം.

അതിപ്രധാന രംഗങ്ങളിൽപോലും ലോക വ്യാപാര സംഘടനകളുടെയും അമേരിക്കയുടെ തന്നെയും ആജ്ഞകൾ ചോദ്യം ചെയ്യാതെ സ്വീകരിക്കുന്നതിലേക്കാണ് ബ്രട്ടൻ വുഡ്സ് സ്ഥാപനങ്ങളോടുള്ള വിധേയത്വം നീങ്ങിയത്. ചൈനയോ ബ്രസീലോ ചെയ്തതുപോലെ നിയമപരമായ പഴുതുകൾ ഉപയോഗപ്പെടുത്താൻ ശ്രമിക്കാതെ ഡബ്ലിയു.ടി.ഒ കല്പനപ്രകാരം അവർ പേറ്റന്റ്

നിയമം ഭേദഗതി ചെയ്തു. കാർഷികോല്പന്നങ്ങൾ ഉൾപ്പെടെ ഒട്ടേറെ ചരക്കുകളുടെ ഇറക്കുമതിക്കുള്ള അളവുപരമായ നിയന്ത്രണങ്ങൾ നീക്കംചെയ്യാൻ അമേരിക്കയുടെ സമ്മർദ്ദത്തിന് വഴങ്ങി അവർ തയ്യാറായി. ഡബ്ലിയു.ടി.ഒ. നിശ്ചയിച്ച സമയപരിധിക്കു മുമ്പായിരുന്നു ഇത്. കേരളത്തിലെയും മറ്റും പല നാണ്യവിളകളും ഉൽപാദിപ്പിക്കുന്നവരെ കടുത്ത ദുരിതത്തിലാക്കുന്നതാണ് ഇതെന്ന് പ്രതീക്ഷിക്കപ്പെട്ടതായിരുന്നു. ഇങ്ങനെ ദുരിതം സൃഷ്ടിക്കപ്പെടുകയും ചെയ്തു. രാജ്യത്തെ തൊഴിലാളികളും കൃഷിക്കാരുമായ സാമാന്യജനത്തിനു വിരുദ്ധമായി കോയ്മരാജ്യങ്ങളുടെ മൂലധനാധിപത്യവുമായി ഒത്തുചേരുന്നതാണ് ഇപ്പോഴത്തെ ഭരണപക്ഷത്തിന്റെ സാമ്പത്തിക നയമെന്ന് ചുരുക്കം. പ്രതിവിപ്ലവ നീക്കത്തിന്റെ ഒരു നിർണായക അവകാശമാണിത്.

III

മാർക്സിസ്റ്റ് സിദ്ധാന്തത്തെ സംബന്ധിച്ചിടത്തോളം ബൂർഷ്വാസിയുടെ ഭാഗത്തുനിന്നുള്ള പ്രതിവിപ്ലവ ശ്രമം അതിശയജനകമല്ല. കോയ്മരാജ്യങ്ങളിലേതുപോലെ ജനാധിപത്യവിപ്ലവം പൂർത്തീകരിക്കാൻ ബൂർഷ്വാസിക്ക് സാധിക്കുകയില്ല എന്നതാണ് മൂന്നാംലോക രാജ്യങ്ങളെ സംബന്ധിച്ച മാർക്സിസ്റ്റ് സിദ്ധാന്തത്തിലെ അടിസ്ഥാനപരമായ ഒരു പ്രമാണം. അതിനാൽ ജനാധിപത്യ വിപ്ലവം പൂർത്തീകരിക്കുക എന്ന കടമ തൊഴിലാളി വർഗ്ഗത്തിൽ അർപ്പിതമായി തീരുന്നു. അതിൽ നിന്നാണ് 'ജനകീയ ജനാധിപത്യ വിപ്ലവം' അഥവാ രണ്ടാം ലോകയുദ്ധാനന്തരകാലഘട്ടത്തിൽ ചൈനയും മറ്റു പല മൂന്നാംലോക രാജ്യങ്ങളിലും നടന്ന വിപ്ലവ സമരങ്ങൾക്കാധാരം ഈ കാഴ്ചപ്പാടാണ്. ബോൾഷെവിക് വിപ്ലവത്തിന്റെ ആദ്യഘട്ടത്തിന് ആധാരമായി വർത്തിച്ച തൊഴിലാളികളുടെതും കൃഷിക്കാരുടെതുമായ ജനാധിപത്യപരമായ സർവാധിപത്യം സ്ഥാപിക്കുന്ന വിപ്ലവം എന്നതാണത്.

കോളനി വാഴ്ചയ്ക്ക് അറുതി വരുത്തുന്നതിന് മുമ്പുതന്നെ കൊളോണിയൽ വിരുദ്ധ സമരങ്ങളിൽ തൊഴിലാളിവർഗ്ഗ പാർട്ടി മേൽക്കൈ നേടിയ രാജ്യങ്ങളിൽ ആ സമരത്തിന്റെ പരിസമാപ്തി കുറിച്ചുകൊണ്ട് ജനകീയ ജനാധിപത്യ വിപ്ലവങ്ങൾ അരങ്ങേറി. എന്നാൽ ബൂർഷ്വാസി കോളനി വാഴ്ചയ്ക്ക് അറുതിവരുത്തിയ

രാജ്യങ്ങളിൽ, മറ്റൊരു വാക്കിൽ പറഞ്ഞാൽ ബൂർഷ്വാസിയുടെ നേതൃത്വത്തിലുള്ള ഭരണകൂടം സ്ഥാപിതമാക്കുന്നതിലേക്ക് സ്വാതന്ത്ര്യലബ്ധി നയിച്ച രാജ്യങ്ങളിൽ, ജനാധിപത്യ വിപ്ലവം പൂർത്തീകരിക്കുന്നതിൽ ബൂർഷ്വാസിയുടെ പരാജയം എന്നതിന്റെ കൃത്യമായ അർത്ഥം സ്പഷ്ടമായിരുന്നില്ല.

ചരിത്രപരമായി നോക്കുമ്പോൾ അതിനർത്ഥം ജനാധിപത്യ വിപ്ലവം പൂർത്തീകരിക്കുക എന്ന കടമ തൊഴിലാളിവർഗ്ഗം സ്വയം ഏറ്റെടുക്കണം എന്നതാണ്. അതിനാൽ ഈ ഉദ്ദേശത്തോടെ അത് ഉചിതമായ പരിപാടികൾ ആവിഷ്കരിക്കുകയും ഉചിതമായ വർഗ്ഗസഖ്യങ്ങൾക്ക് രൂപംനൽകുകയും ചെയ്യണം. ഒരളവോളം ജനാധിപത്യ വിപ്ലവത്തെ നയിക്കുകയും പിന്നീട് അത് മുന്നോട്ട് കൊണ്ടുപോകുന്നതിൽ പരാജയപ്പെടുകയും ചെയ്യുന്ന ബൂർഷ്വാസി വെറുതെയിരിക്കുകയല്ല ചെയ്യുക. ജനാധിപത്യ വിപ്ലവ പ്രക്രിയയുടെ ആ പ്രത്യേകഘട്ടത്തിൽ അത് തൊഴിലാളിവർഗ്ഗം ഏറ്റെടുത്ത് മുന്നോട്ടുകൊണ്ടു പോകുന്നതും കാത്ത് അവർ നിസ്സംഗമായി നിലകൊള്ളുകയുമില്ല. മുന്നോട്ട്കൊണ്ടുപോകുന്നതിൽ വിജയം വരിക്കാൻ അതിന് സാധിക്കുന്നില്ലെങ്കിൽ സ്വന്തം വർഗ്ഗവാഴ്ച ദൃഢീകരിക്കാനായിരിക്കും അത് ശ്രമം നടത്തുക. തങ്ങളെ മാറ്റി തൊഴിലാളിവർഗ്ഗം സ്ഥാനം പിടിച്ചേക്കുമെന്ന പരിഭ്രാന്തിയിൽ പുറകോട്ടുപോകാൻ, ജനാധിപത്യം ഹനിക്കാൻ സാമ്രാജ്യത്വവുമായി ഒത്തുപോകാൻ, ചുരുക്കത്തിൽ പ്രതിവിപ്ലവം അഴിച്ചുവിട്ടുകൊണ്ട് ജനാധിപത്യ വിപ്ലവത്തെ പിറകോട്ടടുപ്പിക്കാൻ അതു തുനിഞ്ഞേക്കും.

മറ്റൊരുവാക്കിൽ പറഞ്ഞാൽ ജനാധിപത്യ വിപ്ലവത്തിന്റെ ബൂർഷ്വാനേതൃത്വത്തിലുള്ള ഘട്ടത്തിനും തൊഴിലാളിവർഗ്ഗ നേതൃത്വത്തിലുള്ള ഘട്ടത്തിനും ഇടയിലൊരു വേളയിൽ ബൂർഷ്വാസി പ്രതിവിപ്ലവം അഴിച്ചുവിടാൻ തുനിയുന്ന അവസ്ഥയുണ്ടാകും. കൊളോണിയൽ വിരുദ്ധ സമരത്തിൽ നേതൃത്വപരമായ പങ്ക് വഹിച്ചുപോന്ന ബൂർഷ്വാസിയുടെ പരമ്പരാഗത പാർട്ടി ഈ പ്രതിവിപ്ലവത്തിനും നേതൃത്വം നൽകുകയെന്ന കടമ ഏറ്റെടുക്കാൻ അനുയോജ്യമല്ലാതാകും. അതിനാൽ മാതൃസംഘടനയിൽനിന്ന് ഒരു പ്രത്യേക വിഭാഗം പിളർന്നുമാറുകയോ കൊളോണിയൽ വിരുദ്ധ സമരത്തിൽ യാതൊരു പങ്കുമില്ലാത്ത മറ്റേതെങ്കിലും ശിഥിലീകരണപരമോ ആയ വികാരം കുത്തിയിളക്കി ജനങ്ങളെ

അണിനിരത്താൻ കഴിവുറ്റ ഈ കക്ഷിയായിരിക്കും പ്രതിവിപ്ലവത്തിന്റെഏജന്റായിമാറുകഈപ്രതിവിപ്ലവത്തിന്ഫാസിസത്തിന്റേതിന് സദൃശമായ പ്രവണതകൾ ഉണ്ടാകും ഈ പ്രക്രിയയുടെ ഉത്തമ നിദർശനമാണ് ഇന്ത്യയിൽ വർഗീയ ഫാസിസത്തിന്റെ ആവിർഭാവം.

പ്രതിവിപ്ലവവും സാമ്രാജ്യത്വവും തമ്മിലുള്ള ഈ ബന്ധം എടുത്തുപറയേണ്ടത് സുപ്രധാനമാണ്. ഈ പ്രതിവിപ്ലവം നിറവേറ്റുവാനുള്ള ശേഷി സ്വയം സമാഹരിക്കാൻ ബൂർഷ്വാസിക്ക് കഴിയുകയില്ല. സാമ്രാജ്യത്വത്തിന്റെ പിന്തുണ അതിനാവശ്യമാണ്. സാമ്പത്തികനയത്തിലെ ദേശീയത്വവാദപരമായ ആധാരശിലകൾ ഉന്മൂലനം ചെയ്യണമെന്ന ഉപാധിയുടെ അടിസ്ഥാനത്തിൽ സാമ്രാജ്യത്വം ഈ പിന്തുണ നൽകുന്നു. (സ്വന്തം ആപേക്ഷിക സ്വയംഭരണാധികാരം സ്ഥാപിക്കുവാൻ ബൂർഷ്വാസി ഉപയോഗപ്പെടുത്തിയിരുന്നതാണ് ഈ ദേശീയത്വവാദപരമായ വംശം) കൊളോണിയൽ മേധാവിത്വത്തിൽനിന്ന് മോചിപ്പിക്കപ്പെട്ട സമ്പദ്ഘടനയെ സാമ്രാജ്യത്വ ഭ്രമണപഥത്തിലേക്ക് വീണ്ടും ഉദ്ഗ്രഥിപ്പിക്കുക എന്ന സാമ്രാജ്യത്വത്തിന്റെ കാര്യപരിപാടിയാണ് പ്രതിവിപ്ലവത്തിലൂടെ നടപ്പിലാക്കുന്നത്. സ്വദേശി സാമ്പത്തിക വാദം എന്നു വിളിക്കപ്പെടുന്നതിലെ അടിസ്ഥാനപരമായ വൈരുദ്ധ്യത്തിന് കാരണം ഇതാണ്. ജനങ്ങൾക്ക് അനുകൂലമായി സാമ്പത്തിക നയത്തിൽ എന്തെങ്കിലും മാറ്റം വരുത്തുന്നത് ഒഴിവാക്കുന്നതാണത്. തൊഴിലാളികളും കൃഷിക്കാരുമായ വിപുലമായ ജനസാമാന്യത്തിന്റേതായ ഏതെങ്കിലും ബദൽ സാമ്പത്തിക പരിപാടിക്ക് അവരുടെ വർഗ്ഗപരമായ പിന്തുണയുണ്ടാവുകയുമില്ല. അതേസമയം രാഷ്ട്രത്തെ ശക്തിപ്പെടുത്തുന്നതിന്റെ പേരിൽ പൊതുമേഖലാ സ്വത്തുവകകൾ സ്വകാര്യവൽക്കരിച്ചും മറ്റും ബൂർഷ്വാസിയെ ശക്തിപ്പെടുത്തുന്നതിനും അത് വിഭാവനം ചെയ്യുന്നു. സാമ്രാജ്യത്വത്തെ ഒഴിച്ചു നിർത്തിയിട്ടുള്ള പ്രതിവിപ്ലവമാണ് സ്വദേശി സാമ്പത്തിക വാദം ആഗ്രഹിക്കുന്നത്. പക്ഷെ അത് സാധ്യമാവുകയുമില്ല. നമ്മുടെ ജനാധിപത്യ വിപ്ലവം കൈവരിച്ച മുന്നേറ്റത്തിന്റെ ഫലമായി ബൂർഷ്വാസിക്ക് നിലവിലുള്ള അതിന്റെ സഖ്യകക്ഷികളുടെ ബലംകൊണ്ട് മാത്രം അതിനെ പിറകോട്ടടിപ്പിക്കാൻ സാധിക്കുകയില്ല. സ്വദേശി സാമ്പത്തിക വാദം ഉദ്ഘോഷിച്ചിരുന്ന അതേ രാഷ്ട്രീയ സംവിധാനം തന്നെ അധികാരത്തിലേറിയപ്പോൾ

സമ്പദ്ഘടനയെ പുനർകോളനിവൽക്കരിക്കുന്നതിനുള്ള സാമ്രാജ്യത്വത്തിന്റെ നീക്കത്തിന് കൈയാളുകളായി മാറിയത്തെല്ലും അതിശയകരമല്ല എന്നർത്ഥം. ബൂർഷ്വാ ദേശീയവാദത്തിന്റെ നാളുകൾ അവസാനിച്ചു എന്നതാണ് ഇതെല്ലാം വ്യക്തമാക്കുന്നത് ഇന്നത്തെ പരിതഃസ്ഥിതിയിൽ നമ്മുടേതുപോലുള്ള വ്യവസ്ഥിതികളിൽ വളരാനും ദൃഢീകരിക്കാനും ബൂർഷ്വാസിക്ക് ഏക ആശാകേന്ദ്രം കോയ്മരാജ്യങ്ങളുടെ മൂലധനത്തിന്റെ വിനീത പങ്കാളിയാവുന്നതിലൂടെ മാത്രമാണ്.

ജനങ്ങളുടെ താല്പര്യങ്ങൾക്ക് ഇതെങ്ങനെ എതിരാകുമെന്ന ചോദ്യം ഉയർന്നേക്കാം. നാം പരാമർശിച്ച പ്രതിവിപ്ലവം യഥാർത്ഥത്തിൽ പിന്നോക്ക രാജ്യങ്ങളിലെ മുതലാളിത്തത്തെ പോഷിപ്പിക്കുകയാണെന്നും അതിനാൽ അത് പുരോഗതിക്ക് ഉതകുമെന്നുമാണ് ഒരു വാദം. തൊഴിൽ രഹിതരായി കഴിയുന്നവരെ ഉപയോഗപ്പെടുത്തികൊണ്ട് മുതലാളിത്തം അതിവേഗം ഉയരുകയായിരുന്നെങ്കിൽ അത് ദാരിദ്ര്യം നിർമാജനം ചെയ്യുകയും ജനസാമാന്യത്തിന്റെ പരിതാപകരമായ ജീവിതസാഹചര്യങ്ങൾ മെച്ചപ്പെടുത്തുകയും ചെയ്യുമായിരുന്നു. ഭൂതകാലത്തിൽനിന്ന് ഒസ്യത്തായി ലഭിച്ച ജാതി വ്യവസ്ഥ പോലുള്ള മർദ്ദനപരമായ സാമൂഹിക സമ്പ്രദായങ്ങളും അത് ബോധപൂർവ്വമല്ലാതെയാണെങ്കിലും തകർക്കുമായിരുന്നു. അങ്ങനെയാകുമ്പോൾ ഇന്ന് പ്രതിവിപ്ലവമായി തോന്നിക്കുന്നത് നാളത്തെ സ്ഥായിയായ ജനാധിപത്യ വിപ്ലവത്തിന് അടിത്തറ പാകുമെന്നാണ് വാദം. ഉൽപാദന ശക്തികളുടെ വികാസം കൂടുതൽ ഉയർന്ന തലത്തിൽ എത്തുമെന്നതിനാൽ അത് കൂടുതൽ സ്ഥായിയാവുകയും ചെയ്യുമെന്ന് സങ്കൽപിക്കപ്പെടുന്നു.

സമകാലീന സാമ്രാജ്യത്വത്തിന്റെ അടിസ്ഥാനപരമായ സ്വഭാവവിശേഷങ്ങളെ സംബന്ധിച്ച തെറ്റിദ്ധാരണയുടെ അടിസ്ഥാനത്തിലാണ് ഈ വാദഗതി ഉന്നയിക്കപ്പെടുന്നത്. പ്രത്യുല്പാദനപരമായ മൂലധനത്തെ ലോകമെമ്പാടും ചലിക്കുന്നതാക്കിയിരിക്കുകയാണ്. സമീപകാലത്തെ ആഗോളവൽക്കരണ പ്രക്രിയ എന്ന സങ്കല്പത്തിൽ നിന്നാണ് ഈ വാദം ഉയരുന്നത്. അന്താരാഷ്ട്ര മൂലധനത്തിന് മൂന്നാം ലോകത്തേക്ക് വാതിൽ തുറന്നുകൊടുക്കുകയും അതിനനുസരിച്ച് ഉദാരവൽക്കരണ നയങ്ങൾ അവലംബിക്കുകയും ചെയ്താൽ കോയ്മരാജ്യങ്ങളും മൂന്നാം ലോകവും തമ്മിലുള്ള അന്തരം നീങ്ങുമെന്ന്

അവർ ധരിക്കുന്നു. എന്നാൽ ഈ ധാരണ ശരിയല്ല. പ്രത്യുല്പാദന പരമായ മൂലധനത്തിന്റെ അല്ല മറിച്ച് ധനമൂലധത്തിന്റെ ചലനാത്മകതയാണ് സമകാലീന മുതലാളിത്തത്തിന്റെ സ്വാഭാവവിശേഷം.

പ്രഥമദൃഷ്ടിയിൽ സാരമല്ലെന്നു തോന്നിക്കുന്ന ഈ അന്തരം അടിസ്ഥാനപരമായതാണ്. രാജ്യാതിർത്തികൾ മറികടന്നുള്ള ധനമൂലധനത്തിന്റെ പ്രയാണം താൽക്കാലികമായ ഊഹക്കച്ചവടത്തിൽ ഏർപ്പെട്ട് ലാഭമുണ്ടാക്കുന്നതിനു വേണ്ടിയാണ്. ഏതെങ്കിലും രാജ്യത്തെ സമ്പദ്ഘടനാ ചോദനവുമായി ബന്ധപ്പെട്ട മാനേജ്മെന്റ് സംബന്ധമായ കെയ്നീഷ്യൻ സിദ്ധാന്തങ്ങൾ അംഗീകരിക്കുന്നതിനെ അത് തടയുന്നു. കാരണം ചോദനത്തെ ഉത്തേജിപ്പിക്കുന്ന ഏത് സമ്പദ്ഘടനയിൽ നിന്നും മൂലധനം പലായനം ചെയ്യുമെന്ന വിപത്തുണ്ട്. ലോകസമ്പദ് ഘടനയിൽ ചോദനത്തിന്റെ നിലവാരം മൊത്തത്തിൽ ഇടിച്ചുതാഴ്ത്തുന്നതാണ് ഇത്. എല്ലാ മുതലാളിത്ത രാജ്യങ്ങളിലെയും സമ്പദ്ഘടനകൾ അഥവാ ലോക മുതലാളിത്ത സമ്പദ്ഘടനയെ നയിക്കുന്ന അമേരിക്ക സ്വന്തം രാജ്യത്തെ മൊത്തത്തിലുള്ള ചോദനത്തിന്റെ അവസ്ഥ എന്തു തന്നെയായാലും മുതലാളിത്ത ലോകത്തിനാകെ വേണ്ടി ധനകമ്മി ഏറ്റെടുത്തുകൊണ്ട് ചോദനം വിപുലീകരിക്കുവാൻ തീരുമാനിച്ചിരുന്നുവെങ്കിൽ, ചോദനം കൈകാര്യം ചെയ്യുന്നത് സംബന്ധമായി കെയ്ൻസ് വിഭാവനം ചെയ്ത വിധത്തിലുള്ള യഥാർത്ഥമായ ആഗോള സംവിധാനം പ്രബല്യത്തിൽ വരുമായിരുന്നു. കാരണം മുതലാളിത്ത ലോകത്തിലെ സമ്പത്ത് പിടിച്ചുനിർത്തുന്ന സ്ഥിരതയാർന്ന മാധ്യമം അമേരിക്കയുടെ നാണ്യമാണ്. പക്ഷേ ഇതുരണ്ടും പ്രാവർത്തികമാകുകയില്ല. തങ്ങളുടെ രാജ്യങ്ങളിലെ ചോദനം കൈകാര്യം ചെയ്യാൻ അതത് ദേശീയ ഭരണകൂടത്തിന്റെ ശേഷി തകർത്തുകൊണ്ട് ലോകമെമ്പാടും സഞ്ചരിക്കുവാൻ ധനമൂലധനത്തിന് കഴിയുമെങ്കിലും മുതലാളിത്ത ലോകത്തിന്റെയാകെ ഭദ്രത മുൻനിർത്തി ഈ ചുമതല ഏറ്റെടുക്കാൻ ശേഷിയുള്ള ഒരു മുതലാളിത്ത രാജ്യവും ഇല്ല. മുതലാളിത്ത ലോകത്തിൽ ആകെ വളർച്ചാ മാന്ദ്യത്തിന്റേതായ അവസ്ഥ നിലനിൽക്കുന്നതിലേക്കാണ് ഇത് നയിക്കുക.

ഈ മാന്ദ്യത്തിന്റെ രൂക്ഷത ഏറ്റവും പ്രകടമാവുക മൂന്നാം ലോക സമ്പദ്ഘടനകളിലായിരിക്കും. സ്വയം രക്ഷിക്കുന്നതി

നുള്ള തങ്ങളുടെ സംവിധാനങ്ങളെ വ്യാപാരരംഗം ഉദാരവൽക്കരിച്ചുകൊണ്ട് അവ അവസാനിപ്പിക്കുന്നതിലൂടെ അവിടങ്ങളിലേക്ക് വികസിത മുതലാളിത്ത രാജ്യങ്ങൾ തങ്ങളുടെ മാന്ദ്യം കയറ്റുമതി ചെയ്യുകയാണ്. മൂന്നാം ലോകത്തിന്റെ കടബാധ്യതകൾ കൂടുതൽ വർദ്ധിപ്പിച്ചുകൊണ്ടാണ് അവിടങ്ങളിലെ വ്യവസായങ്ങൾ പൊളിച്ചുമാറ്റുന്നതിനാവശ്യമായ പണം കണ്ടെത്തുന്നത് എന്നതാണ് മറ്റൊരു കാര്യം. അന്യ രാജ്യങ്ങളുടെ മിച്ചം ഇറക്കുമതി ചെയ്തുകൊണ്ട് സ്വന്തം രാജ്യങ്ങളിലെ വ്യവസായങ്ങളെ തകർച്ചയിലേക്ക് നയിക്കുന്ന മൂന്നാംലോക രാജ്യങ്ങൾ സ്വയം നശിക്കുന്നതിനുവേണ്ടിയും പണം കടമെടുത്ത് കടബാധ്യതകൾ വർദ്ധിപ്പിക്കുകയാണ്. ഒരു വശത്ത് കടബാധ്യതകൾ പെരുകുകയും മറുവശത്ത് സ്വന്തം വ്യവസായമേഖല തകരുകയുംചെയ്യുന്ന മൂന്നാം ലോക രാജ്യങ്ങൾക്ക് സമ്മർദ്ദംകൂടി നേരിടേണ്ടിവരുന്നു. കൂടുതൽ വിദേശനാണ്യം സമ്പാദിക്കുന്നതിനായി കാർഷികോല്പന്നങ്ങളുടെ കയറ്റുമതിയെ ആശ്രയിക്കേണ്ടിവരുന്നതുമാണത്. ഭക്ഷ്യവിളകൾക്ക് പകരം കയറ്റുമതിക്കുള്ള വിളകൾ കൃഷി ചെയ്യുന്നതിലേക്കുള്ള മാറ്റത്തിലേക്ക് അത് നയിക്കുന്നു. ആളോഹരി ഭക്ഷ്യലഭ്യത ഇടിയുന്നതിന് അതിടയാകുന്നു. ജനങ്ങളുടെ ഭക്ഷ്യസുരക്ഷിതത്വം തകർക്കുന്നതാണത്. കൊളോണിയൽ വാഴ്ചക്ക് അറുതിവരുത്തികൊണ്ട് ഏതൊരു അന്താരാഷ്ട്ര തൊഴിൽവിഭജന രീതിയിൽനിന്നു പുറത്തു കടക്കാനാണോ മൂന്നാംലോക രാജ്യങ്ങൾ ശ്രമിച്ചത്, അതുമായി ബന്ധപ്പെട്ടതാണിത്. കൊളോണിയൽവാഴ്ച കാലത്ത് അടിച്ചേൽപ്പിക്കപ്പെട്ട അന്താരാഷ്ട്ര തൊഴിൽവിഭജന രീതി അതെ പ്രത്യാഘാതങ്ങളോടുകൂടി വീണ്ടും അടിച്ചേൽപ്പിക്കുന്നതാണ്. ഉദാരവൽക്കരണവും ആഗോളവൽക്കരണവും. കടബാധ്യതകൾ പെരുകുന്നതിനും വിദേശനാണ്യ പ്രശ്നങ്ങൾ മൂർഛിക്കുന്നതിന്റെയും ഫലമായി ഈ രാജ്യങ്ങളിലെ സമ്പദ്ഘടനകൾ അമൂല്യമായ സ്വന്തം പ്രകൃതി വിഭവങ്ങൾ വിദേശികൾക്ക് കൈമാറുവാൻ നിർബന്ധിതമാകുന്നു. ഉഷ്ണമേഖലാ രാജ്യങ്ങളിലെ ജൈവവൈവിധ്യം ഉൾപ്പെടെ ജൈവ പദാർത്ഥങ്ങൾകൂടി കോയ്മ രാജ്യങ്ങളുടെ മൂലധന നിയന്ത്രണത്തിന് വിട്ടുകൊടുക്കേണ്ടി വരുന്നു. കോയ്മ മൂലധനത്തിന്റെ ആധിപത്യത്തിൽ നിന്ന് ഇത്തരം വിഭവങ്ങൾ വീണ്ടെടുത്തുവെന്നതായിരുന്നു കൊളോണിയൽ കാലഘട്ടത്തിനുശേഷം നിലവിൽവന്ന സർക്കാരുകളുടെ നേട്ടത്തിലൊന്ന്.

പലപ്പോഴും ഇതിന് വമ്പിച്ച സമരങ്ങൾ വേണ്ടിവന്നു. ഇറാനിൽ എണ്ണ വ്യവസായത്തിന്റെ ദേശസാൽക്കരണം ഒരുദാഹരണം. മൂന്നാംലോക സമ്പദ്ഘടനയെ വീണ്ടും കോളനി വാഴ്ചക്ക് വിധേയമാക്കികൊണ്ട് ഇക്കാര്യത്തിലും ഘടികാരം പുറകോട്ട് തിരിക്കുകയാണ്. ഈ പ്രത്യാഘാതങ്ങൾ മുൻകൂട്ടികണ്ട് പല മൂന്നാംലോക രാജ്യങ്ങളും ഉദാരവൽക്കരണ പ്രക്രിയയെ പുറകോട്ടടുപ്പിക്കാൻ ശ്രമിക്കും എന്നത് കണക്കിലെടുത്ത് അവയെ വരിഞ്ഞു കെട്ടുന്നതിന് ഏർപ്പെടുത്തിയ സ്ഥാപനപരമായ സംവിധാനമാണ് ലോക വ്യാപാര സംഘടന. ലോകമാന്ദ്യം തടയുന്നതിന് സ്വന്തം സാമ്പത്തിക നയങ്ങൾ ഏകോപിപ്പിക്കാൻ വികസിത മുതലാളിത്ത രാജ്യങ്ങൾക്ക് കഴിയുന്നില്ല. പക്ഷേ കോയ്മ രാജ്യങ്ങളിൽ നിന്നുള്ള ചരക്കുകൾക്കും ധന മൂലധനത്തിനും മൂന്നാംലോക സമ്പദ്ഘടനയിലേക്ക് തള്ളിക്കയറുന്നതിന് അവസരമൊരുക്കുന്നതിൽ അവർക്ക് അഭിപ്രായ ഐക്യമുണ്ട്.

ധന മൂലധനത്തിന്റെ സ്വതന്ത്ര വിഹാരത്തിന് വഴങ്ങിക്കൊടുക്കുക വഴി മൂന്നാംലോക സമ്പദ്ഘടനകൾ മറ്റൊരു കെടുതികൂടി അനുഭവിക്കേണ്ടി വരുന്നു. മുതലാളിത്തം സ്വന്തം ആസ്ഥാനമായി കണക്കാക്കുന്നത് കോയ്മ രാജ്യങ്ങളെയാണ്. അതിനാൽ മൂലധനം പുറത്തേക്ക് പ്രവഹിക്കുന്നത് തടയാൻ ഭീമമായ നിരക്കിലുള്ള പലിശ നൽകാൻ മൂന്നാംലോക രാജ്യങ്ങൾ നിർബന്ധിതമാകുന്നു. ഉദാരവൽക്കരണം പ്രാവർത്തികമായതോടെ ഇന്ത്യയിലെ പലിശ നിരക്കുകൾ 90 കളിൽ ഗണ്യമായി ഉയർന്നു. ഇന്ന് അത് 8-9 ശതമാനമാണ്. വികസിത മുതലാളിത്ത രാജ്യങ്ങളിലും ഇതിലും എത്രയോ ഉയർന്നതാണിത്. അവിടങ്ങളിൽ പൂജ്യത്തിനടുത്തോ ഫലത്തിൽ നെഗറ്റീവ് ആയതോ ആണ് പലിശ നിരക്കുകൾ. മൂന്നാംലോക രാജ്യങ്ങളിലെ ചെറുകിട സ്ഥാപനങ്ങളിലെ മുതൽമുടക്കിനെയും ഉൽപാദനത്തെയും ഈ ഉയർന്ന പലിശ നിരക്ക് പ്രതികൂലമായി ബാധിക്കുന്നു. വിദേശങ്ങളിലെ ഉൽപാദകരുമായി മത്സരിക്കാൻ ആഭ്യന്തര ഉൽപാദകർക്ക് ശേഷിയില്ലാതാവുകയാണ് ഇതിന്റെ ഫലം.

അതുകൊണ്ടും തീർന്നില്ല. ധനകമ്മിയുടെ ഫലമായാണ് ഉയർന്ന പലിശ നിരക്കുകളെന്ന വ്യാജവാദം പ്രകടിപ്പിക്കുകയാണ് ബ്രട്ടൻവുഡ്സ് സ്ഥാപനങ്ങൾ. അതിന്റെ പേരിൽ ധന

കമ്മി കുറയ്ക്കാൻ അവർ നിർബന്ധിക്കുന്നു. അന്താരാഷ്ട്ര ധന മൂലധനത്തിന് ഏറ്റവും പ്രിയങ്കരമാണിത്. പലിശ നിരക്ക് എന്നത് പണം സംബന്ധമായ പ്രതിഭാസമാണെന്ന വസ്തുത പരിപൂർണ്ണമായും നിഷേധിക്കുന്നതിനാലാണ് ഈ വാദം വ്യാജ മാണ് എന്ന് പറഞ്ഞത്. നികുതി വരുമാനം സമാഹരിക്കുന്നതിനു ശേഷി നഷ്ടപ്പെട്ട മൂന്നാംലോക രാജ്യങ്ങളിലെ സർക്കാരുകൾ ഉദാരവൽകൃത സംവിധാനത്തിൻകീഴിൽ ധന കമ്മി കുറയ്ക്കുന്ന തിനായി തങ്ങളുടെ ചെലവുകൾ കുറയ്ക്കാൻ ബ്രട്ടൻവുഡ് സ്ഥാപനങ്ങളുടെ സമ്മർദ്ദത്തിനു വഴങ്ങി നിർബന്ധിത മാകുന്നു. വളർച്ചാമാന്ദ്യം നേരിടുമ്പോൾ പോലും ഇത് ചെയ്യാൻ അവ നിർബന്ധിതമാവുകയാണ്. തങ്ങളുടെ സ്വാധീനത്തിൽകീഴിലായ സമ്പദ്ഘടനകളോടെല്ലാം അവയുടെ ചെലവ് ചുരുക്കാൻ ആവശ്യപ്പെടുക എന്നതാണ് ആഗോള ധനമൂലധനത്തിന്റെ രീതി. ഉയർന്ന പലിശ നിരക്കിന്റെയും സർക്കാർ ചെലവ് വെട്ടിക്കുറക്കുന്നതിന്റെയും ആത്യന്തിക ഫലമായി സമ്പദ്ഘടനയുടെ ശേഷി വീണ്ടും കുറയുന്നു. വ്യാപാര ഉദാരവൽക്കരണത്തിലൂടെ ഇറക്കുമതി ചെയ്യപ്പെ ടുന്ന മാന്ദ്യമാണ് മറ്റൊരു വൈതരണി. വിദ്യാഭ്യാസം, പൊ തുജനാരോഗ്യ പരിപാലനം തുടങ്ങിയ സാമൂഹ്യക്ഷേമ മേ ഖലകളെപോലും സർക്കാരിന്റെ ചെലവ് വെട്ടിക്കുറക്കൽ ദോഷകരമായി ബാധിക്കുന്നു. ദരിദ്രരുടെ അഭിവൃദ്ധി ലാക്കാ ക്കിയുള്ള സബ്സിഡികളും ക്ഷേമപദ്ധതികൾക്കുമുള്ള ചെല വുകളും വെട്ടിക്കുറക്കപ്പെടുന്നു. പശ്ചാത്തല സൗകര്യങ്ങൾ ഒരുക്കുന്നതിനുള്ള മുതൽമുടക്കുകൾ വെട്ടിക്കുറക്കുന്നു. പ്രതിഫലം വിദേശ നാണ്യമായി തന്നെ നൽകാമെന്ന് ഉറപ്പ് നൽകി ബഹുരാഷ്ട്ര കുത്തകകളെ ക്ഷണിച്ചതിന്റെ ചെലവുക ൾക്ക് വക കണ്ടെത്താനാണിത്. ചുരുക്കത്തിൽ മാന്ദ്യത്തോടും വ്യവസായങ്ങൾ പൊളിച്ചുമാറ്റുന്നതിനോടുമൊപ്പം പശ്ചാത്തല സൗകര്യമേഖല പ്രതിസന്ധിയിലാവുകയും ദാരിദ്ര്യം മൂർച്ഛിക്കു കയും വിദ്യാഭ്യാസ പൊതുജനാരോഗ്യ പരിപാലന നിലവാര ങ്ങൾ മോശമാകുകയും ചെയ്യുന്നു. കൂടുതൽ ഊർജ്ജസ്വലത യോടെ മുതലാളിത്തം വികസിക്കുകയും ഉൽപാദന ശക്തികൾ ദ്രുതഗതിയിൽ വളരുകയും ചെയ്യുന്നതിനു പകരം സാമ്രാജ്യത്വ പ്രേരിതമായ നവലിബറൽ നയങ്ങൾ പിന്തുടർന്നതിനാൽ സമ്പദ്ഘടനയുടെ ശേഷി കുറയുകയും വ്യവസായങ്ങൾ പൊളിച്ചുമാറ്റുകയും ഭക്ഷ്യ സുരക്ഷിതത്വം നഷ്ടപ്പെടുത്തുകയും

മുരടിപ്പ് ഉളവാക്കുകയുമാണ് ചെയ്തത്.

നവ ലിബറൽ സാമ്പത്തിക നയങ്ങൾ വിപരീത ഫലം ഉളവാക്കുന്നത് സമ്പദ്ഘടനയുടെ മണ്ഡലത്തിൽ മാത്രവുമല്ല. സാമൂഹ്യമായ പ്രത്യാഘാതങ്ങളും തുല്യനിലയിൽ വിനാശകരമാണ്. മൂലധനം പുറത്തേക്കൊഴുകുന്നത് തടയുന്നതിനായി സമ്പദ്ഘടനയിൽ മൂലധന നിക്ഷേപകരുടെ വിശ്വാസം നിലനിർത്തുമെന്ന് ഉറപ്പുവരുത്തേണ്ടത് ആവശ്യമായിതീരുന്നു. ഇതിന്റെ ഫലമായി അന്താരാഷ്ട്രതലത്തിലുള്ള ഒരുകൂട്ടം ഊഹക്കച്ചവടക്കാർ രാഷ്ട്രീയവും സാമ്പത്തികവും സാമൂഹ്യവുമായ ഗതിവിഗതികളുടെ രൂപം നിർണ്ണയിക്കുന്നതിലേക്ക് നീങ്ങുന്നു. സാമ്പത്തിക നയം മാറ്റുമെന്ന് വാഗ്ദാനം ചെയ്യുന്ന ഒരു ഗവൺമെന്റ് തെരഞ്ഞെടുക്കപ്പെടുന്ന അവസ്ഥ ഉളവായാൽ മൂലധന പാലായനത്തിന് അത് തിരികൊളുത്തുന്നു. ജനങ്ങളെ സംബന്ധിച്ചിടത്തോളം അത് ഉടനടി ദോഷം ചെയ്യുമെന്നതിനാൽ ഊഹക്കച്ചവടക്കാരെ പ്രീണിപ്പിക്കാൻ ഗവൺമെന്റ് നിർബന്ധിതമാകുന്നു. അന്താരാഷ്ട്ര പണമിടപാടുകാരിൽ വിശ്വാസം വളർത്താൻ കഴിവുള്ള ധനമന്ത്രിമാർ നിയോഗിക്കപ്പെടുന്നു. അന്താരാഷ്ട്ര പണമിടപാടുകാരെ സന്തോഷിപ്പിക്കുന്നവിധത്തിലാണ് പ്രധാനമന്ത്രിമാർപോലും നിർണയിക്കപ്പെടുന്നത്. ഫലത്തിൽ ജനാധിപത്യം കവർന്നെടുക്കപ്പെടുകയാണ്. ഭരണഘടനാ ഭേദഗതികൾ പ്രാബല്യത്തിൽ വരുന്നതിന് മുമ്പുതന്നെ ഇത് സംഭവിക്കുന്നു. അന്താരാഷ്ട്ര പണമിടപാടുകാരാണ് തീർപ്പ് കൽപ്പിക്കുന്നത്. അവരുടെ ഇഷ്ടാനിഷ്ടങ്ങൾ നിറവേറ്റുകയാണ് ആഭ്യന്തര ബൂർഷ്വാസി.

അതുകൊണ്ടുമായില്ല വളർച്ച കൈവരിക്കുന്നതിനുള്ള ഏക ഉപാധി വിദേശ മൂലധനത്തെ ആകർഷിക്കുക എന്നതായി മാറിയതോടെ രാജ്യത്തിന്റെ വിവിധ മേഖലകൾ വിദേശ മൂലധനത്തെ ആകർഷിക്കാൻ പരസ്പരം മത്സരിക്കുന്നു. രാജ്യത്ത് വിഭജനവാദപരമായ പ്രവണതകൾ ശക്തിപ്പെടുക എന്നതാണ് ഇതിന്റെ ഫലം. ദേശീയ സമ്പദ്ഘടന എന്ന കാഴ്ചപ്പാട് അധികമധികം അപ്രസക്തമാകുന്നതിനാൽ ദേശീയ ഐക്യം കൂടുതൽ ശിഥിലമാക്കുന്നു മുൻ യൂഗോസ്ലാവ്യയിലേതുപോലെ ഗുരുതരമായ സംഘട്ടനങ്ങൾക്ക് ഇതിടയാക്കിയേക്കാം. തൊഴിലില്ലായ്മ മൂർച്ഛിക്കുന്നത് സങ്കുചിത വാദത്തിനും വർഗീയതക്കും ഫാസിസത്തിന്റേതിനും സമാനമായ ഇതര പ്രവണതകൾക്കും വളക്കൂറുള്ള മണ്ണാണ് സൃഷ്ടിക്കുക. സാമൂഹ്യ സംഘട്ടനങ്ങൾ മൂർ

ഷിക്കാൻ അതിടയാക്കുന്നു. ബൂർഷ്വാസി ക്ഷണിച്ചുവരുത്താൻ താല്പര്യപ്പെടുന്ന ജനാധിപത്യവിരുദ്ധമായ പ്രതിവിപ്ലവത്തിന് കൂടുതൽ ശക്തി പകരുന്നതാണ്, ധന മൂലധനം സൃഷ്ടിച്ച കെടുതികൾ. നാം പറഞ്ഞുവന്ന പ്രതിവിപ്ലവത്തിലെ വിവിധ ഘടകങ്ങൾ അന്യോന്യം ശക്തിപ്പെടുത്തുന്നു എന്നർത്ഥം. ഫാസിസത്തിലേക്കോ ഏറ്റവും ചുരുങ്ങിയത് സ്വേച്ഛാധിപത്യത്തിലേക്കോ നീങ്ങുന്ന മൊത്തത്തിലുള്ള പ്രവണതയാണ് ഇതുവഴി സൃഷ്ടിക്കപ്പെടുക.

പ്രതിവിപ്ലവ പക്ഷത്തുള്ള ഈ ശാക്തിക നിരപേക്ഷം ചിരകാലം സ്ഥിരമായി നിൽക്കുകയില്ല. കാരണം നവ ലിബറൽ സംവിധാനത്തിന്റെ ശോഭനമായ ഭാവിയെക്കുറിച്ചുള്ള പ്രതീക്ഷ മുരടിക്കുന്നു. പെറ്റി ബൂർഷ്വാസിയിലും ഉയർന്ന ശമ്പളം പറ്റുന്നവരിലും ബുദ്ധിജീവികളിലും ചെറിയൊരു വിഭാഗത്തിന് നവലിബറൽ സംവിധാനം നേട്ടമുണ്ടാക്കുമെങ്കിലും അവരിൽ അധികം പേർക്കും ഈ സംവിധാനം പ്രയാസങ്ങൾ മൂർച്ഛിപ്പിക്കുകയാണ് ചെയ്യുക. ഈ സംവിധാനത്തിന്റെ യാഥാർത്ഥ്യം മറനീക്കുന്നതോടെ അതിനെതിരായ ദേശീയ ചെറുത്ത് നിൽപ് ശക്തിപ്പെടുന്നു. പക്ഷേ ഒരു ബദൽ പരിപാടി ആവിഷ്കരിക്കാൻ കഴിവുറ്റ, തൊഴിലാളികളുടെതും കൃഷിക്കാരുടെതുമായ ഒരു ബദൽ വർഗ്ഗസഖ്യത്തെ ആധാരമാക്കിയാൽ മാത്രമെ ഈ ചെറുത്ത് നിൽപ് വിജയകരമാകുകയുള്ളൂ. ബൂർഷ്വാസിയുടെ പിൻബലത്തോടെ സാമ്രാജ്യത്വം അടിച്ചേൽപ്പിക്കുന്ന കാര്യപരിപാടിയെ എതിർത്തുകൊണ്ടുമാത്രമേ ജനാധിപത്യ വിപ്ലവം മുന്നോട്ടുകൊണ്ടുപോകാനാകൂ. സാമ്രാജ്യത്വ വിരുദ്ധ സമരത്തിൽ ബൂർഷ്വാസിയുടെ മേധാവിത്വത്തിന്റേതായ കാലഘട്ടം അവസാനിച്ചിരിക്കുകയാണ്. മൂന്നാം ലോകത്ത് ആപേക്ഷിക സ്വയംഭരണാധികാരത്തോടെയുള്ള ബൂർഷ്വാ വികാസവും അവസാനിച്ചു. ജനാധിപത്യ വിപ്ലവത്തിന്റെ പുതിയ ഘട്ടത്തെ നയിക്കാൻ തൊഴിലാളിവർഗ്ഗത്തിനു മാത്രമെ സാധിക്കൂ. പ്രതിവിപ്ലവത്തിലേക്കുള്ള ഇപ്പോഴത്തെ പ്രവണതയെ പുറകോട്ടടുപ്പിക്കുക എന്നത് എളുപ്പമുള്ള കടമയല്ല എന്നു തീർച്ച. സാമ്രാജ്യത്വ ശക്തികൾ തമ്മിലുള്ള കിടമത്സരം കഴിഞ്ഞ നൂറ് വർഷത്തിലേതിലും പതിഞ്ഞ തോതിലാണ് ഇന്ന് എന്നതിനാൽ പ്രത്യേകിച്ചും കുറച്ചു കാലം കൂടി അത് അങ്ങനെ തുടരുകയും ചെയ്യും. പക്ഷേ കർത്തവ്യം പ്രയാസകരമാണ് എന്നതുകൊണ്ട് അതേറ്റെടുക്കേണ്ടതില്ല എന്നർത്ഥമില്ല.

●

ഇടതുപക്ഷം എന്തു ചെയ്യണം?

ഇക്കഴിഞ്ഞ തെരഞ്ഞെടുപ്പിലെ ഏറ്റവും പ്രധാനസവിശേഷത ഒരു പക്ഷെ ഇടതുപക്ഷത്തിനുണ്ടായ തിരിച്ചടി ആയിരിക്കും. ബി.ജെ.പി നേരിട്ട തിരിച്ചടി ഒട്ടൊക്കെ പ്രതീക്ഷിച്ചതായിരുന്നു. തെരഞ്ഞെടുപ്പ് വിശകലനവിദഗ്ദർ മാത്രമാണ് മറിച്ച് കണക്ക് കൂട്ടിയവർ. ഇടതുപക്ഷത്തിനും ചില്ലറ പരിക്കുകൾ പറ്റുമെന്ന് കണക്കുകൂട്ടിയിരുന്നു, എന്നാൽ അവർക്കേറ്റ വമ്പിച്ച തിരിച്ചടി എല്ലാ പ്രതീക്ഷകൾക്കും അപ്പുറമായിരുന്നു. അവരുടെ വോട്ടിംഗ് ശതമാനത്തിൽ നാമമാത്രമായ കുറവു മാത്രമേ വന്നുള്ളൂ എന്നത് വാസ്തവമാണ്. എന്നാൽ അവരുടെ ശക്തിദുർഗമായ ബംഗാളിൽ ഏകദേശം മൂന്നിലൊന്നും നിയമസഭാ നിയോജകമണ്ഡലങ്ങളിലും മാത്രമേ ഭൂരിപക്ഷം നേടാനായുള്ളൂ എന്നത് വലിയ പിന്നോട്ടടി തന്നെയാണ്. ഇന്നത്തെ അവസ്ഥയിൽ കേന്ദ്രത്തിൽ അധികാരത്തിൽ വരാനുള്ള അവകാശവാദങ്ങളൊന്നും ഇടതുപക്ഷം മുന്നോട്ടു വയ്ക്കുന്നില്ല. എങ്കിലും, ഒരു ആധുനിക, മതേതര, ജനാധിപത്യ സമൂഹമായി മാറാനുള്ള ഭാരതത്തിന്റെ യാത്രയിൽ ഒരു മുഖ്യ ചാലകശക്തിയാണ് ഇടതുപക്ഷം എന്നതിനാലാണ് അവർക്കേറ്റ ഈ തിരിച്ചടി അത്യന്തം ഗൗരവപൂർണ്ണമാകുന്നത്. തീർച്ചയായും അവർ

മാത്രമല്ല, മറ്റനേകം പുരോഗമന, സാമൂഹ്യ, രാഷ്ട്രീയ സംഘടനകളും ഇത്തരം കടമകൾ നിർവഹിക്കുന്നുണ്ട്. എന്നാൽ ഇടതുപക്ഷം ഇവരിൽ നിന്നെല്ലാം വ്യത്യസ്തമാകുന്നത് ഒരു കാര്യത്തിലാണ്, തെരഞ്ഞെടുപ്പുകളിൽ മറ്റുള്ളവർക്ക് ലഭിക്കാത്ത രീതിയിൽ അവർക്ക് ജനപിന്തുണ ലഭിക്കുന്നുണ്ട് എന്നതാണ്. തീർച്ചയായും അതൊരു പ്രധാന ഘടകമാണ്. അതിനാൽ തന്നെ ജനപിന്തുണയിലുണ്ടാകുന്ന ഏതൊരു കുറവും ഭാരതത്തിന്റെ ജനാധിപത്യ വിപ്ലവത്തിലേക്കുള്ള മുന്നോട്ടുപോക്കിനെ തടസ്സപ്പെടുത്തുക തന്നെ ചെയ്യും.

ഇടതുപക്ഷത്തിനേറ്റ തിരിച്ചടിയുടെ കാരണങ്ങൾ വിശകലനം ചെയ്യാനും അവർക്ക് തിരിച്ച് വരാൻ വേണ്ട ഉപദേശങ്ങൾ നൽകാനും മാധ്യമങ്ങൾ ധാരാളം സമയവും സ്ഥലവും ചെലവഴിക്കുന്നുണ്ട്. പക്ഷെ ഇതെല്ലാം കേന്ദ്രീകരിക്കുന്നത് ഒരു ബിന്ദുവിലാണ് എന്നത് പറയാതെ വയ്യ. ഇടതുപക്ഷം സാമ്രാജ്യത്വത്തെക്കുറിച്ചുള്ള അകാരണമായ ഭീതി ഉപേക്ഷിക്കണമെന്നാണവരെല്ലാം ആവശ്യപ്പെടുന്നത്. ഇതു പലപ്പോഴും നേരിട്ടും (ഹിന്ദു പത്രവുമായുള്ള ഇന്റർവ്യൂവിൽ ലോർഡ് മേഘനാഥ് ദേശായി പറഞ്ഞപോലെയോ) മറ്റു ചിലപ്പോൾ വ്യംഗ്യമായും ആണ് സൂചിപ്പിക്കപ്പെടുന്നത്. ഇടതുപക്ഷം യു.പി.എ സർക്കാരിനുള്ള പിന്തുണ പിൻവലിക്കരുതായിരുന്നു എന്നു ചിലർ പറയുന്നു. അമേരിക്കൻ സാമ്രാജ്യത്വവുമായി ഭാരതം ഏർപ്പെടാൻ സാദ്ധ്യതയുള്ള തന്ത്രപരമായ സഖ്യത്തെക്കുറിച്ചുള്ള അഭിപ്രായ ഭിന്നതയെത്തുടർന്നാണ് ഇടതുപക്ഷം യു.പി.എ സർക്കാരിനുള്ള പിന്തുണ പിൻവലിച്ചത് എന്നതിനാൽ, ഈ വാദം ഉയർത്തുന്നവർ പറയാതെ പറയുന്നത് ഇടതുപക്ഷം സാമ്രാജ്യത്വ ഭീഷണിയെ പെരുപ്പിച്ചു കാണിക്കുന്നു എന്നു തന്നെയാണ്. മറ്റു ചിലരുടെ വാദമാകട്ടെ, ഈ ജനവിധി വികസനത്തിനു വേണ്ടിയുള്ള ജനവിധി ആണെന്നതാണ്. അവർ അർത്ഥമാക്കുന്നത് ഇടതുപക്ഷത്തിനേറ്റ തിരിച്ചടി വികസനം (നവലിബറൽ മാതൃകകൾക്കകത്ത് നിന്നുകൊണ്ട് ബഹുരാഷ്ട്രക്കുത്തകകളുടെ നിക്ഷേപത്തിനായി സംസ്ഥാനങ്ങൾ തങ്ങളിൽ തങ്ങളിൽ മത്സരിച്ച്)കൊണ്ടുവരുന്നതിൽ അവർ പരാജയപ്പെട്ടതുമൂലമാണെന്നാണ്. നവലിബറൽ മാതൃകകളെ ഇടതുപക്ഷം എതിർക്കുന്നത് (ഈ എതിർപ്പിന് സാമ്രാജ്യത്വ വിരുദ്ധമായുമായി അഭേദ്യമായ

ബന്ധമുണ്ട്) കാലഹരണപ്പെട്ട ആശയങ്ങളുടെ തടവറയിലാ യതിനാലാണെന്നും അതിനാലാണവർക്ക് തിരിച്ചടിയുണ്ടായ തെന്നുമാണ് ഈ വാദത്തിലൂടെ ചിലർ പറയുവാൻ ശ്രമിക്കു ന്നത്. മറ്റു ചിലർ ഉയർത്തുന്ന വാദം കേന്ദ്രത്തിൽ മതേതര വും സുസ്ഥിരവുമായ ഭരണം ഉണ്ടാകണമെന്ന ആഗ്രഹം മൂലം യു.പി.എയ്ക്ക് അനുകൂലമായി ഒരു തരംഗം ഉണ്ടായി എന്നും ബി.ജെ.പി യുമായി മുമ്പ് സഖ്യമുണ്ടാക്കിയിട്ടുള്ള ചില കക്ഷി കളുമായി ചേർന്ന് മൂന്നാം മുന്നണി കെട്ടിപ്പടുക്കാൻ ശ്രമി ച്ചതിനാൽ അത് ഇടതുപക്ഷത്തെ വളരെ പ്രതികൂലമായി ബാധിച്ചു എന്നുമാണ്. ഇടതുപക്ഷം മൂന്നാം മുന്നണിയിലെ സഖ്യകക്ഷികളുമായി യാതൊരു തെരെഞ്ഞെടുപ്പ് ധാര ണയുമുണ്ടാക്കാതെ ഒറ്റയ്ക്ക് മത്സരിക്കണമെന്നായിരുന്നു എന്നാണോ ഇതിൽനിന്നും നാം എത്തിച്ചേരേണ്ട നിഗമനം? ചി ലർ പറയുന്നത് അങ്ങനെ ചെയ്തിരുന്നുവെങ്കിൽ ഇടതുപക്ഷ ത്തിന് അതിന്റെ പ്രത്യയസാസ്ത്രധാരണകളിലെങ്കിലും ഉറച്ചു നിൽക്കാമായിരുന്നു എന്നാണ്. (എന്നാൽ അങ്ങനെ ചെയ്തി രുന്നുവെങ്കിലും ഇടതുപക്ഷത്തിനേറ്റ തെരഞ്ഞെടുപ്പ് പരാജയം ഒഴിവാക്കാനാകുമായിരുന്നു എന്നു തോന്നുന്നില്ല). ഇനി അതല്ല, ആർക്കനുകൂലമായാണോ ഇത്തരം തരംഗങ്ങൾ വീശിയടി ക്കുന്നത്, അവർക്കൊപ്പം ഇടതുപക്ഷം എല്ലായ്പ്പോഴും നിലകൊള്ളണം എന്നാണ് ഇതിൽ നിന്നുമുണ്ടാകുന്ന അനുമാനം എങ്കിൽ അതിന്റെ അർത്ഥം യു.പി.എയുടെ സ്ഥിരം സഖ്യകക്ഷി യാകുന്നതിനായി ഇടതുപക്ഷം തങ്ങളുടെ സാമ്രാജ്യത്വവിരുദ്ധ സ്വഭാവം ഉപേക്ഷിക്കണമെന്നാണ്! ചുരുക്കത്തിൽ ഇടതുപക്ഷ ത്തിനു ലഭിക്കുന്ന ഏറ്റവും സർവ്വസാധാരണമായ ഉപദേശം സാമ്രാജ്യത്വത്തെച്ചൊല്ലിയുള്ള അർത്ഥശൂന്യമായ ബഹളംവെ ക്കൽ നിർത്തണം എന്നാണ്.

ഇതിൽ ഒട്ടും ആശ്ചര്യപ്പെടേണ്ടതില്ല. ലോകത്തെവി ടെയുമുള്ള അനുഭവം നമ്മെ അതാണ് പഠിപ്പിക്കുന്നത്. എവിടെയൊക്കെ നഗരങ്ങളിലെ മധ്യവർഗം (Urban middle class) ആഗോളവൽക്കരണത്തിന്റെ വിപരീത ഫലങ്ങളിൽനിന്നും തത് ക്കാലം വിമുക്തരാണോ അവിടങ്ങളിലൊക്കെ വിദ്യാർത്ഥികളുടെ യും അഭ്യസ്തവിദ്യരായ ചെറുപ്പക്കാരുടെയും എഴുത്തുകാ രുടേയുമൊക്കെ ഇടയിൽ സാമ്രാജ്യത്വവിരുദ്ധ വികാരം വള രെ കുറവായാണ് കാണപ്പെടുന്നത്. എന്നു മാത്രമല്ല, മതമൗ

ലികവാദം, വർഗീയ ഫാഷിസം, സ്ത്രീപുരുഷ മേധാവിത്വ പ്രവണതകൾ എന്നിവയെ പ്രതിരോധിച്ചുകൊണ്ട് തികച്ചും മതേതരവും പുരോഗമനപരവുമായ ഒരു ആധുനിക രാഷ്ട്രം കെട്ടിപ്പടുക്കാനുള്ള മുന്നുപാധി എന്ന നിലയ്ക്ക് സാമ്രാജ്യത്വവുമായുള്ള അടുത്ത സഹകരണത്തെ സ്വാഗതം ചെയ്യുവാനുള്ള ആഗ്രഹം പോലും ഇവരിൽ കാണാൻ കഴിയുന്നുണ്ട്. സാധാരണയായി ഇടതുപക്ഷ ആശയങ്ങൾ ശക്തിനേടുന്നത് ഇടതുപക്ഷ ബുദ്ധിജീവികൾ, എഴുത്തുകാർ, നഗരങ്ങളിലെ വിദ്യാസമ്പന്നരായ യുവാക്കൾ എന്നിവരടങ്ങുന്ന നിരയിൽ നിന്നാണ്. അതുകൊണ്ടുതന്നെ ഇവരുടെ ആശയങ്ങൾ ഫലപ്രാപ്തിയിലെത്തുന്നത്, ആഗോളവൽക്കരണ നയങ്ങളുടെ കെടുതികൾ അനുഭവിക്കേണ്ടിവരുന്നത്. ബുദ്ധിജീവി എന്ന ഗണത്തിൽ പെടാത്ത, തൊഴിലാളികളും കൃഷിക്കാരുമാണ്. എവിടെയൊക്കെ നഗരങ്ങളിലെ മധ്യവർഗ്ഗം (Urban middle class) ആഗോളവൽക്കരണത്തിന്റെ വിപരീത ഫലങ്ങളാൽ പീഡിപ്പിക്കപ്പെടുന്നുവോ, അവിടങ്ങളിലൊക്കെ അവർ കർഷകരോടും തൊഴിലാളികളോടുമൊപ്പം അണിനിരക്കുകയും തദ്വാരാ ഇടതുപക്ഷ മുന്നേറ്റങ്ങൾക്ക് കൂടുതൽ ഇന്ധനം പകർന്നുനൽകുകയും ചെയ്യുന്നുണ്ട്. എന്നാൽ, എവിടെയൊക്കെ നഗരങ്ങളിലെ മധ്യവർഗം ആഗോളവൽക്കരണത്തിന്റെ ഗുണഭോക്താക്കളാകുന്നുവോ, അവിടെയൊക്കെ ഇടതുപക്ഷം പല പ്രശ്നങ്ങളും നേരിടുന്നുണ്ട്. അത്തരം സന്ദർഭങ്ങളിൽ സാമ്രാജ്യത്വത്തിനും ആഗോളവൽക്കരണത്തിനുമെതിരായ ചെറുത്തുനിൽപ്പുകൾക്ക് നേതൃത്വം നൽകുന്നത് ഇടതുപക്ഷേതരശക്തികളായിരിക്കും. ഇടതുപക്ഷം തങ്ങളുടെ അടിസ്ഥാനവർഗ്ഗങ്ങളുടെ താൽപ്പര്യങ്ങൾ സംരക്ഷിക്കുന്നതിൽ (മാത്രം) പ്രതിജ്ഞാബദ്ധരായിരിക്കുകയും, ആഗോളവൽക്കരണത്തെ എതിർക്കുകയും ചെയ്യുന്ന ഇടങ്ങളിലും, അവർ പലപ്പോഴും ബുദ്ധിജീവി വർഗങ്ങളിൽ നിന്നും നഗരങ്ങളിലെ അഭ്യസ്തവിദ്യരായ ചെറുപ്പക്കാരിലും, വിദ്യാർത്ഥികളിലും നിന്നും ഒറ്റപ്പെടുക എന്ന ദുർഗതിക്കിരയാകാറുണ്ട്. (ഈ നഷ്ടം യാഥാർത്ഥമാണെങ്കിലും, ആഗോളവൽക്കരണ നയങ്ങൾക്കെതിരായ പ്രതിരോധത്തിലൂടെ കർഷകജനസാമാന്യത്തിന്റെ പിന്തുണ കൂടുതലായി നേടിക്കൊണ്ട് ഇതിനെ മറികടക്കാനാകും.)

ഇന്നിപ്പോൾ ലാറ്റിൻ അമേരിക്കയിൽ നാം കാണുന്ന ഇട തുപക്ഷ മുന്നേറ്റം ഒരു സുപ്രഭാതത്തിൽ ഉണ്ടായതല്ല. ജനജീ വിതം ദുരിതമയമാക്കിയ വർഷങ്ങൾ നീണ്ടുനിന്ന പ്രതിസന്ധി യുടെയും അതിനെതിരായ ചെറുത്തു നിൽപ്പിലൂടെയുമാണ് ആ ഭൂഖണ്ഡത്തിലൊട്ടുമിക്കവാറും ഇടങ്ങളിൽ ഇടതുപക്ഷ/ ഇടതാഭിമുഖ്യമുള്ള ഭരണകൂടങ്ങൾ ഉണ്ടായത്. നീണ്ടുനിന്ന ഈ ചെറുത്തുനിൽപ്പുകൾ നഗരങ്ങളിലെ യുവാക്കളുടെയും വിദ്യാർത്ഥികളെയും ബുദ്ധിജീവികളെയുമൊക്കെ രാഷ്ട്രീയ വൽക്കരിക്കുകയായിരുന്നു. മറുവശത്താകട്ടെ, ആഗോളവൽ ക്കരണത്തിന്റെ തിക്തഫലങ്ങൽ നേരിട്ടധികമൊന്നും അനുഭ വിച്ചിട്ടില്ലാത്ത മദ്ധ്യേഷ്യയിലെയും, ഇപ്പോൾ ഇറാനിലേയും, യുവാക്കൾക്കിടയിൽ സാമ്രാജ്യത്വത്തിന് ഇന്ന് ഒട്ടേറെ അനുഭാ വികളുണ്ട്. ആധുനികതയും ജനാധിപത്യവും ഒപ്പം നവലിബറ ലിസവും ഉറപ്പാക്കുമെന്ന് വിശ്വസിക്കപ്പെടുന്ന ഓറഞ്ച്, ടുലിപ്പ്, വെൽവെറ്റ് വിപ്ലവങ്ങൾക്ക് പിന്നിൽ ആയിരക്കണക്കിന് നഗര വാസികളെ അണിനിരത്താൻ സാമ്രാജ്യത്വത്തിന് കഴിയുന്നതും മറ്റൊന്നും കൊണ്ടല്ല. ഇൻഡ്യയിലാകട്ടെ, ആഗോളവൽക്കരണ നയങ്ങളുടെ ഫലമായി ഒരു വശത്ത് തൊഴിലാളികളും, ദരിദ്ര കർഷകരും, കർഷകതൊഴിലാളികളും, ചെറുകിട ഉൽപ്പാദകരു മെല്ലാം അനുഭവിക്കുന്ന ദുരന്തങ്ങൾക്കൊപ്പം, മറുവശത്ത് ഉയർ ന്ന വളർച്ചാനിരക്കും അതു നഗരങ്ങളിലെ ഇടത്തരക്കാർക്ക് ലഭ്യമാകുന്ന കൂടിയ തൊഴിലവസരങ്ങളും ഉയർന്ന വരുമാ നവും ഉണ്ടാകുന്നതിനാൽ, ബുദ്ധിജീവികളും മാധ്യമപ്രവർത്ത കരും പ്രൊഫഷണലുകളും അടങ്ങിയ മദ്ധ്യവർഗങ്ങളിൽ; ഒരു തരം സാമ്രാജ്യത്വാനുകൂല മനോഭാവവും, അതിന്റെ തുടർച്ച യെന്നോണം, ഇടതുപക്ഷം നിരന്തരം ഉയർത്തിവരുന്ന സാ മ്രാജ്യത്വ വിരുദ്ധ മുദ്രാവാക്യങ്ങളോടുള്ള ഒരു തരം ചെടിപ്പും വളർന്നു വരുന്നതിൽ അത്ഭുതത്തിനവകാശമില്ല.

ഇക്കഴിഞ്ഞ തെരഞ്ഞെടുപ്പിൽ ഇടതുപക്ഷത്തിനേറ്റ തിരി ച്ചടിക്ക് കാരണമായ അവരുടെ പിശക് ഇവിടെ കണ്ടെത്താൻ കഴിയും. ഇന്ത്യൻ നഗരങ്ങളിലെ മധ്യവർഗം ആഗോളവൽക്ക രണത്തിന്റെ വിപരീത ഫലങ്ങളാൽ പീഡിപ്പിക്കപ്പെടാത്തിട ത്തോളം അവർ തങ്ങളുടെ സാമ്രാജ്യത്വാനുകൂല മനോഭാവം തുടരുക തന്നെ ചെയ്യും. സാമ്രാജ്യത്വ വിരുദ്ധ പ്രത്യയശാസ് ത്രങ്ങളും മുദ്രാവാക്യങ്ങളും കൊണ്ടുമാത്രം, (തീർച്ചയായും

അവ തുടർന്നും ഉയർത്തുക തന്നെ വേണം) ഈ മനോഭാവ ത്തിൽ വലിയ മാറ്റമുണ്ടാകില്ല. ഇപ്രകാരം സാമ്രാജ്യത്വത്തോട് അനുഭാവം തുടരാൻ പ്രേരിപ്പിക്കുന്ന മറ്റ് രണ്ട് ഘടകങ്ങളെ ക്കുറിച്ചുകൂടി സൂചിപ്പിക്കേണ്ടിയിരിക്കുന്നു. അതിലൊന്ന് ശ്രീ ഒബാമ യു.എസ് പ്രസിഡന്റായി തെരഞ്ഞെടുക്കപ്പെട്ടതാണ് (ഒബാമ പ്രതിനിധീകരിക്കുന്നത് മനുഷ്യമുഖമുള്ള സാമ്രാജ്യ ത്വത്തെയാണല്ലോ). രണ്ടാമത്തെ ഘടകം വിവിധ ഇസ്ലാമിക ഗ്രൂപ്പുകൾ ലോകമാകെ സാമ്രാജ്യത്വത്തിനെതിരെ ഉയർത്തി ക്കൊണ്ടുവരുന്ന കടുത്ത പ്രതിരോധമാണ്. ഇന്ത്യൻ നഗരങ്ങ ളിലെ മധ്യവർഗത്തിലെ വലിയൊരു വിഭാഗത്തിന് ഇത്തരം സാമ്രാജ്യത്വവിരുദ്ധ മുന്നേറ്റങ്ങളോട് തീരെ മമതയില്ല എന്ന ത് ഒരു വസ്തുതയാണ്. ഇന്ത്യൻ ഇടതുപക്ഷം തങ്ങളുടെ സി ദ്ധാന്തങ്ങളിൽ ഉറച്ചു നിൽക്കുകയും അടിസ്ഥാനവർഗങ്ങളുടെ തൽപ്പര്യങ്ങൾക്ക് മുൻതൂക്കം കൊടുക്കുകയും ചെയ്യുന്നിട ത്തോളം കാലം സാമ്രാജ്യത്വാനുകൂല മനോഭാവം വച്ചു പുലർ ത്തുന്ന നഗരങ്ങളിലെ മധ്യവർഗം ഇടതുപക്ഷത്തോട് അക ലം പാലിക്കുക തന്നെ ചെയ്യും. ഈ അവസ്ഥ തുടരുവോളം ഇന്ത്യൻ ഇടതുപക്ഷത്തിന് നഗരങ്ങളിലെ മധ്യവർഗത്തിന്റെ പിന്തുണ ഉറപ്പാനാവില്ല. ഈ കഴിഞ്ഞ തെരെഞ്ഞെടുപ്പിലും, തങ്ങൾ തുടർന്നുവന്ന സാമ്രാജ്യത്വവിരുദ്ധ സമീപനം മൂലം യു.പി.എ യുമായുള്ള ബന്ധം വിച്ഛേദിച്ചതിനാൽ ഇടതുപക്ഷ ത്തിന് നഗരങ്ങളിലെ മധ്യവർഗത്തിൽ ചിലരുടെ പിന്തുണ നഷ്ടമായിട്ടുണ്ട്. അതൊഴിവാക്കാനാവുമായിരുന്നില്ല. (കേരള ത്തിൽ ഇടതുപക്ഷവുമായുള്ള അന്യവൽക്കരണത്തെ കൂടു തൽ തീവ്രമാക്കുന്നതിൽ ചില പ്രാദേശിക ഘടകങ്ങളും പങ്കു വഹിച്ചിട്ടുണ്ട്: വോട്ടർമാരിലെ മതേതര വിഭാഗങ്ങൾക്ക് ഇടതു പക്ഷത്തിന്റെ പി ഡി പി യോടുള്ള ബന്ധം സ്വീകാര്യമായില്ല, എസ്.എൻ.സി. ലാവ്ലിൻ ഇടപാടിലെ ഇടതുപക്ഷത്തിന്റെ നിലപാട് ഒട്ടും വിശ്വാസ്യത നേടിയില്ല).

തൊഴിലാളികളുടെയും, ചെറുകിടകർഷകരുടേയും, ചെറുകിട ഉൽപ്പാദകരുടെയും മറ്റു ഗ്രാമീണ ദരിദ്രരുടെയും ഇടയിൽ ഇടതുപക്ഷത്തിനുള്ള പിന്തുണ വർദ്ധിപ്പിക്കുന്നതിൽ വിജയിക്കാൻ കഴിഞ്ഞിരുന്നുവെങ്കിൽ അവർക്ക് നഗരങ്ങളിലെ മധ്യവർഗങ്ങളുടെ പിന്തുണയിലുണ്ടായ ചോർച്ച പരിഹരിക്കാൻ കഴിയുമായിരുന്നു. ഗ്രാമീണ ജനവിഭാഗങ്ങൾക്കിടയിലെ

സ്വാധീനം അവർക്ക് നിലനിറുത്താൻ കഴിഞ്ഞിരുന്നുവെങ്കിൽ മൊത്തത്തിലുള്ള തിരിച്ചടി ഈയവസ്ഥയിലും ഇത്ര കനത്ത താകുമായിരുന്നില്ല. എന്നാൽ, സാമ്രാജ്യത്വത്തിനെതിരായ എതിർപ്പ് തുടരുമ്പോഴും ഇടതുപക്ഷത്തിന് വികസനത്തെക്കുറിച്ച് നവലിബറൽ ചട്ടക്കൂടുകൾ നിർദ്ദേശിക്കുന്നതിൽ നിന്നും വ്യത്യസ്തമായ ബദൽ നയമുണ്ടായിരുന്നില്ല. പശ്ചിമബംഗാളിൽ, ഇടതുപക്ഷ സർക്കാർ മറ്റു സർക്കാരുകളുമായി മത്സരിച്ചുപോലും നടപ്പിലാക്കിയതും നടപ്പിലാക്കാൻ ശ്രമിച്ചതും നവലിബറൽ വികസന നയങ്ങൾ തന്നെയായിരുന്നു. കർഷകരുടെ ഭൂമി ഏറ്റെടുത്തുകൊണ്ട് പ്രാകൃതമായ രൂപത്തിൽ മൂലധനം സമാഹരിക്കപ്പെടാനുള്ള സാദ്ധ്യത (The threat of "Primitive accumulation of capital" (in the form specially of expropriation of peasants land) ഈ നയങ്ങളുടെ അവിഭാജ്യഭാഗമായിരുന്നു. ഇത്തരം നയങ്ങൾ, പിന്നീട്, പല അവസരങ്ങളിലും തിരുത്തപ്പെട്ടുവെങ്കിലും, അടിസ്ഥാന വർഗങ്ങൾക്കിടയിൽ ഇടതുപക്ഷത്തിനെക്കുറിച്ച് തികച്ചും വിപരീതമായ മനോഭാവമുണ്ടാക്കുകയും അടിസ്ഥാനവർഗങ്ങളുടെ പിന്തുണയിൽ ചോർച്ച ഉണ്ടാക്കുകയും ചെയ്തിട്ടുണ്ട്.

നന്ദിഗ്രാം, സിംഗൂർ സംഭവങ്ങളുടെ പശ്ചാത്തലത്തിൽ കർഷകരുടെ പിന്തുണയിൽ കുറവ് വരുമെന്ന് നേരത്തെ കണക്കുകൂട്ടിയതാണെങ്കിലും എല്ലാ വികസന പ്രവർത്തനങ്ങളെയും എതിർക്കുന്ന പ്രതിപക്ഷത്തിന്റെ നിഷേധാത്മക സമീപനത്തിനെതിരെ മധ്യവർഗം ഇടതുപക്ഷത്തെ സ്വീകാര്യമായ ബദൽ എന്ന രൂപത്തിൽ അംഗീകരിക്കുമെന്ന് പ്രതീക്ഷിച്ചിരുന്നു. (വ്യവസായവൽക്കരണത്തെ അട്ടിമറിക്കുന്ന പ്രതിപക്ഷത്തിന്റെ നിഷേധാത്മക സമീപനത്തെക്കുറിച്ച് വോട്ടർമാരെ ഓർമ്മിപ്പിക്കുന്നതിനാവാം സിപിഎം പ്രചരണത്തിന്റെ ഭാഗമായി സംസ്ഥാനവ്യപകമായി നാനോകാറിന്റെ ചിത്രം പതിച്ചത്.) എന്നാൽ ഇടതുപക്ഷത്തിന് നഗരങ്ങളിലെ മധ്യവർഗ്ഗങ്ങളുടെയും ഗ്രാമീണകൃഷിക്കാരുടേയും ദരിദ്രവിഭാഗങ്ങളുടേയും പിന്തുണ ഒരേപോലെ നഷ്ടപ്പെട്ടു എന്നതാണ് വസ്തുത. ഇടതുപക്ഷത്തിന്റെ സാമ്രാജ്യത്വ വിരുദ്ധ മുദ്രാവാക്യങ്ങളും യു.പി.എ സർക്കാരിനുള്ള പിന്തുണ പിൻവലിച്ച നടപടിയും ഇഷ്ടപ്പെടാത്തതിനാൽ നഗരങ്ങളിലെ മധ്യവർഗത്തിന്റെ കുറെ വോട്ടുകൾ ഇടതുപക്ഷത്തിന് നഷ്ടപ്പെട്ടു. എന്നാൽ കൃഷി

ക്കാരുടെയും ഗ്രാമീണദരിദ്രരുടേയും പിന്തുണ ഇടതുപക്ഷത്തിന് ലഭിക്കാതെ പോയത് ബദൽ സാമ്പത്തിക നയങ്ങൾ രൂപീകരിക്കാൻ കഴിയാത്തതുമൂലം ഇടതുപക്ഷത്തിന്റെ സാമ്രാജ്യത്വവിരുദ്ധ സമീപനം ദുർബലമായിപ്പോയതുമൂലമാണ്. ഇത്തരം ഒരു നയം മുന്നോട്ട്വയ്ക്കാൻ ഒരു സംസ്ഥാനസർക്കാരിനുള്ള പരിമിതികൾ അംഗീകരിക്കുമ്പോൾതന്നെ ഈ ദിശയിൽ കാര്യമായ മുൻകൈ എടുത്തിട്ടില്ല എന്ന വസ്തുത ചൂണ്ടിക്കാണിക്കാതിരിക്കാനാവില്ല.

സാമ്രാജ്യത്വ ഏജൻസികൾ എല്ലായിടങ്ങളിലും മുന്നോട്ട് വെക്കുന്ന നിയോലിബറൽ വികസനപാതയിൽനിന്നും വ്യത്യസ്തമായി ഒരു ബദൽ സമീപനം രൂപപ്പെടുത്തിയെടുക്കാതെ ഇടതുപക്ഷത്തിന് അതിന്റെ സാമ്രാജ്യത്വവിരുദ്ധതയുമായി മുന്നോട്ട് പോകാനാകില്ല എന്നാണിത് സൂചിപ്പിക്കുന്നത്.

ഇത്തരമൊരു സമീപനത്തിൽ, തങ്ങളുടെ അടിസ്ഥാനവർഗങ്ങളുടെ താല്പര്യങ്ങൾ പ്രതിരോധിക്കുക എന്നതിനു തന്നെയായിരിക്കണം ഇടതുപക്ഷം മുഖ്യമായും ഊന്നൽ നൽകേണ്ടത്. അടിസ്ഥാന വർഗങ്ങളുടെ സാമ്പത്തിക നിലവാരം മെച്ചപ്പെടുത്തുന്നതിനുള്ള മാർഗം എന്ന നിലയ്ക്കും, അതുവഴി സ്വന്തം വർഗ്ഗാടിത്തറ വിപുലമാക്കുന്നതിനുള്ള മാർഗ്ഗം എന്ന നിലയ്ക്കും ജനാധിപത്യവിപ്ലവത്തെ മുന്നോട്ട് കൊണ്ടുപോകുന്നതിന്റെ പശ്ചാത്തലത്തിൽ വേണം 'വികസനം' എന്നത് നിർവചിക്കേണ്ടത്. വർഗപരമായ മാനങ്ങൾ ഉള്ള ഒന്ന് എന്ന നിലയ്ക്കു വേണം അതിനെകാണുവാൻ, അല്ലാതെ വസ്തുവകകളുടെ വികാസം, എന്ന നിലയ്ക്കു മാത്രമല്ല. വസ്തുവകകളുടെ വികാസം, ജി.ഡി.പിയുടെ മാത്രം വളർച്ച തുടങ്ങിയ വികസനത്തെക്കുറിച്ചുള്ള വർഗേതര ആശയങ്ങൾ ഉപഭോഗാസമിതിയുടെ (commodity fetishism) ഒരു രൂപം മാത്രമാണ്. അതുകൊണ്ടു തന്നെ അവ സാമ്രാജ്യത്വ പ്രത്യയശാസ്ത്രങ്ങളുടെ ഭാഗവുമാണ്. ആയതിനാൽ, മൂലധനത്തിന്റെ പ്രാകൃതമായ സമാഹരണം നടത്തുന്ന (ഇതിൽ നിക്ഷേപങ്ങൾ നടത്തുന്നതിനായി മുതലാളിമാർക്ക് സംസ്ഥാനബജറ്റിലൂടെ നിരവധി സബ്സിഡികൾ നൽകി നടത്തുന്ന പ്രാകൃതമായ സമാഹരണവും ഉൾപ്പെടുന്നു), തൊഴിലാളികളുടെ കൂലി നിരക്ക്, സുരക്ഷിതത്വം, അവകാശങ്ങൾ എന്നിവ കുറയ്ക്കുന്ന, ഏതൊരു വികസനവും

ഇടതുപക്ഷത്തിന്റെ അജണ്ടയുടെ ഭാഗമായിക്കൂടാ. സ്വകാര്യ മൂലധനത്തെ ആകർഷിക്കുന്നതിൽ വിവിധ സംസ്ഥാനങ്ങൾ തമ്മിൽ മത്സരം നടക്കുന്നതിന്റെ പശ്ചാത്തലത്തിൽ, സ്വകാര്യ മൂലധനം തങ്ങളുടെ വികസനഅജണ്ട വ്യത്യസ്തമായതിനാൽ ഇടതുപക്ഷം ഭരിക്കുന്ന സംസ്ഥാനങ്ങളിലേക്ക് വരുവാൻ വിസമ്മതിക്കുകയാണ്. അപ്പോൾ ബദൽ മാർഗങ്ങളിലൂടെ (ഉദാ: പൊതു, സഹകരണ മേഖലകളിലെ നിക്ഷേപങ്ങൾ) നിക്ഷേപം നടത്തുവാനുള്ള വഴികൾ തീർച്ചയായും തേടേണ്ടതുണ്ട്. എന്നു മാത്രമല്ല നവലിബറൽ നയങ്ങളുടെ കടന്നാക്രമണങ്ങൾക്കിരയാവുന്ന അടിസ്ഥാന വർഗ്ഗങ്ങൾക്ക് സാധ്യമായ എല്ലാ അശ്വാസങ്ങളും നൽകേണ്ടതുമുണ്ട്.

സാമ്രാജ്യത്വത്തോടും നിയോലിബറൽ നയങ്ങളോടുമുള്ള ഇടതുപക്ഷത്തിന്റെ കാലഹരണപ്പെട്ട എതിർപ്പ് ഉപേക്ഷിക്കുവാനുമുള്ള ഉപദേശം സ്വീകരിക്കുന്നത് ഇടതുപക്ഷത്തെ സംബന്ധിച്ചിടത്തോളം സ്വയം വിനാശകാരമാവുകയും, ബൂർഷ്വാ മേൽക്കോയ്മയെ(ഹെഗിമണി) നിലനിർത്തുന്ന ഘടനകളുമായുള്ള അതിന്റെ വിളക്കിച്ചേർക്കലിനു കാരണമാവുകയും ചെയ്യും. ഇത് ഇടതുപക്ഷത്തെ ബ്ലെയറൈറ്റ് (Blairite) സ്വാഭാവമുള്ള ഒന്നാക്കി മാറ്റുകയും ചെയ്യും. ബൂർഷ്വാ അധീശത്വത്തെ താൽകാലികമായി സ്വീകരിക്കുന്നത് നമ്മുടെ സമൂഹത്തിന്റെ മുതലാളിത്തത്തിലേക്കുള്ള പരിവർത്തനത്തെ ത്വരിതപ്പെടുത്തുമെന്നും, അതുവഴി മുതലാളിത്താനന്തര കാലഘട്ടത്തിലേക്കുള്ള പരിവർത്തനം ഇടത് അജണ്ടയിലെ വിഷയമായി മാറുന്നത് അത്രയും വേഗത്തിലാക്കുമെന്നുമുള്ള ഒരു വാദമുണ്ട്. ഈ വാദം, മുതലാളിത്ത വികസനപ്രക്രിയക്കിടയിൽ തൊഴിലാളികളുടേയും, കർഷകരുടേയും ചെറുകിട ഉൽപാദകരുടേയും മറ്റും മുകളിൽ ദുരിതങ്ങൾ അടിച്ചേൽപ്പിക്കപ്പെടുന്നു എന്ന പരാതിയിൽ വലിയ കഴമ്പില്ലെന്നും, അത്തരം അടിച്ചമർത്തലുകൾ കേവലം താൽക്കാലികവും യഥാസമയം പരിഹരിക്കപ്പെടുന്നതുമാണെന്ന ബൂർഷ്വാ വാദവുമായി സാമ്യമുള്ളത് മാത്രമല്ല, അതേ വാദം തന്നെയാണ് (സിംഗൂരിലെയും നന്ദിഗ്രാമിലെയും പ്രക്ഷോഭങ്ങൾക്കിടയിൽ അമർത്യസെന്നിനെപ്പോലെ സെൻസിറ്റീവ് ആയ സാമ്പത്തിക ശാസ്ത്രജ്ഞൻ ഉയർത്തിയ വാദവും; ലണ്ടനും മാഞ്ചെസ്റ്ററും നിർമ്മിച്ചപ്പോഴും അത് അക്കാലഘട്ടത്തിൽ ചില കർഷകരുടെ ഒഴിച്ചുമാറ്റലിനു ഇടയാക്കിയിരുന്നിരുന്നുവെന്നും അത് പിന്നീട്

നല്ല രീതിയിൽ പരിഹരിക്കപ്പെട്ടു എന്ന വാദവും ഇതേ ജനുസ്സിൽ പെട്ടതാണ്.)

ഈ വാദഗതി തെറ്റാവുന്നത് ഒന്നിലേറെ കാരണങ്ങൾ കൊണ്ടാണ്. അതിൽതന്നെ ഏറ്റവും പ്രകടമായത്; നമ്മുടേതുപോലുള്ള സമൂഹങ്ങളിലെ മുതലാളിത്തത്തിലേക്കുള്ള പരിവർത്തനം, അത് മുതലാളിത്ത പൂർവ, മുതലാളിത്തേതര ഘടനകളെ ശിഥിലമാക്കുമെങ്കിലും, അത്തരം ശൈഥില്യം നിഷ്ക്കാസനം ചെയ്യുന്ന ഉല്പാദകരെ മുതലാളിത്ത വ്യവസ്ഥയിൽ തന്നെ ഉൾക്കൊള്ളാൻ അതിനാവില്ല. കാരണം, ഏതൊരു സാങ്കേതികവിദ്യയെ ആധാരമാക്കിയാണോ ഈ പരിവർത്തനം നടക്കുന്നത് ആ സാങ്കേതികവിദ്യയുടെ നിലവാരവും, സാങ്കേതികവിദ്യയിലുണ്ടാകുന്ന മാറ്റത്തിന്റെ നിരക്കും കണക്കിലെടുക്കുമ്പോൾ അത് വളരെ കുറച്ച് തൊഴിൽ മാത്രം ഉല്പാദിപ്പിക്കുവാൻ ശേഷിയുള്ളതായിരിക്കും. (ലണ്ടനും മാഞ്ചെസ്റ്ററും നിർമ്മിക്കപ്പെട്ട സാഹചര്യം തീർത്തും വിഭിന്നമാണ്. മുതലാളിത്ത ആസ്ഥാനത്തുനിന്ന് വെളുത്തവർഗക്കാർക്ക് കുടിയേറിപ്പാർക്കുവാനായി കൊളോണിയൽ നയങ്ങളിലൂടെ സൃഷ്ടിക്കപ്പെട്ട മറ്റു പ്രദേശങ്ങളിലേക്ക് വലിയ തോതിലുള്ള ഒഴിഞ്ഞുപോക്ക് അന്ന് സാധ്യമായിരുന്നു.) നമ്മുടേത് പോലുള്ള സമൂഹങ്ങളിലെ മുതലാളിത്തപരിവർത്തനം തികച്ചും വിഭിന്നമാണ്. അത് ചെറുകിട ഉല്പാദകരുടെ തൊഴിലാളിവൽക്കരണത്തിലേക്കല്ല മറിച്ച് പാപ്പരീകരണത്തിലേക്ക് നയിക്കുന്ന ഒരു പ്രക്രിയയ്ക്കാണ് തുടക്കം കുറിയ്ക്കുന്നത്. കൊളോണിയൽ സമൂഹങ്ങളിലേയും മൂന്നാം ലോക സമൂഹങ്ങളിലേയും ഈ പ്രതിഭാസത്തെക്കുറിച്ച് ആദ്യം മനസ്സിലാക്കിയ കമ്മ്യൂണിസ്റ്റ് ഇന്റർനാഷണലിന്റെ ആറാം കോൺഗ്രസ് ചൂണ്ടിക്കാട്ടിയ കാരണങ്ങളിൽ നിന്നും തികച്ചും വ്യത്യസ്തമായ കാരണങ്ങളാലാണിത് സംഭവിക്കുന്നത്.

സാമ്രാജ്യാധിപത്യത്തിനു കീഴിൽ, ലോകസമ്പദ്‌വ്യവസ്ഥയിലേക്ക് വിളക്കിച്ചേർക്കപ്പെടുന്നതിന്റെ ഭാഗമായി ഇത്തരം സമൂഹങ്ങളിൽ മുതലാളിത്തപരിവർത്തനത്തിനുമേൽ ഏർപ്പെടുത്തിയ നിയന്ത്രണങ്ങളെയാണ് ആറാം കോൺഗ്രസ് ഈ പ്രതിഭാസത്തിനു കാരണമായി ചൂണ്ടിക്കാട്ടിയത്. ഇത്തരം നിയന്ത്രണങ്ങൾ ആ സമൂഹങ്ങളെ അന്താരാഷ്ട്രതലത്തിലുള്ള തൊഴിൽവിഭജനത്തിന്റെ ചില പ്രത്യേക പാറ്റേണുകളിൽ തള

ച്ചിടുകയാണ് ചെയ്തത്. എന്നാൽ, അത്തരം പ്രതിഭാസങ്ങൾ ഇന്നുണ്ടാകുന്നത് മേൽസൂചിപ്പിച്ച നിയന്ത്രണങ്ങളാലല്ല; ഇന്ത്യയെപ്പോലുള്ള ഒരു സമ്പദ്‌വ്യവസ്ഥയിൽ ഇത്തരം നിയന്ത്രണങ്ങൾ പ്രകടമായും മുറുക്കമില്ലാത്തവയാണ്. ഇന്ത്യൻ സമ്പദ്‌വ്യവസ്ഥക്ക് നവലിബറൽ ചട്ടക്കൂടിന്റെ പരിധിക്കുള്ളിൽ നിന്നുകൊണ്ടുതന്നെ പ്രത്യക്ഷമായും അന്താരാഷ്ട്രതൊഴിൽ വിഭജനത്തിന്റെ നിയന്ത്രണങ്ങളെ തകർക്കുവാനും ദ്രുതഗതിയിലുള്ള മുതലാളിത്ത പരിവർത്തനത്തിന്റെ ഭാഗമാക്കാനും കഴിയും. ഇന്നീ പ്രതിഭാസം ഉണ്ടാകുന്നത് മുതലാളിത്ത പരിവർത്തനത്തിനായി ഉപയോഗിക്കപ്പെടുന്ന സമകാലീന സാങ്കേതികവിദ്യയുടെ അടിസ്ഥാനത്തിലാണ്.

മുതലാളിത്ത പരിവർത്തനം ആദ്യപടിയായി നടക്കട്ടെ എന്നും അതിനുശേഷം അതിൽനിന്നും മുന്നോട്ടുപോകുന്നതിനുള്ള ശ്രമങ്ങൾ നടത്താം എന്നുമുള്ള ഈ വാദഗതിക്ക് ഇടതുപക്ഷം വഴങ്ങുകയും തുടർന്ന് അവർ ഒരു ബ്ലെയറൈറ്റ് (Blairite) പാത പിന്തുടരുകയും ചെയ്യുകയാണെങ്കിൽ, അതെല്ലാകാലത്തേക്കും ബ്ലെയറൈറ്റ് സംഘടന ആയിത്തന്നെ തുടരും. മുതലാളിത്തപരിവർത്തനത്തിന്റെ ഘട്ടത്തിൽ നിന്നും മുതലാളിത്താനന്തര ഘട്ടത്തിലേയ്ക്കു പ്രവേശിക്കുന്ന ആ നിമിഷം സ്വാഭാവികവും ചരിത്രപരവുമായ തുടക്കം (natural historical break) എന്ന നിലയ്ക്ക് ഒരിക്കലും വരികയില്ല. അത്തരമൊരു തുടർച്ചയില്ലായ്മ ഇല്ലായെങ്കിൽ രണ്ടു ഘട്ടങ്ങളും തമ്മിലുള്ള വ്യത്യാസം ഇല്ലാതായിത്തീരും.

സാമ്രാജ്യത്വത്തിനോടുള്ള ഇടതുപക്ഷത്തിന്റെ എതിർപ്പ് മനഃപൂർവമായി മാറ്റിവെക്കാനുള്ള ഉപദേശം അംഗീകരിക്കുന്നത്, ഇടതുപക്ഷത്തിന്റെ വർഗ്ഗ അടിത്തറയെ ഇല്ലായ്മചെയ്യുക മാത്രമല്ല, ഇനിയൊരിക്കലും നവീനമായൊരു അടിത്തറയിൽ വിപ്ലവാത്മകമായ പ്രതിരോധം പുനരുജ്ജീവിപ്പിക്കാനുള്ള സാഹചര്യംപോലും ഇല്ലാതാകും. ദശകങ്ങളായുള്ള ആശയ സമരങ്ങളിലൂടെ നിർമ്മിക്കപ്പെട്ട ഇടതുപക്ഷത്തിന്റെ വർഗ്ഗാടിത്തറ തകരുന്നത്, വിപ്ലവശക്തികളുടെ പിന്നീടുള്ള പുനരുജ്ജീവനത്തിലേക്കല്ല, മറിച്ച് ബൂർഷ്വാ സാമ്രാജ്യത്വ അധീശത്വത്തിന്റെ ഘടനയിലേക്ക് ഇടതിനെ വിളക്കിച്ചേർക്കുന്നതിലേക്കായിരിക്കും നയിക്കുക. മാത്രമല്ല അത് അടിസ്ഥാനവർഗ്ഗത്തെ മാവോയിസം മുതൽ സാമ്രാജ്യത്വവിരുദ്ധ ഇസ്ലാമിസം വരെയുള്ള

തീവ്രവാദ ആശയങ്ങളിലേക്കും നയിക്കും. ഇത് ആക്രമണാത്മകതയെ കെട്ടഴിച്ചുവിടുകയും ജനകീയ രാഷ്ട്രീയ പ്രവർത്തനങ്ങളെ തടസ്സപ്പെടുത്തുകയും ചെയ്യും. ഈയൊരു കാരണംകൊണ്ടുതന്നെ, സമത്വപൂർണ്ണമായ ഒരു സമൂഹം എന്ന ലക്ഷ്യം പോയിട്ട് തങ്ങളുടെ അടിയന്തിര ആവശ്യങ്ങൾ പോലും നേടുന്നതിനു കെൽപില്ലാത്തത് എന്ന അർത്ഥത്തിൽ, ഇവ 'ഫലശൂന്യം' ആകും. സാമ്രാജ്യത്വവിരുദ്ധത എന്നത് ഇടതുപക്ഷത്തിന്റെ ഭാവനാസൃഷ്ടിയല്ല. അതുണ്ടാകുന്നത് ജനങ്ങൾ അഭിമുഖീകരിക്കുന്ന വസ്തുനിഷ്ഠ സാഹചര്യങ്ങളിൽ നിന്നുമാണ്. ഇടതുപക്ഷം അത് (സാമ്രാജ്യത്വത്തോടുള്ള എതിർപ്പ്) ഉപേക്ഷിക്കുകയാണെങ്കിൽ, മറ്റുള്ളവർ; ഇത്തരം സാഹചര്യങ്ങളെ നേരിടുന്നതിൽ അവരെത്ര തന്നെ അശക്തരാണെങ്കിലും, ഈ ശൂന്യത നിറയ്ക്കുവാനായി രംഗപ്രവേശം ചെയ്യുകയും ജനങ്ങൾ ഇത്തരക്കാരുടെ ദയാവായ്പിൽ ജീവിക്കേണ്ടി വരികയും ചെയ്യും.

●

www.ingramcontent.com/pod-product-compliance
Lightning Source LLC
LaVergne TN
LVHW040758051026
849519LV00007BA/2562
9789387398030